ஒற்றர் உலகம்

Life of Spy

உலகப் புகழ்பெற்ற உளவாளிகளின் சரித்திரம்.

ஒற்றர் உலகம்

Life of Spy

உலகப் புகழ்பெற்ற உளவாளிகளின் சரித்திரம்.

வினுலா

ZDP
SPECIFICS

Title: Ottrar Ulagam - Life of Spy
Author's Name: Vinula

Published by ZDP Specifics

ZDP Specifics
(An imprint of Zero Degree Publishing)
No.75 & 76, I Floor, Kuppusamy Street,
Balaji Nagar,
Padi,
Chennai - 600050

Website: www.zerodegreepublishing.com
E Mail id: zerodegreepublishing@gmail.com
Phone: 89250 61999

ZDP Specifics First Edition : September 2025
ISBN : 978-93-48439-40-6
TITLE NO ZDPS :117

Rs.340/-

Layout: G.Selva kumar
Cover Design: Vijayan, Creative Studio
Printed at Rathna Offset, Chennai, India

சமர்ப்பணம்

எனக்கு உறுதுணையாக இருக்கும் கணவர் பிரின்ஸுக்கும்,
குழந்தைகள் டேனியேல் மற்றும் டாஃப்னிக்கும்.

பொருளடக்கம்

1. சாக்லேட்டைச் சந்தித்த சூப்பர் மார்க்கெட்டின் பை

16 – ஜூலை – 1985

மாஸ்கோ, சோவியத் யூனியன்.

மாலை 7 மணி.

ஒரு பிளாஸ்டிக் பையில் சாமான்களை வாங்கிய அலெக் அந்தத் தெருவிலிருந்த விளக்குக் கம்பத்தின் கீழ் நின்றார். கையிலிருந்தது பிரிட்டனிலுள்ள பிரபல சூப்பர் மார்க்கெட்டான சேஃப்வேயின் பை. சாம்பல் நிறத்தில் தொப்பி அணிந்திருந்தார். முன் நெற்றி வழுக்கையை அது வெகுவாக மறைத்தது. வட்ட முகத்துக்கு வட்ட கண்ணாடி அணிந்திருந்தவருக்கு நாற்பத்து ஏழு வயதுதான் ஆகிறது. ஆனால் பார்ப்பதற்கு அறுபது வயது தாத்தாவைப் போல முகத்திலும் கழுத்திலும் தொளதொளவென சதை போட்டிருந்தது. நீண்ட அகல நெற்றிக்குப் பிறகு மூக்கும் வாயும் இருப்பதே தெரியவில்லை. தன்னைச் சுற்றிலும் நடப்பதைக் கூர்ந்து கவனிக்க முகத்திலிருந்து வெளிப்பக்கமாகத் துருத்திக் கொண்டிருந்தன காதுகள். மொத்தத்தில் யாரையும் தொந்தரவு செய்யமாட்டேன் என்ற அடக்கமான முகம். யாரையோ எதிர்பார்க்கிறார் என்பது மட்டும் முகத்திலிருந்த பதற்றத்திலிருந்து தெரிந்தது.

சரியாக ஆறு நிமிடங்கள் நின்றிருப்பார். மார்ஸ் என்ற ஒரு பிரபல சாக்லேட்டின் கவரைப் பிரித்தபடியே தெருவில் ஒருவன் அலெக்கைக் கடந்து சென்றான். அவனிடம் சோவியத் மக்களின் சாயல் தென்படவில்லை. சில நொடிகள் அவனது கண்கள் அலெக்கின் கண்களைச் சந்தித்துச் சென்றன. அலெக் எதிர்பார்த்த பதில் கிடைத்துவிட்டது. அன்று செவ்வாய்க்கிழமை. சனிக்கிழமை மதியம் இரண்டு மணிக்குள் அலெக் அதைச் செய்து முடிக்க வேண்டும். அதற்கு முதலில் அவர் அங்கிருந்து காணாமல் போக வேண்டும். முகத்தில் எந்தச் சலனமும் இல்லாமல் சகஜமாக வீட்டை நோக்கி நடந்தார்.

இப்படிப்பட்ட வேதனையை அலெக் இதற்கு முன் அனுபவித்ததில்லை. மனைவி லேலாவிடமிருந்து உண்மையை மறைக்கும்போது கூட சிரமப்பட்டதில்லை. இன்று அவளையும் மகள்கள் மரியாவையும் அன்னாவையும் விட்டுப் பிரிவதை அவரால் தாங்க முடியவில்லை. வேறு வழியில்லை. எதுவும் சொல்லாமல் அடுத்த நாள் எப்போதும் போல வீட்டிலிருந்து வெளியே கிளம்பினார். அவரைக் கண்காணித்துக் கொண்டிருந்தவர்களை ஏமாற்றிவிட்டு மாஸ்கோவிலிருந்து லெனின்கிராட் (செயின்ட் பீட்டர்ஸ்பர்க்) போகும் ரயிலில் ஏறினார். அங்கிருந்து பேருந்து, ரயில் என மாறிமாறி பயணம் செய்து அந்தக் காட்டை அடைந்து விட்டார். அன்று ஜூலை இருபதாம் தேதி, சனிக்கிழமை. பின்லாந்தின் எல்லைக்கு இன்னும் முப்பது மைல்கள் மட்டுமே இருந்தது.

சரியாக இரண்டு மணிக்கு ஒரு ஃபோர்ட் செடான் கார் அந்தக் காட்டு வழியே வந்தது. காட்டுக்குள் மறைந்திருந்த அலெக் வெளியே வந்தார். காரின் பின்புறமிருந்த பூட்டில் (பொருள்களை வைக்குமிடம்) ஏறினார். காரை ஓட்டி வந்தவர்கள் பிரிட்டன் உளவுத்துறையான MI6ன் அதிகாரிகள். கணவன் மனைவியைப் போல நடந்துகொண்டார்கள். பின் சீட்டில் மளிகைச் சாமான்களை நிறைத்திருந்தார்கள். வெளிநாட்டுத் தூதரக அதிகாரிகள் பயன்படுத்தும் லைசென்ஸ் ப்ளேட் காரில் பொருத்தப்பட்டிருந்தது. போலீஸ் சோதனைகளிலிருந்து சந்தேகம் வராமல் தப்பிக்க இது உதவும்.

காரின் பூட்டில் மறைந்திருக்கும் அலெக் நிம்மதியாக இல்லை. ஒருவேளை இது அவர் பணியாற்றிய சோவியத் உளவுத்துறையான KGBயின் பொறியாகக் கூட இருக்கலாம். ஏற்கெனவே அவர் மீது சந்தேகம் வந்துவிட்டதாலேயே வீட்டிலிருந்தபோது கண்காணிக்கப்பட்டார். இப்போது அவரை சோவியத்தின் சிறைக்குக் கூட கூட்டிச் சென்று கொண்டிருக்கலாம். அல்லது இவர் ஏற்கெனவே திட்டமிட்டிருந்தபடி MI6 அதிகாரிகள் அவரை சோவியத்திலிருந்து பின்லாந்துக்குக் காரில் கடத்திச் சென்று கொண்டிருக்கலாம். எதுவாக இருந்தாலும் எதிர்கொள்ளத்தான் வேண்டும். அலெக் நம்பிக்கையுடன் ஒரு பாடலுக்காகக் காத்திருந்தார்.

வழியிலிருந்த சோதனைச் சாவடியில் கார் நிறுத்தப்பட்டது. அங்கிருந்த மோப்ப நாய்கள் குரைத்துக்கொண்டே காரை நோக்கி நடந்து வந்தன. காரை ஓட்டி வந்த MI6 அதிகாரிகளுக்கு யோசிக்கச் சில நொடிகள் கிடைத்தன. கையில் வைத்திருந்த சிப்ஸ் பாக்கெட்டை கணவரிடம் நீட்டி, வேண்டுமா என்று சிரித்தபடியே கேட்டார் மனைவி. காருக்கு அருகே வந்த மோப்ப நாய்களுக்கும் அதே சிப்ஸை பாசத்துடன் வீசினார். அதைச் சாப்பிட்டவுடன் அவை குரைப்பதை நிறுத்தின. அந்தத் தம்பதியினரின் சகஜ நிலையால் கார் சோதனை செய்யப்படவில்லை. கிளம்பலாம் என்று உத்தரவு வந்தது. சோவியத்தைக் கடந்து பின்லாந்துக்குள் நுழைந்தனர். அந்நாட்டின் ஒரு பிரபல பாடல் காரில் சத்தமாக ஒலிக்கவிடப்பட்டது. அலெக் புரிந்துகொண்டார். அவர் எதிர்பார்த்துக் காத்திருந்த பாடல் அது. அவரது திட்டப்படியே அவர் சோவியத்திலிருந்து வெளியேறிவிட்டார். பிறகு அங்கிருந்து நோர்வே வழியாகப் பத்திரமாக பிரிட்டனை அடைந்தார்.

சோவியத்தின் வீட்டுக் காவலிலிருந்து மேற்குலகுக்குத் தப்பித்த முதல் KGB அதிகாரி அலெக் கர்தியவ்ஸ்கி. இப்படி ஒரு நாளை அவர் ஏற்கெனவே எதிர்பார்த்திருந்தார். அதனாலேயே எட்டு ஆண்டுகளுக்கு முன்னரே (1977) இந்தத் திட்டத்தைத் தீட்டி வைத்திருந்தார். ஒவ்வொரு செவ்வாய்க்கிழமையும் மார்ஸ் சாக்லேட்டோடு ஒருவர் அங்கு தயாராக இருந்தார். அலெக் சேஃப்வேயின் பையோடு எப்போது வேண்டுமானாலும் வருவார் என்று காத்திருந்தார். அன்று அலெக் பையுடன் நின்றபோதே

பிரிட்டனின் வெளியுறவுத்துறை ஆலோசகர் சார்லஸ் பவலுக்குத் தகவல் சென்றுவிட்டது. MI6 அதிகாரிகளைக் கொண்டு அலெக்கை சோவியத்திலிருந்து நாடுகடத்த பிரிட்டன் பிரதமரின் அனுமதி தேவை. பனிப்போர் சமயத்தில் அவர் அனுமதியின்றி இதைச் செய்ய முடியாது. பிரதமர் மார்கரெட் தாட்சரை நேரில் சந்தித்து அனுமதி பெற்றார் சார்லஸ் பவல். ஒருவகையில் பிரதமரும் அலெக்குக்குக் கடன்பட்டிருந்தார் அல்லவா?

2. கண்காணிக்கப்பட்ட கண்ணீர்

20-ஆகஸ்ட்-1968.
சோவியத் தூதரகம் - கோபன்ஹேகன்,
டென்மார்க்.

சோவியத்தின் பீரங்கிகள் செக்கஸ்லோவாக்கியாவுக்குள் நுழைந்தன என்பது அன்றைய செய்தித்தாளின் தலைப்புச் செய்தியாக வெளிவந்திருந்தது. இதைப் படித்த அலெக் அதிர்ச்சியடைந்தார். மனம்விட்டு யாருடனாவது பேச வேண்டும் போலிருந்தது. சக அதிகாரிகளை நம்ப முடியாது. கோபன்ஹேகனிலிருந்த சோவியத் தூதரகத்தில் அதிகாரியாகப் பணிபுரிந்துகொண்டிருந்தார் அலெக். மாஸ்கோவுக்கு ட்ரங்க் கால் புக் செய்தார். மனைவியுடன் தொலைபேசியில் பேசியபடியே மனம்விட்டு அழுது தீர்த்தார். இதோடு எல்லாம் முடிந்துவிட்டது என்று உரையாடலை முடித்தார். சோவியத்தின் மீது அவருக்கிருந்த கடைசி நம்பிக்கையும் கைவிட்டுப்போன தருணம் அது.

பிராக் ஸ்ப்ரிங் செக்கஸ்லோவாக்கியாவில் மலர்ந்திருந்த காலம் அது (1968). கம்யூனிசத்தின் அடக்குமுறைகளை எதிர்த்து மக்கள் உருவாக்கிய அரசியல் சீர்திருத்தங்கள் நடைமுறைக்கு வந்தன. ஜனநாயகத்தை நிலைநாட்டவும் கோரிக்கைகள் எழுந்தன. இப்படியே விட்டால் சோவியத்துக்கும் கம்யூனிசத்துக்கும்

நல்லதல்ல என்று நாட்டின் தலைவர்களோடு வார்சா ஒப்பந்த நாடுகள் பல சுற்றுப் பேச்சுவார்த்தைகளை நடத்தியது. அதற்கு மேல் காத்திருக்க முடியாது என்று சோவியத்தின் பீரங்கிகள் அங்கு பழையபடி கம்யூனிச ஆட்சியை நிறுவின. இதை எதிர்த்து போராட்டத்தில் ஈடுபட்ட நூற்றுக்கும் மேற்பட்ட மக்கள் படுகொலை செய்யப்பட்டார்கள். இதைத் தாங்க முடியாமல் அழுது தீர்த்தார் அலெக்.

10-10-1938 அன்று மாஸ்கோவில் பிறந்தவர் அலெக் அந்தோனோவிச் கர்தியவ்ஸ்கி. படிப்பிலும் பிற மொழிகளைக் கற்பதிலும் தேர்ந்தவர். வெளியுறவுத் துறையில் பணியாற்ற பெர்லின் சென்றவர், பெர்லின் சுவர் எழுப்பப்பட்டதை நேரில் கண்டார். சோவியத்தின் அடக்குமுறையும் அதன் கம்யூனிசச் சித்தாந்தமும் இருவேறு திசைகளில் பயணிப்பதை உணர்ந்தார். மாஸ்கோ திரும்பியவர் தந்தையைப் போலவே சோவியத்தின் உளவுத்துறையான *KGB*யில் இணைந்தார்.

அலெக்கின் முதல் பணி டென்மார்க் தலைநகர் கோபன்ஹேகனிலிருந்த சோவியத் தூதரகத்தில் தொடங்கியது *(1966)*. தூதரக அதிகாரி என்ற போர்வையில் கேஜிபியின் சார்பில் உளவு பார்த்தார். அங்கிருந்த நாற்பது சதவீத சோவியத் தூதரக அதிகாரிகளும் இதையே செய்தார்கள். கேஜிபியின் இளைய தலைமுறைப் பயிற்சிப் பட்டறையாக மாறியிருந்தது டென்மார்க். இது டென்மார்க்கின் உளவுத்துறைக்கும் தெரியும். அலெக்கின் ட்ரங்க் கால் அதிர்ச்சியையும் கண்ணீரையும் இவர்கள் கண்காணித்தார்கள். அவரது உரையாடலையும் ஒட்டுக் கேட்டார்கள்.

இறந்தவர்களை உயிர்த்தெழச் செய்வதே டென்மார்க்கில் அலெக்கின் வேலையாக இருந்தது. இறந்தவர்களின் அடையாளங்களைச் சட்டவிரோதமாக நுழையும் சோவியத் அதிகாரிகளுக்குப் பொருத்தி மீண்டும் அவர்களை உயிருடன் நடமாடச் செய்தார். இதற்காக நிறையக் கல்லறைகளையும் திருச்சபைக் குருக்களையும் சந்தித்துத் தகவல் சேகரித்தார். இந்தத் தேடலில் அவரை ஈர்த்தது அங்கு நிலவிய தனிமனித சுதந்திரமும் முற்போக்கான சமூக சிந்தனையும். இவற்றுக்கான அர்த்தம் கூட சோவியத்திலிருந்த வரை அவருக்குத் தெரியவில்லை. தடையின்றி அனைத்தும் புத்தகங்களையும்

வாசிக்கலாம் என்பதே அவருக்குப் புதிதாக இருந்தது. அவர் வளர்ந்த சமூகம் உலகத்தின் பிற சமூகங்களிலிருந்து எவ்வாறு வேறுபட்டிருந்தது என்பதைக் கண்டார்.

மேற்குலகமும் சோவியத்தும் எதிரி நாட்டு உளவாளிகளைத் தன்பக்கம் ஈர்க்கும் போட்டிப் பனிப்போரை விடத் தீவிரமாக நடந்து வந்த காலம். அலெக்கின் கண்ணீர் அவரை அவர்களுக்கு அடையாளம் காட்டியது. வல்லுநர்களான பிரிட்டனின் *MI6* உளவுப்பிரிவு அதிகாரிகள் அழைக்கப்பட்டார்கள். சந்தேகம் வராமல் எப்படி நெருங்குவது என்று திட்டமிட்டார்கள். அலெக் சிறந்த பூப்பந்தாட்ட வீரராக இருந்ததும் மற்ற சோவியத் அதிகாரிகளுக்கு அதில் ஆர்வமில்லாமல் இருந்ததும் கைகொடுத்தது. பூப்பந்தாட்டக் களத்தில் நடந்த முதல் சந்திப்பில் இருவருக்கும் நம்பிக்கை ஏற்படவில்லை. தான் பணிபுரியும் சோவியத் உளவுத்துறையான *KGB* தனது நேர்மைக்கு வைக்கும் பரீட்சையிது என்றே நம்பினார் அலெக். தெரிந்தே இவரைத் தங்கள் அமைப்பில் வேவுபார்க்க அனுப்பும் *KGB*யின் திட்டம் இது என்று *MI6* குழுவினரும் நினைத்தார்கள்.

இரண்டாவது சந்திப்பு டென்மார்க் காவல்துறைக்குத் தெரியாமல் பொது இடத்தில் நடந்தது. அடுத்தடுத்த சந்திப்புகளில் நம்பிக்கை பிறந்தது, திட்டம் தயாரானது. அலெக் வழியாக சோவியத்தின் ரகசியங்களை பிரிட்டன் அறியவேண்டும். வல்லரசு நாட்டின் நிஜ அவலங்கள் அம்பலப்படுத்த வேண்டும். தன்னால் வீழ்த்த முடிந்த ஒவ்வொரு நாட்டையும் வலுக்காட்டாயமாகக் கம்யூனிச பினாமியாக்கும் சோவியத்தைத் தடுக்க வேண்டும். சோவியத் அதிபர் ப்ரியெஷ்னவ் பயமுறுத்தும் அணு ஆயுதங்கள் நிஜந்தானா என்று கண்டறிய வேண்டும். இதைத் துரோகம் என்றும் சொல்லலாம். உலக நலன் கருதிச் செய்யப்படும் சேவை என்றும் சொல்லலாம். அவரவர் தர்மத்தைப் பொறுத்தது.

இதில் முக்கியமானது இந்தத் தகவல்கள் மேற்குலகுக்குத் தெரியும் என்பது சோவியத்துக்குத் தெரிந்துவிடக் கூடாது. அரசியல் காய்நகர்த்தல்கள் அதி கவனமுடன் இருக்க வேண்டும். அதற்கு முன் மூன்று நிபந்தனைகளை விதித்தார் அலெக். அவரை யாரும் பின்தொடரவோ புகைப்படமோ எடுக்கக் கூடாது. அவரது *KGB* சோவியத் கூட்டாளிகளுக்கு இது தெரியக்கூடாது. அவருக்குப்

பணம் கொடுக்கக் கூடாது. முதலில் சொன்ன கூடாதுகள் சரிதான். அவரது உயிர் அவருக்கு முக்கியம். கடைசியாகப் பணமும் கூடாது என்பது பிரிட்டனைச் சந்தேகப்பட வைத்தது. இவரது நட்பு வட்டத்திலிருந்து நம்பிக்கையான தகவல்கள் வரவே துரோக ஒப்பந்தம் முடிவானது (1974). அதற்குப்பின் இருவரும் வாக்கு மாறவில்லை. சன்பீம் உதயமானார்.

இதற்குள் அலெக்குக்கு முதல் மனைவியுடன் விவாகரத்தும் லேலாவுடன் இரண்டாவது திருமணமும் முடிந்திருந்தது. சோவியத்தின் ஆச்சாரங்களை மீறியதால் அவர் டென்மார்க்கிலிருந்து மாஸ்கோவுக்குத் திரும்ப அழைக்கப்பட்டார் (1978). பிரிட்டனின் MI6 அவருடன் தொடர்பிலிருந்தது. KGBயில் தனது பணியையும் அலெக் தக்க வைத்துக்கொள்ள வேண்டும். மேற்குலகின் வெளியிடத்தக்க ரகசியங்கள் MI6 மூலம் அலெக்கிடம் தெரிவிக்கப்பட்டன. இவை KGBயில் அவரது பதவி உயர்வுகளைத் கவனித்துக் கொண்டது. KGBயின் முழு நம்பிக்கையையும் பெற்று அலெக் லண்டனுக்கு அனுப்பப்பட்டார். ஆனால் அலெக் மீது MI6 வைத்திருந்த நம்பிக்கைக்கு ஏற்றவாறே நடந்துகொண்டார் சன்பீம். ஏனெனில் அது அவர் தேர்ந்தெடுத்திருந்தது.

3. மைக்ரோ சேமிப்பு

பிரிட்டனின் MI6க்கு சன்பீம். சோவியத்தின் KGBக்கு அலெக். இரு கதாபாத்திரங்களையும் கச்சிதமாக சமாளித்தார் அலெக். லண்டனிலிருந்த KGB அலுவலகத்தில் உயரதிகாரியாகப் பொறுப்பேற்றார். அங்கிருந்த ரகசிய ஆவணங்களை MI6 உளவாளிகளிடம் சேர்ப்பது அவர் விரும்பி ஏற்றுக்கொண்ட ரகசியப் பொறுப்பு. இவற்றை மைக்ரோ பிலிம்களில் சேமித்து வைப்பது சோவியத்தின் வழக்கம். ரகசிய ஆவணங்கள் இவற்றில் நுண்ணிய புகைப்படங்களாக ஒளிந்திருக்கும். சினிமா தியேட்டர்களில் ஓட்டப்படும் ரீல்களின் சிறிய வடிவமாக இவற்றைக் கற்பனை செய்து கொள்ளுங்கள். தேவைப்படும்போது அதற்குரிய கருவியில் பொருத்தித் தகவல்களைப் பெரிதாக்கிப் பார்த்துக்கொள்ளலாம். இவற்றை பிரிட்டனிடம் எப்படிச் சேர்ப்பது என்று திட்டம்போட்டார் அலெக்.

மைக்ரோ பிலிம்கள் உள்ள அறையில் நுழைவதும் வெளிவருவதும் கூடப் பதிவேட்டில் குறித்து வைக்கப்படும். அந்தப் பதிவாளரிடமிருந்து தப்பித்து அலெக் இவற்றை அறையிலிருந்து வெளியே எடுத்து வர வேண்டும். இதற்கென வெளியே காத்திருக்கும் பிரிட்டன் அதிகாரியிடம் ஒப்படைப்பார். அவர் அதைப் பிரதி எடுத்த பின்பு அலெக்கிடம் சேர்ப்பார். மீண்டும் பாதுகாப்பு அறைக்குள் நுழைந்து, மைக்ரோ பிலிம்களை எடுத்த இடத்தில் வைப்பது அலெக்கின் பொறுப்பு. இவை அனைத்தும் அரைமணி நேரத்தில் நடந்து முடிந்தாக வேண்டும். தவறினால் அலெக் மீது

சந்தேகம் வராது. சந்தேகத்துக்கு இடமின்றி அவரும் அவரது கூட்டாளிகளும் தேசத்துரோகிகள் என அறிவிக்கப்படுவார்கள். உடனே அவரது மரண தண்டனையும் நிறைவேற்றப்படும். மாட்டிக்கொண்டால் எடுக்கப்படும் நடைமுறை எளியதுதான்.

ஏனெனில் அதிலிருந்த தகவல்கள் அப்படிப்பட்டவை. டென்மார்க், பின்லாந்து, நோர்வே, ஸ்வீடன் போன்ற நோர்டிக் நாடுகளில் பணியாற்றும் உளவாளிகளின் அடையாளங்கள்; KGBயின் விரிவான செயல்திட்டங்கள் போன்றவை. அலெக் ஏற்கெனவே உளவாளிதான் என்றாலும் இவ்வகையான காரியத்தைச் செய்ய அசைக்க முடியாத மனோதிடம் அவசியம். பயந்தாலும் அதை வெளியே காட்டாமல் கட்டுப்படுத்துவதே தைரியம்.

பல வருடங்கள் அலெக் இதைத் தைரியமாகச் செய்தார். மாஸ்கோ, லண்டன் என்று எங்கு பணியாற்றினாலும் MI6க்கு அவர் அளிக்கும் தகவல்கள் தடைபடவில்லை. சோவியத்துக்காக வேலை செய்த பிரிட்டனின் பல முக்கியப் பிரமுகர்கள் அடையாளம் காணப்பட்டார்கள். அரசியல் எதிர்க்கட்சித் தலைவர்கள், முக்கியத் தொழிற்சங்கத் தலைவர்கள் என அனைத்து உயர் மட்டங்களிலும் சோவியத் ஊடுருவியிருந்தது பெரும் அதிர்ச்சியை ஏற்படுத்தியது. இவர்கள் ஆட்சிக்கு வந்திருந்தால் உலக அரசியல் தலைகீழாகியிருக்கும். வலுவான ஆதாரங்களோடு பிரிட்டன் அரசாங்கம் இவர்களை விசாரணை வளையத்துக்குள் கொண்டு வந்தது. சத்தமில்லாமல் நாட்டைவிட்டு வெளியேற்றியது.

KGBயின் உயர் பதவிகளை வகித்த அலெக், அதன் நோக்கங்களைத் துல்லியமாக ஊகித்தார். பிரிட்டனின் அரசியல் முடிவுகள் இவரது தகவல்களைச் சார்ந்திருந்தது. ஆனால் வெகுசில MI6 அதிகாரிகளைத் தவிர வேறு யாருக்கும் இவரைத் தெரியாது. பாதுகாப்புக் கருதி அவரது அடையாளம் கவனமாகப் பாதுகாக்கப்பட்டது. ஆப்கானிஸ்தானிலும் தனது ராணுவத்தோடு நுழைந்து போரிட்டு வந்தது சோவியத். செக்கஸ்லோவாக்கியாவைப் போலவே ஆப்கனையும் கம்யூனிச நாடாக்கிவிடலாம் என்று நம்பியது. இதையும் வேதனையோடு கவனித்து வந்தார் அலெக்.

பனிப்போர் உச்சத்திலிருந்த காலத்தில் அமெரிக்க அதிபரானார் ரொனால்ட் ரீகன்(1981). பதவியேற்ற கையோடு சோவியத்தை உலகின் தீய பேரரசு என அறிவித்தார். சோவியத் இவ்வுலகுக்குத்

தீமையை மட்டுமே கொண்டு வரக் காத்திருக்கிறது என்றார். சோவியத்தின் அதிபராக இருந்த யூரி ஆன்ட்ரோபோவ் இதன் உள்நோக்கத்தை உணர்ந்தார். அமெரிக்கா சோவியத்துக்கு எதிராகப் பெரிதாக ஏதோ திட்டமிடுகிறது என்று உறுதியாக நம்பினார். இவர் அதிபராவதற்கு முன்னால் KGBயின் தலைவராகப் பொறுப்பிலிருந்தவர். அமெரிக்காவின் அறிவிப்புகளுக்குப் பின்னால் நடைபெறும் சதி வேலைகளை ஊகித்தார்.

இதை ஆராய சோவியத்தின் உளவு நடவடிக்கையான ஆபரேஷன் ரயான் தொடங்கியது. முதல் அணு ஆயுதத் தாக்குதலை நடத்த அமெரிக்கா எவ்வளவு தயாராக இருக்கிறது? இதைக் கண்டறிவதே நோக்கம். இதன் முடிவுகளைக் கொண்டு சோவியத்தும் பதில்கொடுக்கத் தயாராக வேண்டுமல்லவா? போர்க்கால அடிப்படையில் தகவல்கள் சேகரிக்கப்பட்டன. அமெரிக்க ராணுவத்தினரின் வேலைப் பளு, ரத்த வங்கிகளில் குவித்து வரும் சேமிப்பு போன்ற நுண்ணிய தகவல்களும் கவனம் பெற்றன. இவற்றிலிருந்து அதிபர் ஆன்ட்ரோபோவ் முடிவுக்கு வந்துவிட்டார். தாக்குதல் நிச்சயம். பதிலுக்கு நாமும் தயாராவோம் என்றார்.

அமெரிக்க அதிபர் ரீகனும், பிரிட்டன் பிரதமர் மார்கரெட் தாட்சரும் அவரவர் உரைகளில் ஓயாமல் சோவியத்தின் மீது வன்மத்தைக் கொட்டித் தீர்த்தனர். இதற்கு மேலாக நேட்டோ படையின் ஒத்திகையான 'ஏபில் ஆர்ச்சர்' திட்டமிடப்பட்டது. சோவியத்தின் மீது எப்படி அணுஆயுதத் தாக்குதலை நடத்துவது என்பதைப் பயிற்சி செய்வதே திட்டம். இது போதாதா? போலிக் குண்டுகளை வைத்துத்தான் பயிற்சி என்றாலும் எப்படி நம்புவது?

சோவியத்தும் தயாரானது. அணு ஆயுதங்கள் ஏவப்படுவதைக் கண்டறியும் ரேடார்கள் தீவிரமாகக் கண்காணிக்கப்பட்டன. நேட்டோவின் ஒத்திகைக்கு முன்னரே ரேடார் எச்சரிக்கை ஒலியெழுப்பியது(செப்-1983). ஸ்தனிஸ்லோவ் பெத்ரோவ் என்ற வான் படை கர்னல் 'இது நேட்டோவின் தாக்குதலாக இருக்காது' என்று நம்பினார். தாக்குதல் என்றால் இப்படி ஒற்றை ஏவுகணையை மட்டும் வீசியிருக்க மாட்டார்கள் என்று யோசித்தார். ரேடார் மீது சந்தேகப்பட்டு, அதை முழுவதும் ரீசெட் செய்தார். இப்போது எச்சரிக்கை ஒலி இல்லை. ரேடார் தயாரிப்பில் ஈடுபட்டிருந்த கர்னலுக்கு அது தவறும் நுணுக்கங்கள்

தெரிந்திருந்தன. முறைப்படி இந்தத் தகவலை மேலிடத்துக்குச் சொல்லி சோவியத் அதிபருக்குத் தெரியப்படுத்தியிருக்க வேண்டும். நல்ல வேளையாக கர்னல் பெத்ரோவ் அதைச் செய்யவில்லை. ஆதலால் மூன்றாம் உலகப்போரைத் தொடங்கி வைத்திருக்கக்கூடிய சோவியத்தின் எதிர்த் தாக்குதல் நடக்கவில்லை. பல வருடங்கள் கழித்துத்தான் இவை வெளிவந்தன.

நேட்டோ படையின் ஒத்திகைக்குப் பதிலடி கொடுக்க, அதிபர் ஆன்ட்ரோபோவ்வின் ஆணைப்படி தயாரிப்புகள் முழு வீச்சில் நடந்தன. அணு ஆயுத கண்காணிப்பு, தடுப்பு, எதிர்த் தாக்குதல் ஆயுதங்கள் என்று சகலமும் பால்டிக் எல்லையில் நிறுத்தி வைக்கப்பட்டன. ஹிரோஷிமாவில் வெடித்ததை விட நாற்பத்தைந்து மடங்கு சக்தி வாய்ந்தவை அவை. கடற்படை நீர்மூழ்கிகளோடு தயார் நிலையில் இருந்தார்கள். ‘செஜே’ எனப்படும் அணு ஆயுதத்தை ஏவும் கட்டளைகளைக் கொண்ட பெட்டி அதிபர் ஆன்ட்ரோபோவ்விடம் கொடுக்கப்பட்டது. அவர் அதை ஆன் செய்வதுதான் பாக்கி. இன்னும் சில தினங்களில் போர் தொடங்கிவிடும் என்று உறுதியுடன் காத்திருந்தார் சோவியத் அதிபர்.

4. வீராவேசத்தின் விளைவுகள்

நவம்பர் - 1983.

நேட்டோ படையின் ஒத்திகை திட்டமிட்டபடி தொடங்கியது. இதை எதிர்கொள்ள சோவியத் மேற்கொண்டிருந்த முன்னேற்பாடுகள் மேற்குலகத் தலைவர்களை ஆச்சரியப்படுத்தின. ஒரு ஒத்திகைக்கு ஏன் இவ்வளவு பாதுகாப்புத் தயாரிப்புகள் என்று குழப்பமடைந்தார்கள். ஒருவேளை சோவியத் மூன்றாம் உலகப்போரைத் தொடங்கத் தயாராக இருக்கிறதோ? சரி, அதையும் பார்த்துவிடுவோம்.

முதல் அணு ஆயுதம் ஏவப்பட இருதரப்பும் காத்திருந்தார்கள். தொடங்குவது நாமாக இருக்க வேண்டாம் என்பது மட்டுமே இருவரது எண்ணமுமாக இருந்தது. நேட்டோ மூன்றாம் உலகப்போரைத் தொடங்கப்போகிறது என்று சோவியத்தும், சோவியத் போரைத் தொடங்கப்போகிறது என்று நேட்டோவும் தவறாகப் புரிந்துகொண்டு நிலைமையை எதிர்கொள்ளக் காத்திருந்தார்கள்.

இந்தக் குழப்பத்தைத் தீர்க்க ஏதாவது செய்ய வேண்டும் என்று முடிவெடுத்தார் அலெக் கர்தியவ்ஸ்கி. போரின் மீதிருந்த வெறுப்பின் காரணமாகவே அவர் சோவியத்துக்குத் துரோகம்

செய்ய அன்று முடிவெடுத்தார். இன்று போர் மூளும் அபாயம் உருவாகியிருக்கிறது. இந்நேரத்தில் சோவியத்திடம் அவரால் எதையும் புரியவைக்க முடியாது. நிரூபிக்கவும் முடியாது. அவருக்கு அத்தனை அதிகாரம் கிடையாது. வேறு என்ன செய்வது?

இத்தனை வருட உழைப்பினால் பிரிட்டனிடம் அவர் சம்பாதித்து வைத்திருந்த நம்பிக்கையைத் துருப்புச்சீட்டாகப் பயன்படுத்தினார். சோவியத் அதிபரின் சந்தேகம் முதல், இன்று போரை எதிர்கொள்ளத் தயார்நிலையில் காத்திருக்கும் படைகள் வரை விவரமாகச் சொன்னார். ஆதாரங்கள் தேவைப்படவில்லை. ஏற்கெனவே ஒத்திகைக்குக் காத்திருப்பவர்களை நேட்டோ படை கண்கூடாகப் பார்த்துவிட்டது. இதன் தீவிரத்தைக் காரணத்துடன் எடுத்துரைத்தார் அலெக். இவை அனைத்தையும் *MI6* அதிகாரிகள் வழியாக பிரிட்டன் பிரதமர் மார்கரெட் தாட்சரிடம் தெரிவித்தார். முடிவெடுக்கும் அதிகாரத்தில் இருப்பவர்கள் புரிந்துகொண்டால் ஏதாவது தீர்வு கிடைக்கும் என்று நம்பினார்.

முதலில் பிரதமர் மார்கரெட் தாட்சர் ஆச்சரியப்பட்டாலும், பிறகு நிலைமையைப் புரிந்துகொண்டார். அமெரிக்க அதிபர் ரீகனுக்கும் அவர் பாணியில் புரியவைத்தார். அவரது வீராவேச உரைகள் எதில் கொண்டுபோய் நிறுத்தியிருக்கிறது என்பதைச் சுட்டிக்காட்டினார். அதன்பின் ஊடக உரைகளில் நிதானம் கையாளப்பட்டது. போரை நிறுத்துங்கள் என்றெல்லாம் அறிவித்து, பொதுமக்களைப் பயப்படுத்த முடியாது. இரு நாட்டு அரசாங்கங்கள் மட்டும் பேசித்தீர்க்க வேண்டிய விஷயம். நேட்டோ ஒத்திகையை நிறுத்தினால் சந்தேகம் வரும். அதனால் பெயருக்கு நடத்திவிட்டுச் சீக்கிரமாக முடித்தார்கள்.

திரைமறைவில் அமெரிக்க, பிரிட்டன் வெளியுறவுத் தூதர்களுக்கு உண்மை நிலவரத்தைப் புரிய வைத்தார்கள். இவர்கள் மூலமாக சோவியத்துக்குத் தகவல் தெரிவிக்கப்பட்டது. இது நிச்சயம் போர் இல்லை என்பதற்கான வாக்குறுதியைக் கொடுத்தது அமெரிக்கா. நம்பகமான தகவல் என்று உறுதிப்படுத்திக் கொண்ட பிறகே சோவியத் அதிபர் ஆன்ட்ரோபோவ் அமைதியானார். இப்போதும் இந்த முயற்சிகளைத் தொடங்கிய அலெக்கைப் பற்றி அமெரிக்காவுக்கோ, சோவியத்துக்கோ தெரியாது. பிரிட்டனின் உளவுத்துறை அவரைப் பத்திரமாகப் பாதுகாத்தது.

ஆனால் பதற்றம் தணிந்த பின்னர், அமெரிக்க உளவுத்துறையான *CIA* இதன் பின்னாலிருந்தவரைக் கண்டுபிடித்தே ஆகவேண்டுமென்று முடிவெடுத்தது. *CIA* அதிகாரி ஆல்ட்ரிச் எய்ம்ஸ் துப்பறிந்தார். அலெக்கின் பதவி உயர்வுகளும், பலமுறை லண்டனில் கிடைத்த பணி நியமனங்களும் அவரைக் காட்டிக்கொடுத்தன. அவரை *KGB*யிடம் முதலில் காட்டிக்கொடுத்தார் ஆல்ட்ரிச். ஏனெனில் அவர் *CIA*யில் பணியாற்றி வந்த சோவியத்தின் உளவாளி. சோவியத்துக்குத் தெரிவித்த பின்னரே தனது அமெரிக்க உயரதிகாரிகளிடம் அலெக்கைப் பற்றிச் சொன்னார்.

17-மே-1984

அலெக் கர்தியவ்ஸ்கி உடனடியாக மாஸ்கோவுக்குத் திரும்புமாறு *KGB* தலைமையால் அழைக்கப்பட்டார். அவருக்குப் பதவி உயர்வு காத்திருப்பதாகச் சொன்னார்கள். உண்மை தெரிந்துவிட்டது என்று அலெக்கும் சந்தேகப்பட்டார். ஆனாலும் கட்டளையை மதித்து மாஸ்கோவுக்குத் திரும்பாவிடிலும் சந்தேகம் வந்துவிடும். சரி, துரோகத்தின் கூலியை ஏற்றுக்கொள்ளலாம் என்று முடிவெடுத்து மாஸ்கோவுக்குச் சென்றார். அன்றே குண்டுகளால் உயர் பதவி கிடைக்கும் என்று எதிர்பார்த்தார். ஆனால், *KGB* பொறுமை காத்தது. இவரை வைத்து இன்னும் பல துரோகிகளை அடையாளம் காண நினைத்தது. அதனால் அலெக் வீட்டுக் காவலில் வைக்கப்பட்டார்.

உயிர்வாழ இன்னொரு வாய்ப்புக் கிடைத்திருக்கிறது. அலெக் நழுவ விடுவாரா? நாட்டைவிட்டுத் தப்பிப்பது ஒன்றே வழி. ஏற்கெனவே எதிர்பார்த்ததுதானே? சாம்பல் நிறத் தொப்பியணிந்து சேஃப்வேயின் பையோடு சாமான்களை வாங்கி வரக் கிளம்பினார். பிறகு காரின் பூட்டில் ஒளிந்துகொண்டு பின்லாந்து வழியாக அவர் பிரிட்டனுக்குத் தப்பி வந்தது நமக்குத் தெரிந்ததுதானே?

பிரிட்டன் திரும்பிய அலெக் இன்னும் கவனமாகப் பாதுகாக்கப்பட்டார். ஏனென்றால் சோவியத்தை எதிர்த்தவர்கள் எந்த நாட்டுக்குச் சென்றாலும் குற்றவுணர்ச்சியில் தற்கொலை செய்து கொள்வார்கள். அல்லது அப்படி நம்பவைக்கப் படுவார்கள். இதை அலெக்கும் அறிவார். குடும்பத்துடன் இணைய முடியவில்லை என்றாலும், தனது அனுபவங்களைப்

புத்தகமாக்கினார். பிரிட்டனின் உயரிய விருதான CMGயை அலெக்குக்கு வழங்கி கௌரவித்தார் எலிசபெத் மகாராணி (2007). நாவலாசிரியர் இயன் பிளெமிங் உருவாக்கிய பிரபல ஜேம்ஸ் பாண்டு கதாபாத்திரமும் இந்த விருதினைப் பெறுவதுபோல நாவலில் குறிப்பிடப்பட்டிருக்கும். பிரிட்டனின் மதிப்புமிக்க உளவாளியாக அதிகாரிகள் அலெக்கைக் கொண்டாடினார்கள். தனது எண்பத்து ஆறாவது வயதில் அவர் முன்னரே எதிர்பார்த்த உயர் பதவியை நிம்மதியாக அடைந்தார் அலெக் (2025).

5. முடிவெடுத்த பிறகு ஓய்வெடுக்காதே

ஏப்ரல் - 1941.

ஹானலூலூ நகரம்,

ஹவாய் தீவுகள்,

அமெரிக்கா.

பட்டுப்போன்ற மென்மையும் வழவழப்பும் கொண்ட சிவப்பு நிற இதயங்கள் மோரிமுராவை வரவேற்றன. நகரம் முழுக்கப் படர்ந்திருந்த அந்தூரியப் பூக்கள் அவை. உயரமான தென்னை மரங்களின் அனுமதியோடு அவற்றின் நடுவில் வீடுகள் கட்டப்பட்டிருந்தன. ஹவாய் தீவின் பூர்வீக மக்கள், அமெரிக்கர்கள், ஜப்பானியர்கள் என்று பல கலாசாரங்களோடு மக்கள் இணக்கமாக வாழ்ந்து வந்தார்கள். பூமியிலிருக்கும் சொர்க்கத்துக்கு வந்திருப்பதாகத் தோன்றியது மோரிமுராவுக்கு. முன்னர் ஒருமுறை விரக்தியில் சொர்க்கத்துக்குச் செல்ல ஆசைப்பட்டிருந்தார். இப்போது சொர்க்கமே அவரை வரவேற்றிருக்கிறது. இதில் ஆழ்ந்து மூழ்கித் திளைத்திருப்பது ஒன்றே தனது கடமை என்று முடிவு செய்தார்.

ஹானலூலூ நகரிலிருந்த ஜப்பானியத் தூதரகத்தின் துணை அதிகாரியாக அனுப்பப்பட்டிருந்தார் மோரிமுரா. ஒடுங்கலான முகம், அவரது உடலைப் போலவே. பள்ளி செல்லும்

சிறுவனைப் போலப் படிந்து வாரிய தலைமுடி. அதுவே அவரது கட்டுப்பாட்டைக் காட்டிக் கொடுக்கிறது. சிறிய கண்கள், இருப்பதே தெரியாமலிருந்த மூக்கும் வாயும். காதுகள் மட்டும் எடுப்பாக அவரது தோற்றத்துக்குக் கம்பீரத்தை அளித்தன. பார்த்தவுடன் கவரும் விடலைப் பையனைப் போலிருந்த மோரிமுராவுக்கு, ஹானலூலூ சொர்க்கமாகத் தோன்றியது சரியே.

வெளியுறவு தூதர் நகோ கிட்டாவுக்கு, மோரிமுரா துணை அதிகாரியாக இருப்பது ஒன்றும் கடினமல்ல. ஏனென்றால் கவலையே இல்லாமல் எப்போதும் மகிழ்ச்சியுடனிருந்தார் நகோ கிட்டா. நல்ல குடிகாரர், அவரைச் சுற்றிலும் நிறைய நண்பர்கள் இருந்தார்கள். இதனால் மோரிமுராவை யாரும் பெரிதாகக் கண்டுகொள்ளவில்லை. அங்கு வாழ்ந்த ஜப்பானிய வழிவந்தவர்கள் அமெரிக்கா மீதுதான் பற்றுக் கொண்டிருந்தார்கள். இவர்களில் தங்கள் ஜப்பானியக் குடியுரிமையை ஒப்படைத்து, அமெரிக்கர்களாக மட்டுமே இருக்க முடிவு செய்தவர்களின் விண்ணப்பங்களைப் பெற்று ஆவனம் செய்வதே மோரிமுராவின் வேலை. சுலபமான வேலையாக இருந்ததால் ஹவாய் தீவை ஆசைதீரச் சுற்றிப் பார்க்கக் கிளம்பினார் மோரிமுரா. நகரின் மேற்கில் தெரிந்த பேர்ள் துறைமுகத்தின் பிரம்மாண்டம் அவரது ஆர்வத்தைத் தூண்டியது.

பூப்போட்ட சட்டை, காக்கி பேண்ட், ஸ்டைலான கண்ணாடி என அலுவலகம் முடிந்ததும் தினமும் டாக்ஸியில் ஏறிவிடுவார். ஊர் முழுக்கச் சுற்றிவிட்டு, கடற்கரையோரம் காற்று வாங்குவது; இரவானால் பார்களில் குடித்துக்கொண்டிருந்த அமெரிக்க மாலுமிகளுடன் வெகுநேரம் அரட்டையடிப்பது அவரது வழக்கமாகிப்போனது. டாக்ஸி ஓட்டிய ஜப்பானிய - அமெரிக்கரான மிகாமி என்பவர் நண்பரானார். ஆரம்பத்திலிருந்தே மிகாமியின் திறமையைக் கண்டு வியந்துபோனார் மோரிமுரா. மிகாமிக்குத் தெரியாமல் ஹவாய் தீவுகளில் எந்த விமானமும் பறப்பதில்லை.

“அதோ தூரத்தில் தரையிறங்க வருகிறதே, அது என்ன விமானம்?” என்று கேட்பார் மோரிமுரா. அது ஒரு விமானமாக இருக்கும் என்றே குத்துமதிப்பாக ஊகித்துத்தான் சொல்லியிருப்பார்.

அதற்கு மிகாமி அளிக்கும் பதிலில், அது என்ன வகை விமானம், அதன் சிறப்பம்சங்கள், எதற்காக அப்போது அங்கே வருகிறது,

அதன் அட்டவணை என்று அதன் வரலாறே அடங்கியிருக்கும். அந்தத் துறைமுகத்துக்கு வந்துபோன கப்பல்களைப் பற்றியும் நன்கு தெரிந்து வைத்திருந்தார். மோரிமுராவும் இதைப் பொழுதுபோக்காக ஆர்வமுடன் கவனிக்கத் தொடங்கினார். இருவரும் தினமும் ஒரு சோடா கடைக்குச் செல்வார்கள். வெகுதூரம் பயணிக்கும் சரக்குக் கப்பல் ஊழியர்கள் இளைப்பாறும் வாடிக்கையான இடம் அது. அவர்களிடம் பயண அனுபவங்களைக் கதை கதையாகக் கேட்பது இருவருக்கும் பிடித்திருந்தது.

எயா என்றொரு உயரமான இடத்திலிருந்த டீக்கடைக்குக் கூட்டிச்சென்றார் மிகாமி. அங்கிருந்து ஹவாய் தீவுகளின் அழகைக் காண்பது மரணம் வரை மறக்க முடியாத ஓர் அனுபவம். அப்படிப்பட்ட பரந்த காட்சியுடையது. அங்கிருந்து பார்த்தால் பேர்ள் துறைமுகத்துக்கு வந்துபோகும் புறாக்களைக் கூட அடையாளம் காண முடிந்தது. போர் விமானங்கள், விமானந்தாங்கிக் கப்பல்கள், கனரகக் கப்பல்கள் என்று சகலமும் தெளிவாகத் தெரிந்தது. மற்ற எல்லாவற்றையும் விட மோரிமுராவுக்கு இந்தப் பொழுதுபோக்கு மிகவும் பிடித்திருந்தது. அரசு அதிகாரி என்பதால் டீக்கடையை நடத்திய ஜப்பானியத் தம்பதியினர் இவரைச் சிறப்பாகக் கவனித்தார்கள்.

அங்கு வேலை செய்த ஒரு பெண்ணையும் மோரிமுராவுக்குப் பிடித்துப்போக, அந்தக் கடையே அவருக்குச் சொர்க்கமானது. வாடிக்கையாளர்களைக் கவர அதன் இரண்டாம் மாடியில் தொலைநோக்கி வைத்திருந்தார்கள். அதன் வழியாகப் பார்ப்பதும், சத்தத்தை வைத்தே எந்த விமானம் அல்லது கப்பல் வருகிறது என்று கண்டுபிடிப்பதும் இருவருக்கும் நல்ல விளையாட்டானது. காதலியை அழைத்துக் கொண்டு ஊரெல்லாம் சுற்றி வந்தார். டாக்ஸியில் சுற்றினால் மட்டும் போதுமா? காதலியை அசத்த வாடகை ஹெலிகாப்டரில் வலம் வந்தார்கள். அங்கேயே பிறந்து வளர்ந்திருந்த அவரது காதலிக்கு அடித்த யோகத்தைக் கண்டு மற்றவர்கள் பொறாமைப்பட்டார்கள்.

விளையாட்டாக ஆரம்பித்தது ஒரு கட்டத்தில் தீவிரமடைந்தது. பேர்ள் துறைமுகத்தின் பதிவேட்டை விட துல்லியமான தகவல்களை வைத்திருந்தார் மோரிமுரா. குறிப்பிட்ட நேரத்தில் எத்தனை கப்பல்கள் அங்கிருக்கும்; மற்றவை எங்கு அனுப்பப்பட்டிருக்கின்றன;

ஹவாய் தீவுகளின் விமானங்கள் எத்தனை, அவற்றை நிறுத்துமிடம், அட்டவணை; வான் பாதுகாப்புப் படையின் தயார்நிலை; உளவு விமானங்கள்; ஒருவேளை துறைமுகம் மீது தாக்குதல் நடத்த முயன்றால் அதைத் தடுக்கும் பாதுகாப்பு நடவடிக்கைகள் என்று எல்லாமே அவருக்கு அத்துப்படியாகியிருந்தது. காதலியும் உடனிருக்க மோரிமுரா ஆசைப்பட்டபடியே எல்லாம் நடந்தது.

6. மரணத்தை வென்ற விடாமுயற்சி

முப்பது வயது கூட நிரம்பாத மோரிமுரா மறு ஜென்மம் எடுத்த பின்னரே ஹானலூலூ நகருக்கு வந்திருந்தார். அதனாலோ என்னவோ முன்னர் இழந்த சந்தோஷங்கள் அனைத்தும் அவருக்கு இரட்டிப்பாகக் கிடைத்தன. அவரது இயற்பெயர் டக்கியோ யோஷிகாவா.

1914ஆம் ஆண்டு, மார்ச் 07ஆம் தேதி, ஷீகோகோ தீவின் கிராமப்புறத்தில் பிறந்தவர் யோஷிகாவா. ஜப்பானிய வரலாற்றின் பல முக்கிய வீரர்களை உருவாக்கிய தீவு. உடல் வலிமைக்குப் பெயர்போன ஊரில், பிறந்தது முதலே வயிற்று வலியுடன் நலிந்து நோய்வாய்ப்பட்டிருந்தார் யோஷிகாவா. குணப்படுத்துவது கடினம் என்று மருத்துவரால் கைவிடப்பட்டார். இளம் வயதிலேயே அவரது இறப்பை எதிர்நோக்கியிருந்தனர். யார் கைவிட்டாலும் பெற்றோர்களால் இதை ஏற்றுக்கொள்ள முடியவில்லை. விடாமுயற்சியைவிடச் சிறந்த மருந்து இருக்க முடியுமா? காவல்துறையில் பணிபுரிந்த அவரது அப்பா, யோஷிகாவாவை மனதாலும், உடலாலும் வலுவாக்க முடிவெடுத்தார். கடுமையான உடற்பயிற்சி, வாள்வீச்சு, நீச்சல் என்று எதையும் விடவில்லை.

‘இந்தக் கடும் பயிற்சிகளால் நீ இறந்தாலும் பரவாயில்லை. ஒரு வீரனாக இறந்துபோ’ என்றார். யோஷிகாவா இறக்கவில்லை. ஊரிலிருந்தவர்கள் பொறாமைப்படுமளவு அதி வீரனானார். சிறு வயதிலேயே அந்தக் கொந்தளிப்பான கடலில் எட்டு மைல்கள்

அவரால் நீந்த முடிந்தது. கெண்டோ எனும் தற்காப்புக் கலையில் சிறந்து விளங்கினார். உயிருக்கும் மேலானது கௌரவம் எனும் ஜப்பானிய புஷிடோ விதிமுறைகள்; சுய ஒழுக்கம்; தலைமையிடம் முழுமையான விசுவாசம் போன்றவற்றை அவரது பிறந்த இடம் அவருக்குக் கற்றுத்தந்தது.

பள்ளிப் படிப்பை முடித்தவர் ஜப்பானிய கடற்படை அகாடமியில் சேர்ந்து சிறந்த மாணவனாகத் தேர்ச்சி பெற்றார். நீர்மூழ்கிக் கப்பல்களிலும் போர்க் கப்பல்களிலும் பயிற்சியை முடித்தார் யோஷிகாவா. கடற்படை விமானியாகும் வாய்ப்பு அவரைத் தேடி வந்தது. மிக அரிதான வாய்ப்பு. உத்வேகத்துடன் விமானம் ஓட்டும் பயிற்சியில் ஈடுபட்டவர் ஒருநாள் மிகுந்த வலியால் துடித்தார். கடும் வயிற்றுவலி. பிறந்தபோது அவருக்கிருந்த நோய் மறுபடியும் அவரைத் தாக்கியது. இரண்டு வருடங்களுக்கு மேல் மருத்துவமனையில் சிகிச்சை பெற்றார். விமானியாவதற்குத் தேவைப்படும் உடல் தகுதியை இழந்ததால் கடற்படையிலிருந்து வெளியேற்றப்பட்டார் யோஷிகாவா(1936).

ஜப்பானியக் கடற்படையின் சீருடையை இனிமேல் அணிந்துகொள்ள முடியாது என்பது அவரை நிலைகுலையச் செய்தது. கனவுகள் அனைத்தும் இவ்வளவு சீக்கிரம் சிதைந்து போகுமென்று அவர் எதிர்பார்க்கவில்லை. சிறுவயதில் எந்த மனோதிடம் அவரை உயிர்பிழைக்கச் செய்ததோ, இன்று அவரிடம் அது இல்லை. உயிரை மாய்த்துக்கொள்ள முயற்சி செய்தார். மரணத்திலிருந்து காப்பாற்றப்பட்டவர் அதன்பின் உடையவில்லை. மறுபடியும் இலக்கை நோக்கி முயற்சி செய்தார். பலன்களை யோசிக்கவில்லை. தன்னால் சண்டையிட முடியாது. ஆனால் சண்டைக்குத் தேவையானதைத் தெரிந்துகொள்ள முடியுமே?

உலகிலுள்ள அனைத்துக் கடற்படைகளின் திறன்களையும் உத்திகளையும் படித்தார். கப்பல்கள், போர்க் கப்பல்கள், விமானங்கள், நீர்மூழ்கிகள் போன்றவற்றின் தொழில்நுட்பங்களையும் கற்றார். ஒரு கப்பலின் நிழலுருவத்தை வைத்தே அதை அடையாளம் கண்டு, அதன் சிறப்பம்சங்கள் வரை ஊகிக்கும் திறனைப் பெற்றார். ஆங்கிலம் கற்றுக்கொண்டு நிறையத் துப்பறியும் நாவல்களைப் படித்தார். அமெரிக்கப் படையின் விமானங்களைத் துல்லியமாக அறிந்து வைத்திருந்தார். அமெரிக்கக் கடற்படைத் தளங்கள்

அமைந்திருந்த பேர்ள் துறைமுகம், குவாம், மணிலா ஆகிய மூன்று இடங்களின் வலிமையையும், திறன்களையும் விரிவாக அறிந்து வைத்திருந்தார்.

அன்றைய ஜப்பானியக் கடற்படையின் ஒவ்வொரு அதிகாரியும் அமெரிக்கக் கடற்படையுடனான யுத்தத்தை எதிர்பார்த்துக் காத்திருந்தார்கள். அதேபோல ராணுவ வீரர்கள் ரஷ்யாவுடனான யுத்தத்தை எதிர்பார்த்திருந்தார்கள். இதற்கான தயாரிப்புகள் பல வருடங்களாக நடந்து வந்தன. கடற்படை வீரர்களுக்கு ஆங்கிலமும், ராணுவ வீரர்களுக்கு ரஷ்ய மொழியும் கற்றுத்தரப்பட்டது.

இந்நிலையில் யோஷிகாவாவுக்கு இன்னொரு வாய்ப்புக் கிடைத்தது. தலைமை அதிகாரி அவரது இல்லத்துக்கு வந்து அவரைச் சந்தித்தார். “இழந்த இடத்திலிருந்து (கடற்படை விமானி) நீ தொடங்க முடியாது. ஆனால் ஜப்பானிய கடற்படையின் உளவுத்துறையில் உனக்கு இடமுண்டு. நீ விருப்பப்பட்டால் கடற்படை உன்னை மீண்டும் ஏற்றுக்கொள்ளும்” என்றார். யோஷிகாவா யோசிக்கக்கூட இல்லை. உடனே சம்மதித்தார். இது அவருக்குக் கிடைத்திருக்கும் மறு ஜென்மம் என்று முடிவு செய்தார்.

அமெரிக்கக் கடற்படையை உளவுபார்க்கும் பிரிவில் அமர்த்தப்பட்டார். அவருக்கு ஏற்கெனவே பரிச்சயமானது என்றாலும் ஆர்வத்துடன் இன்னும் தெரிந்துகொண்டார். ஜப்பானிய உளவுத்துறையிலேயே அமெரிக்காவைப் பற்றி முழுவதும் அறிந்திருந்த வல்லுநர் என்று அங்கீகரிக்கப்பட்டார் (1940). பேர்ள் துறைமுகத்திலிருந்த அமெரிக்க கடற்படையைப் பற்றிய பொதுவான தகவல்கள் ஜப்பானுக்குத் தெரியும். எத்தனை கப்பல்கள், விமானங்கள் அங்கிருக்கும் போன்றவை. ஆனால் ஒரு தாக்குதல் நடத்த அவை போதுமானதில்லையே? இன்னும் துல்லியமான தகவல்கள் தேவைப்பட்டன.

யோஷிகாவா தலைமை அதிகாரியைச் சந்திக்குமாறு செய்தி வந்தது. எதற்காக அழைக்கப்படுகிறார் என்று அவர் ஊகித்து விட்டார். பத்து வருட கடற்படை அனுபவத்தில் அவரது வேலை, பொழுதுபோக்கு இரண்டும் நாட்டைப் பற்றி மட்டுமே இருந்து வந்துள்ளது. இருபத்தைந்து வயதில் அமெரிக்காவை உளவுபார்க்க

அனுப்பப்படுவது அவரது வாழ்வின் மிகப்பெரிய சாதனை. இத்தனை வருட உழைப்புக்குக் கிடைத்திருக்கும் அங்கீகாரம்.

ஹானலூலூ நகரிலிருந்த ஜப்பானியத் தூதரகத்துக்குத் துணை அதிகாரியாக அனுப்பப்பட்டார் யோஷிகாவா. வெளியுறவு தூதரான நகோ கிட்டா ஏற்கெனவே அங்கு சென்றுவிட்டார். அவருக்கு மட்டும்தான் இவர் உளவாளி என்பது தெரியப்படுத்தப்பட்டது. ஹானலூலூ சென்ற யோஷிகாவா, மோரிமுரா என்ற பெயரில் மறுஜென்மம் எடுத்தார்.

7. கீழைக்காற்றால் பெய்தமழை

பேர்ள் துறைமுகத்தை உளவுபார்க்க அனுப்பப்பட்ட யோஷிகாவா, பூப்போட்ட சட்டையும் காக்கி பேண்ட்டும் அணிந்த மோரிமுராவாக வலம் வந்தார். கூடவே ஒரு காதலியையும் சேர்த்துக்கொண்டார். காதலியுடன் ஊரைச் சுற்றினால் சந்தேகம் வராமலிருக்கும் அல்லவா? போதாததற்கு விமானங்களைக் கண்காணிக்கும் வித்தையை அவரது காதலிக்கும் விளையாட்டாகக் கற்றுக்கொடுத்தார். இருவருமாக துறைமுகத்தைக் கண்காணித்தார்கள்.

அவர் பார்த்ததைப் புகைப்படமாகவோ டைரிக் குறிப்புகளாகவோ சேகரிக்கவில்லை. சந்தேகத்துக்கு இடங்கொடுக்க முடியாது. ஏனெனில் ஜப்பானியக் கடற்படையின் கண்களாக இங்கு அனுப்பப்பட்டிருப்பது இவர் ஒருவர் மட்டுமே. அதனால் தினமும் தூதரகத்துக்கு வந்த பின்பு தகவல்களை நினைவுபடுத்தி அலுவலகத்தில் குறித்து வைத்துக்கொண்டார். அங்கிருந்து வாரம் ஒருமுறை டோக்யோவில் இருக்கும் தூதரகத்துக்கு ரேடியோ தொடர்பு மூலம் அறிக்கை அனுப்பினார்.

தாக்குதலுக்கு நாள் குறிப்பது எளிதாக இருந்தது. சனிக்கிழமை மாலைக்குள் எல்லா கப்பல்களும் விமானங்களும் துறைமுகத்துக்கு வந்துவிடும். ஞாயிற்றுக்கிழமை காலை வேளை அமெரிக்க

ரோந்துப்படையில் ஆளிருக்காது. ஒன்று ஆலயத்தில் இருப்பார்கள். அல்லது முந்தைய இரவின் குடிபோதை தெளியாமல் மயக்கத்தில் கிடப்பார்கள்.

தாக்குதலுக்கான ஆயுதமும் முடிவு செய்யப்பட்டது. போர் விமானங்களிலிருந்து நீளமான டியூப்களைப் போன்ற டார்ப்பீடோ குண்டுகளை வீசுவது. ஆனால் ஆழமற்ற பேர்ள் துறைமுகத்தில் இதை வீசினால், எடை காரணமாக துறைமுகத்தின் தரையில் மோதிக் குத்தி அங்கேயே நின்றுவிடும். திட்டமிட்ட சேதம் ஏற்படாது. அதனால் இதற்கெனப் பிரத்யேகமாக டார்ப்பீடோக்கள் தயாரிக்கப்பட்டன. இவற்றை சோதித்துப் பார்க்க பேர்ள் துறைமுகத்தின் ஆழம் துல்லியமாகத் தெரிய வேண்டுமே? யோஷிகாவா ஒருவரே கதி.

பேர்ள் துறைமுகத்தின் ஆழத்தை அளக்கத் தயாரானார் யோஷிகாவா. கடலுக்கடியில் நீந்த அவருக்குச் சொல்லித் தரவா வேண்டும்? வெவ்வேறான நீளம் கொண்ட மூங்கில் குழாய்களைக் கடலுக்கடியில் ஊன்றி, அவற்றோடு தனது உடல் உயரத்தையும் சேர்த்து ஆழத்தை அளந்தார். நாற்பதடி ஆழமிருந்தது. தகவல் வந்தவுடன் அதேயளவு ஆழம் கொண்ட ஜப்பானியக் கடலில் புதிய டார்ப்பீடோக்களை சோதனை செய்தார்கள். நினைத்தபடி அவை வேலை செய்தன. சேதம் உறுதிப்படுத்தப்பட்டது.

27-நவம்பர்-1941

தையோ மாறு என்றொரு ஜப்பானிய வணிகக்கப்பல் ஹானலூலூவுக்கு வந்தது. அந்தக் கப்பலின் பொறுப்பாளர் கிட்டாவிடம் ஒரு சில நிமிடங்கள் பேசிவிட்டு கைகுலுக்கி விடைபெற்றார். கிட்டாவின் கையில் ஒரு கசங்கிய காகிதத்தைத் திணித்துச் சென்றிருந்தார். மாறுவேடத்தில் வந்தவர் ஜப்பானியக் கடற்படையின் லெப்டினன்ட் கமாண்டர். அவர் சென்றபிறகு அந்தக் காகிதத்தை யோஷிகாவாவிடம் ஒப்படைத்தார் கிட்டா. அதில் மொத்தம் 97 கேள்விகள் இருந்தன. எடுத்துக்காட்டாக, விமான நிலையங்கள் எங்கே இருக்கின்றன? துறைமுக நுழைவாயிலில் நீர்மூழ்கிக் குண்டுகளைத் தடுக்கும் எதிர்ப்பு வலைகள் உள்ளனவா? போர்க்கப்பல்களில் இருக்கும் ஆயுதங்கள் தயார் நிலையில் இருக்கின்றனவா? போன்ற கேள்விகள்.

ஏற்கெனவே வாரம் ஒருமுறை யோஷிகாவா அனுப்பிய தகவல்களில் இவற்றுக்கான பதில்கள் இருந்தன. உறுதிப்படுத்திக்கொள்ள மறுபடியும் கேட்கிறார்கள். ஞாயிற்றுக்கிழமை தாக்குதல் நடத்தலாம் என்பது முதல் எல்லாக் கேள்விகளுக்கும் பதில் அனுப்பினார் யோஷிகாவா. விமான நிலையங்களைத் துறைமுகத்தின் வரைபடத்தில் குறித்து அனுப்பினார். பலத்த காவலால் துறைமுக நுழைவாயிலை அவரால் நெருங்க முடியவில்லை. அதனால் குண்டுகளைத் தடுக்கும் வலைகளைப் பற்றி அவரால் கணிக்க முடியவில்லை. போர்க் கப்பல்களிலிருந்த ஆயுதங்கள் தயார் நிலையில் இல்லை என்று ஒவ்வொரு கேள்விக்கும் ரேடியோ தொடர்பில் விளக்கமாகப் பதில் அனுப்பினார்.

வாரம் ஒருமுறை அனுப்பிய தகவல்கள் இப்போது தினமும் தேவைப்பட்டன. கிட்டாவுக்கும் யோஷிகாவாவுக்கும் புரிந்தது. இனி நேரம் அதிகமில்லை. எப்போது வேண்டுமானாலும் தாக்குதல் நடத்தப்படலாம். அவர் கடைசியாகத் தகவல் அனுப்பியது டிசம்பர் ஆறாந்தேதி மாலை.

7-டிசம்பர்-1941

காலை 7.55 மணிக்கு முதல் குண்டுச்சத்தம் கேட்டது. அடுத்தடுத்து குண்டுகள் விழுந்தன. ஜன்னலிலிருந்து பார்த்தாலே துறைமுகத்தின் மேலே கரும்புகை எழுவது தெரிந்தது. கிட்டா அவசரமாக டோக்கியோ ரேடியோவின் எட்டு மணிச் செய்திகளை ஆன் செய்தார். வழக்கமான செய்திகள். வானிலை முன்னறிவிப்பில் மட்டும் 'கீழைக்காற்றால் மழை' என்று இரண்டுமுறை அழுத்தி வாசித்தார்கள். புரிந்துவிட்டது. ஜப்பானியக் கடற்படை பேர்ள் துறைமுகத்தைத் தாக்கிவிட்டது என்று அர்த்தம். இதுவே மேலைக்காற்றால் வானம் மேகமூட்டத்துடன் காணப்படும் என்றால் ரஷ்யாவுடன் போர் தொடங்கிவிட்டது என்று அர்த்தம். கண்களில் நீர்வழிய யோஷிகாவா கிட்டாவுடன் கைகுலுக்கினார். அதற்குமேல் நேரமில்லை.

இருவரும் தூதரக அலுவலகத்துக்குச் சென்று அங்கிருந்த ரகசியக் குறியீட்டுப் புத்தகங்கள், உளவுத்துறை ஆணைகள் என்று அனைத்தையும் எரித்தனர். இத்தனை மாதங்களாகச் சேர்த்திருந்த தகவல்களைக் கவனமாக எரித்தனர். சந்தேகம் வராதபடி

சாம்பலைப் புதைத்தனர். தூரத்தில் சைரன் ஒலிப்பது கேட்டது. அதற்குள் ஹானலூலூ பத்திரிகையாளர் ஒருவர் தகவல் சேகரிக்க விசாரிக்க அங்கு வந்தார். தாக்குதலைக் குறித்து ஏதாவது தகவல் தெரியுமா, போர் மூளுமா என்று தொடர்ந்து கேள்விகளை அடுக்கினார். அவரை வாசலிலேயே நிறுத்தினார் யோஷிகாவா. தகவல் ஒன்றுமில்லை என்று திருப்பி அனுப்பினார்.

வான்பரப்பில் ஒரு சிவப்பு வட்டத்திலிருந்து சூரியக் கதிர்கள் எழும் சின்னத்தை ஏந்திய கொடியைப் பார்த்தார். அந்தக் கரும்புகையிலிருந்து ஜப்பானியக் கடற்படை விமானம் இந்த சின்னத்தோடு வெளியே வந்து கொண்டிருந்தது. அவர்களது ஊகம் உறுதியாகி விட்டது.

8.30 மணிக்கெல்லாம் அமெரிக்கக் காவலர்கள் தூதரகத்தைச் சூழ்ந்துகொண்டார்கள். அமெரிக்கப் புலனாய்வுத் துறையான FBI அதிகாரிகள் அனைத்தையும் சோதனையிட்டார்கள். பாதி வரைந்த, முடிக்கப்படாத பேர்ள் துறைமுகத்தின் வரைபடம் குப்பைத் தொட்டியிலிருந்து கைப்பற்றப்பட்டது. அது மட்டும்தான். தூதரக அதிகாரிகள் என்பதால் இதைக் குறித்து சந்தேகம் வரவில்லை. தப்பித்து ஓடிவிடலாமா என்று யோஷிகாவாவுக்குத் தோன்றியது. ஆனால் எங்கு ஓடி ஒளிவது? அமைதியாக அங்கேயே நின்றார். அலுவலகத்திலிருந்த அனைவரும் சில வாரங்கள் அங்கேயே காவலில் வைக்கப்பட்டார்கள். உண்மையிலேயே யாருக்கும் இதைப்பற்றித் தெரிந்திருக்கவில்லை.

ஜனவரி (1942) மாத இறுதியில் காவலிலிருந்த அனைவரையும் குடும்பத்தோடு கிளம்பச் சொன்னார்கள். அங்கிருந்து லாஸ் ஏஞ்சல்ஸ் செல்லும் கப்பலில் ஏற்றப்பட்டார்கள். இரவு நேரம் என்பதால் பேர்ள் துறைமுகத்தின் சேதங்கள் எதுவும் தெளிவாகத் தெரியவில்லை. பிறகு ஒரு ரயிலுக்கு மாற்றப்பட்டு, பாதி வழியில் இறக்கிவிடப்பட்டார்கள். ஆள் அரவமில்லாத பாலைவனம் அது. தப்பிக்கவும் வழியில்லை. சுட்டுக்கொன்றாலும் யாருக்கும் தெரியப் போவதில்லை. அவர்களை என்ன செய்யத் திட்டமிடுகிறார்கள் என்று யாருக்கும் தெரியவில்லை.

08. பொட்டலத்தில் கட்டிக்கொடுத்த பணம்

ஜனவரி – 1942.

அரிசோனா மாநிலம்,

அமெரிக்கா.

ஹானலூலூத் தீவிலிருந்த ஜப்பானியத் தூதரக அதிகாரிகளைக் குடும்பத்துடன் ஒரு பண்ணையில் காவலில் வைத்தார்கள். அரிசோனா பாலைவனத்திலிருந்தது அது. யோஷிகாவா, கிட்டா உள்பட ஒவ்வொருவரையும் தனித்தனியாக தினந்தோறும் விசாரித்தார்கள். விசாரணை நேரம் போக மற்ற நேரங்களில் உண்பது, குடிப்பது, பொழுதுபோக்க விளையாடுவது, புத்தக வாசிப்பு போன்ற அனைத்தும் அனுமதிக்கப்பட்டன. செய்தித்தாள்கள் மட்டும் இல்லை. இயல்பு நிலையை உருவாக்கி ரகசியமாகக் கண்காணித்தார்கள். ஜப்பானியக் கடற்படை பேர்ள் துறைமுகத்தின் மீது தாக்குதலை நடத்தியிருப்பது கடந்துபோகக் கூடிய விஷயம் இல்லையே.

யோஷிகாவாவுக்குக் குற்றவுணர்வு ஒருபக்கம். இத்தனை பேர் அவரால் மாட்டிக்கொண்டுள்ளார்களே என்று. ஆனால் எதையும் வெளிக்காட்டவில்லை. அமெரிக்கப் புலனாய்வுத் துறையான *FBI* இந்நேரம் அவருக்கு எதிராக ஆதாரங்களைத் திரட்டியிருப்பார்கள் என்று அவருக்குத் தெரியும். அவர் டோக்கியோவுக்கு அனுப்பிய ரேடியோ தகவல்களை ஒட்டுக்

கேட்டிருந்தாலே எப்போதோ புரிந்திருக்கும். ஆனால் பேர்ள் துறைமுகப் பணிச்சுமையில் அதற்கெல்லாம் அவர்களுக்கு நேரம் இருக்கவில்லை. துறைமுகத்தை ஐந்து பகுதிகளாகப் பிரித்து அதன் முக்கியம்சங்களைக் குறித்து அனுப்பியிருந்த வரைபடத்தைக் கூட அவர்கள் சந்தேகப்படவில்லை. எல்லாம் முடிந்த பின்னர் இப்போது விசாரணையை ஆரம்பிக்கிறார்கள்.

அவருக்குத் தெரிந்து அவர் மேல் சந்தேகம் வரும்படி நடந்தது இரண்டு சம்பவங்களே. முதலாவது தையோ மாறு கப்பலில் வந்த லெப்டினன்ட் கமாண்டரின் நடவடிக்கை. இரண்டாவது கிட்டாவின் கட்டளைப்படி அங்கிருந்த ஜெர்மன் உளவாளி கராமாவைச் சந்தித்தது. தாக்குதலுக்குப் பிறகு உளவுத்தகவல்களை டோக்கியோ தலைமையகத்துக்கு எப்படி அனுப்புவது என்பதை அவருக்கு விவரித்திருந்தார் யோஷிகாவா. எப்படியும் இவர்களை விட்டுவைக்க மாட்டார்கள் என்பது அவருக்குத் தெரியும். அதனால் அதன் பிறகு அந்த ஜெர்மன் உளவாளியால் மட்டுமே தகவலனுப்ப முடியும். இதற்காக ஒரு பெருந்தொகையை கராமாவின் வீட்டுக்குச் சென்று கொடுத்தார் யோஷிகாவா. சந்தேகம் வராமலிருக்க பணத்தை ஒரு பொட்டலத்தில் கட்டிக்கொடுத்திருந்தார். இந்த இரண்டைத் தவிர மாட்டிக்கொள்ளும்படி யோஷிகாவா எதையும் செய்யவில்லை.

கிட்டா அங்கு தங்கியிருந்த மற்ற ஊழியர்களைப் பற்றி யோசித்தார். தினந்தோறும் விசாரணையில் தங்களுக்கு எதுவும் தெரியாது என்ற உண்மையை மட்டுமே சலிப்புடன் சொல்லிக் கொண்டிருக்கிறார்கள். ஒருவர் பழியேற்றுக்கொண்டால், மற்றவர்களாவது பிழைப்பார்களே என்றார். யோஷிகாவாவுக்கும் தான் சாகப்போவது நிச்சயம் என்பது புரிந்தது. ஒன்று இவராகவே ஒப்புக்கொள்ள வேண்டும் அல்லது மற்றவர்கள் காட்டிக்கொடுக்க வேண்டும். இதையே அமெரிக்க அதிகாரிகளும் எதிர்பார்த்தார்கள். சாவை முடிந்தவரைத் தள்ளிப் போட்டு வந்தார் யோஷிகாவா. கேட்கப்படும் கேள்விகளுக்குப் பதிலளிப்பார். ஆனால் நிச்சயமாக ஒன்றும் சொல்ல மாட்டார். மழுப்புவார். பதற்றமாக இருப்பதைப் போலக் காட்டிக்கொள்வார். உண்மையை வரவழைக்க விசாரிப்பவர் தன்னிடமிருந்த சிகரெட் போன்ற சலுகைகளை எல்லாம் கொடுத்து முயற்சி செய்வார். ஆனால் இவர் மோரிமுரா என்ற கதாபாத்திரமாக மட்டுமே நடிப்பார்.

அன்று விசாரணையின் கடைசி நாள்.

'உனக்கு லனிக்கை கடற்கரை தெரியுமா?' என்றார் அதிகாரி.

'ஓ தெரியுமே. ஹானலூலூ நகரின் மற்ற இடங்களை எப்படித் தெரியுமோ, அப்படியே இதையும் தெரியும்' என்றார் யோஷிகாவா.

'அப்படியானால் அங்கிருந்த கராமாவிடம் நீ என்ன பொட்டலத்தைக் கொடுத்தாய்?' என்றார் அதிகாரி.

இது முடிந்துவிட்டது என்று யோஷிகாவாவுக்குப் புரிந்தது. ஒன்று கராமா மாட்டிக்கொண்டதால் காட்டிக் கொடுத்திருக்க வேண்டும். அல்லது டாக்ஸி ஓட்டுநர் மிகாமி சொல்லியிருக்க வேண்டும். சரி நாமாக மாட்டிக்கொள்ள வேண்டாம் என்று நினைத்தார்.

'எனக்குத் தெரியாது. எனக்கு அப்படி எதுவும் ஞாபகமில்லை,' என்றார் யோஷிகாவா.

'ஓ அப்படியானால் சான் பிரான்சிஸ்கோவிலுள்ள அதிகாரிகளிடம் உன்னை அனுப்புகிறேன். அவர்கள் இப்படியெல்லாம் விசாரிக்க மாட்டார்கள். சித்திரவதைத் தாங்காமல் தானாக எல்லாம் ஞாபகம் வந்துவிடும்,' என்றார் அந்த அதிகாரி. அவருக்குப் போதுமான ஆதாரம் கிடைத்துவிட்டது. ஆனாலும் சுட்டுக்கொல்லும் அதிகாரம் இல்லை.

இதே சமயத்தில் அமெரிக்காவுடன் ஜப்பான் பேச்சுவார்த்தை நடத்தியது. இரு தரப்பிலும் கைதிகள் பரிமாற்ற ஒப்பந்தம் முடிவானது. அரிசோனா பாலைவனத்திலிருந்த அனைவரும் ரயில் மூலம் நியூ யார்க் நகரத்துக்கு அனுப்பப்பட்டார்கள். ஜூன் மாதத்தில் (1942) கப்பலேறி பிரேசில், போர்ச்சுகல் வழியாக ஜப்பானை வந்தடைந்தார்கள். ஹானலூலூவின் தூதரக அதிகாரிகள் அனைவரும் உயிருடன் தாய்நாடு திரும்பினார்கள்.

ஜப்பானின் யோக்கோஹாமா துறைமுகத்தை நெருங்கும்போதே கப்பலிலிருந்த யோஷிகாவா அவரது தலைமை அதிகாரியைப் பார்த்துவிட்டார். அவரை உளவுபார்க்க அனுப்பியது அவரே. பெருமிதத்தோடு கட்டித்தழுவி வரவேற்பார் என்று ஆவலாகக் காத்திருந்தார். அவரது வாழ்க்கையின் பெரும்பகுதியை இந்தத் தாக்குதலுக்காக மட்டுமே செலவழித்திருக்கிறார் யோஷிகாவா. இத்தனை வருடங்களாக எதிர்பார்த்திருந்த அமெரிக்காவின்

மீதான தாக்குதலை ஜப்பான் நடத்திவிட்டது. ஷீகோகோவின் கிராமத்தைச் சேர்ந்த ஒரு இளைஞன் வரலாறு படைத்துவிட்டான். மக்கள் அவரை ஹீரோவாகக் கொண்டாடப்போகிறார்கள் என்றெல்லாம் நினைத்திருந்தார் யோஷிகாவா.

சினிமாவாக இருந்திருந்தால் இவையெல்லாம் நடந்திருக்கும். ஆனால் வாழ்க்கை நிஜங்களால் ஆனது. ஊர் திரும்பிய அவர் கடற்படையில் தொழில்நுட்ப வல்லுநராகப் பணியில் சேர்ந்தார். வீடு, குடும்பம் என்று சாதாரண ஊழியராக வாழ்ந்தார். போர் முடியும்வரை இவரது சாகசங்கள் கடற்படையால் அங்கீகரிக்கப்படவில்லை. பேர்ள் துறைமுகத் தாக்குதலால்தான் அமெரிக்கா, ஜப்பான் மீது அணுகுண்டுகளை வீசியது என்பது மக்கள் மனதில் பதிந்துவிட்டது. கடற்படையில் அதற்குக் காரணமானவர்களைக் குற்றஞ்சாட்டினார்கள். அவர் தொடங்கிய எந்த வியாபாரமும் லாபம் தரவில்லை. மக்கள் அவரைப் புறக்கணித்தார்கள். மனைவி மட்டுமே அவரைப் புரிந்து வைத்திருந்தார். அவர் ஒரு வரலாற்று நாயகன் என்பது அவருக்குத் தெரியும்.

போர் முடிந்த பிறகு அமெரிக்க அதிகாரிகளுக்குப் பயந்து யோஷிகாவா தலைமறைவானார். ஒரு புத்த துறவியாகி போரின் நிஜ முகங்களை ஆராய்ந்தார். தனது வாழ்க்கைக் குறிப்பை எழுதினார். இயற்கையின் விதிகளைப் பின்பற்றும் அமைதியான வாழ்வைத் தேர்ந்தெடுத்தார். பிப்ரவரி 20ஆம் தேதி 1993ஆம் ஆண்டு இயற்கையுடன் கலந்தார்.

அவரது முயற்சிகள் அனைத்தும் தாய்நாட்டைப் பாதுகாக்கும் இலக்கையே கொண்டிருந்தன. ஆனால் விளைவு பேரழிவாக அமைந்ததை அவரால் ஏற்றுக்கொள்ள முடியவில்லை. அவர் செய்தது குற்றம் என்று ஒருநாளும் அவர் வருத்தப்படவில்லை. விளைவுகளுக்குக் காரணம் அல்ல என்பதில் தெளிவாக இருந்தார். அமெரிக்கர்களின் ஆதிக்க மனப்பான்மையே காரணம். எல்லாவற்றுக்கும் மேல் அவரது கடமையை அவர் திறம்படச் செய்திருந்தார். அது ஒன்றே அவருக்குப் போதும்.

9. உளவு காத்த கிளி

அக்டோபர் - 1941.

வில்லா தே புவா,

மார்சே நகரம்,

பிரான்ஸ்.

கிறிஸ்டோஃப் என்ற வயர்லெஸ் ஆபரேட்டர் ஒரு விநோதமான தகவலை அனுப்பினார். பிரான்ஸின் தென்பகுதியிலிருந்த அனைத்து SOE அதிகாரிகளும் அவரை வில்லா தே புவாவில் சந்திக்க வேண்டும். SOE என்பது இரண்டாம் உலகப்போரின் போது நாஜிப்படையை உளவுபார்க்கவும் நாச வேலைகளில் ஈடுபடவும் ஏற்படுத்தப்பட்ட பிரிட்டனின் உளவு அமைப்பு. செப்டம்பர் மாதம் முதலே கிறிஸ்டோஃப்பைப் போன்ற பலர் பாராசூட் மூலம் பிரான்ஸுக்குள் நுழைந்திருந்தார்கள். தரையிறங்கிய பின் அனைவரும் தஞ்சம் புகுவது இந்த வில்லாவில்தான். இப்படிப்பட்ட திடீர் சந்திப்பு அவர்களது பாதுகாப்பு விதிகளை மீறியது. ஆனாலும் அவசரநிலை என்றெண்ணிக் கட்டளைக்குக் கீழ்படிந்தார்கள்.

இரண்டாம் உலகப்போரின்போது ஜெர்மனியிடம் தோற்ற பிரான்ஸ் இரண்டாகப் பிரிக்கப்பட்டது (ஆகஸ்ட் - 1940). வடமேற்குப் பகுதி ஜெர்மனியின் ஆட்சிக்குட்பட்டது. மீதமிருந்தவை

பிரெஞ்சு மார்ஷல் பிலிப் பெய்டன் தலைமையில் விச்சி ஆட்சி எனப்பட்டது. விச்சி என்ற அவர்களின் தலைநகரின் பெயரையே ஆட்சிக்கும் பெயராகக் கொண்டனர். ஜெர்மனியின் பினாமியாகச் செயல்பட்டது விச்சி ஆட்சி. ஜெர்மனியின் ரகசியப் போலீஸ் படையான கிஸ்டாப்போவை விட மக்கள் அதிகம் பயந்தது இந்த விச்சிப் படைக்குத்தான். இவர்களைத் தக்க சமயத்தில் எதிர்த்து வீழ்த்தி, பிரான்ஸை விடுவிக்கத் திட்டம் போட்டது பிரிட்டன். ஜெர்மனியின் ஆட்சியை எதிர்க்கும் பிரான்ஸ் மக்களைத் திரட்டி ஸ்லீப்பர் செல் போன்ற படையை உருவாக்க வேண்டும். இதுவே *SOE* அமைப்பின் நோக்கம்.

SOE அதிகாரிகள் ஒவ்வொருவராக வில்லா தே புவாவுக்கு வந்து சேர்ந்தார்கள். இந்த மறைவிடத்தை விச்சி போலீஸூம் சில தினங்களுக்கு முன்னரே கண்டுபிடித்திருந்தார்கள். மாறுவேடத்தில் அங்குத் தரையிறங்கிய ஒரு *SOE* அதிகாரியின் பாக்கெட்டில் இதன் முகவரியும், வரைபடமும் இருந்தது கவனிக்கப்பட்டது. அதைத் தொடர்ந்து விச்சி போலீஸூம் இந்த வில்லாவை கண்காணித்து வந்தார்கள். சிறை, சித்திரவதை, துப்பாக்கியால் மரணம் ஆகிய அனைத்தையும் தரக் காத்திருந்தார்கள். மொத்தம் பன்னிரண்டு *SOE* அதிகாரிகள் வந்துவிட, வெர்ஜினியா மட்டும் ஏனோ அன்று வில்லாவுக்குச் செல்லவில்லை.

அமெரிக்காவின் மேரிலேண்ட் மாகாணத்தில் பிறந்து (06 - ஏப்ரல் - 1906) வளர்ந்திருந்தாலும் வெர்ஜினியாவுக்கு பிடித்தது பிரான்ஸ் நாடுதான். தனது கல்லூரிப் படிப்புக்காக பாரிஸ் வந்தவரை அந்நாட்டின் கலாசாரமும் அறிவார்ந்த சமூகமும் கவர்ந்தது. அதனாலேயே இரண்டாம் உலகப்போரால் பாதிக்கப்பட்ட பிரான்ஸில் *SOE* மூலமாகப் பணியாற்றி வந்தார். வில்லாவுக்கு அழைப்பு வந்தவுடனேயே வெர்ஜினியாவுக்குப் புரிந்துவிட்டது. அதற்குப் பிறகு அங்கிருந்த *SOE* அதிகாரிகள் யாரையும் தொடர்புகொள்ள முடியவில்லை. எப்படியும் பிரிட்டன் இவர்களை அந்த வில்லாவுக்கு வரச்சொல்லி அழைத்திருக்க மாட்டார்கள். நிச்சயம் எங்கேயோ மாட்டிக்கொண்டார்கள் என்பது வெர்ஜினியாவுக்குப் புரிந்தது.

விச்சிப்படை *SOE* அதிகாரிகளைச் சிறையிலடைத்துக் கீழ்த்தரமாக நடத்தும் செய்தி தெரியவந்தது. எப்படியும் விடுவித்தாக வேண்டும்.

ஆனால் எப்படிச் செய்வது? சாகசங்கள் செய்து காப்பாற்றுமளவு வெர்ஜினியாவின்கால்கள் அனுமதிக்காது. அவருக்கு ஒரு கால் இல்லை. கட்டைக்கால் தான் பொருத்தியிருந்தார்.

பொருளாதாரமும் செய்தி ஊடகத்தைப் பற்றியும் படித்திருந்தார் வெர்ஜினியா. முசோலினி, ஹிட்லரின் ஃபாசிசம் ஆரம்பித்த காலம் அது. இதை ஆதரிக்கும் அவரது அம்மாவைக் கூட அவரால் ஏற்றுக்கொள்ள முடியவில்லை. இதற்கிடையே 1929 ஆம் ஆண்டு ஏற்பட்ட பங்குச் சந்தைச் சரிவு வெர்ஜினியாவின் வாழ்வில் பெரும் இழப்பை ஏற்படுத்தியது. அவரது கனவுகளுக்கெல்லாம் உறுதுணையாக இருந்த அவரது அப்பா, வர்த்தக இழப்பைத் தாங்க முடியாமல் இறந்துபோனார்.

உளவுத்துறையில் சேரவேண்டுமென்ற அவரது ஆசையும் நிறைவேறவில்லை. அவர் ஒரு பெண் என்பதாலேயே நிராகரிக்கப்பட்டார். நம்பிக்கை இழக்காமல் ஏதாவதொரு அரசுப் பணியில் சேர்ந்து முயற்சி செய்வதென முடிவெடுத்தார். போலந்து நாட்டின் அமெரிக்கத் தூதரகத்தில் கிளெர்க்காகப் பணியில் சேர்ந்தார். பிறகு அங்கிருந்து துருக்கிக்குப் பணி மாற்றலாகி வந்தார். அவரது கனவுகளுக்கு அடியோடு முழுக்குப் போட்டது அங்கு நடந்த அந்த விபத்து.

08-டிசம்பர்-1933

நண்பர்களுடன் சதுப்பு நிலத்திலிருந்த பறவைகளை வேட்டையாடச் சென்றிருந்தார் வெர்ஜினியா. அப்பா அவருக்குப் பரிசளித்திருந்த வேட்டைத் துப்பாக்கியைத்தான் எப்போதும் எடுத்துச் செல்வார். சதுப்புநிலத்தில் வழுக்கி அங்கிருந்த கம்பி வேலியில் தவறி மாட்டிக்கொண்டார். கீழே விழப்போனவர் துப்பாக்கியைக் கீழே போட்டுவிடாமலிருக்க அதன் ட்ரிக்கரைப் பற்றினார். வேட்டையின்போது சேஃப்ட்டி லாக் விடுவிக்கப்பட்டிருந்தது. ட்ரிக்கரை அழுத்த இவரது பாதத்தில் குண்டு பாய்ந்தது.

ரத்த வெள்ளத்தில் நண்பர்கள் அவரை மருத்துவமனைக்குத் தூக்கிச் சென்று, ஆபரேஷன் செய்யப்பட்டது. குண்டு எடுக்கப்பட்டவுடன் கொஞ்சம் தேறினார். ஆனால் அதற்குள் கிருமித்தொற்று அவரது கால் முழுவதும் பரவியிருந்தது. இன்று போல் ஆன்டிபயாட்டிக்

மருந்துகள் அதிகம் கிடைக்காத காலம் அது. கிறிஸ்துமஸ் அன்று அவரது இடது கால் நீக்கப்பட்டது.

உடல் வலியைவிட அவரது கனவு இனி ஒருபோதும் நிறைவேறாது என்ற ஏமாற்றமே அவரை விரக்தியில் தள்ளியது. இறந்துபோன அவரது தந்தையே மருத்துவமனையில் அவரைத் தேற்றினார். மருந்துகளால் மயக்க நிலையிலிருந்த வெர்ஜினியாவுக்கு, அப்பா அவருடன் உரையாடுவது போலவே தோன்றியது. அவர் விடாமல் தந்த ஊக்கம், கனவுகளை என்றாவது அடையலாம் என்ற நம்பிக்கை இவையிரண்டும் வெர்ஜினியாவை மீண்டெழ வைத்தது.

அவருடைய குத்பெர்ட் அப்போதுதான் அவருடன் இணைந்தது. மரத்தாலான கட்டைக்காலுக்கு அவர் வைத்திருந்த செல்லப்பெயர் குத்பெர்ட். இதோடு அவர் நடக்கப் பழகுவதுதான் அடுத்து அவருக்கிருந்த சவால். அமெரிக்காவிலிருந்த வீட்டுக்குத் திரும்பியவர் அம்மாவின் உதவியோடு, குழந்தையைப் போல மறுபடியும் கட்டைக்காலுடன் நடக்கப் பழகினார். அமெரிக்காவிலிருக்கும் தூதரகத்தில் மறுபடியும் பணிசெய்ய அனுமதிக்கப்படவில்லை. பெண் என்பதோடு சேர்த்து, இப்போது ஊனமுற்றவர் என்பதும் அவரை நிராகரிக்கக் காரணமானது. எஸ்டோனியாவுக்கு அனுப்பப்பட்டார்.

எங்கு சென்றால் என்ன? அவரது முயற்சியை அவர் கைவிடவில்லை. தூதரகத்தில் அமர்ந்து ஆவணங்களைப் புரட்டுவதல்ல அவருடைய இலக்கு. உளவாளியாகக் களத்திலிறங்கிப் பணிபுரிய வேண்டும். அதுமட்டும்தான். அதிகமாக ஆசைப்படவில்லை. சமத்துவத்தை மட்டுமே எதிர்பார்த்தார். உளவுத்துறையில் சேர பலமுறை விண்ணப்பித்தவருக்கு அவமானம் மட்டுமே பதிலாகக் கிடைத்தது. ஏழு வருடங்கள் முயற்சி செய்த பின் தூதரக வேலையை ராஜினாமா செய்தார் வெர்ஜினியா. பணியாற்ற அரசாங்க அலுவலகம் வேண்டுமா என்ன?

10. கவனம் ஈர்க்காத தீர்மானம்

1939.

போலந்தைக் கைப்பற்றி இரண்டாம் உலகப் போரைத் தொடங்கி வைத்திருந்தார் ஹிட்லர். போரால் பாதிக்கப்பட்ட எஸ்டோனிய மக்களுக்கு உதவ வெர்ஜினியா அனுமதிக்கப்படவில்லை. அமெரிக்கக் குடியுரிமையுடன் அவரது ஊனமும் காரணங்களாகின. அமெரிக்கா உலகப்போரில் பங்கேற்காமல் நடுநிலை வகித்து வந்தது. அடுத்த வருடமே பிரான்ஸுடன் போரைத் தொடங்கியது ஜெர்மனி.

இம்முறை வெர்ஜினியாவுக்கு ஒரு வாய்ப்புக் கிடைத்தது. பிரான்ஸ் ராணுவத்தில் ஆம்புலன்ஸ் ஓட்டுநராகச் சேர்ந்தார். போர்க்களத்தில் அடிபட்டவர்களை அங்கிருந்து மீட்டு இருநூறு மைல் தள்ளியிருக்கும் பாரிஸ் மருத்துவமனையில் சேர்ப்பதே அவரது பணி. சில மாதங்களிலேயே பாரிஸும் நாஜிப்படையிடம் பறிபோனது. பிரான்ஸ் இரண்டாகப் பிரிக்கப்பட்டு, ஜெர்மனிக்கும் விச்சி ஆட்சிக்கும் கீழ் வந்தது. இனி வெர்ஜினியாவால் செய்ய முடிந்தது ஒன்றுமில்லை. அங்கிருந்து லண்டனுக்குத் திரும்பும் முயற்சிகளை மேற்கொண்டார்.

ஜார்ஜ் பெல்லோஸ் எனும் ஏஜென்ட் அறிமுகமானார். ரயில் மூலம் வெர்ஜினியாவை லண்டனுக்கு அனுப்ப உதவி செய்தவர், அவரது கதையையும் கேட்டார். கட்டைக்காலுடன் போர்க்களத்திலிருந்து வீரர்களைக் காப்பாற்றிய துணிவும் நேர்மையும் அவரை வியக்க வைத்தது. வெர்ஜினியாவைப் போன்றவர்களைத்தான் அவர் தேடிக்கொண்டிருந்தார். பிரிட்டனின் உளவு அமைப்பான *SOE* க்கு ஆளெடுப்பது தான் அவரது நிஜ வேலை. ஏஜென்ட் எனும் போர்வையில் அவர் இதைத்தான் செய்து வந்தார். வெர்ஜினியாவிடம் ஒரு தொலைபேசி எண்ணைக் கொடுத்து லண்டன் சென்றதும் தொடர்புகொள்ளச் சொன்னார்.

பயண ஏற்பாடுகளில் இந்தச் சந்திப்பையும் தொலைபேசி எண்ணையும் மறந்தே போனார் வெர்ஜினியா. லண்டன் சென்றவர் அமெரிக்காவிலிருக்கும் தனது அம்மாவைச் சந்திக்க முடிவெடுத்தார். அங்கிருந்து அமெரிக்காவுக்குச் செல்வது எளிதாக இல்லை. ஏதாவது ஏஜென்ட் மூலமாகத்தான் அணுக வேண்டும். ஜார்ஜ் பெல்லோஸ் கொடுத்திருந்த தொலைபேசி எண் ஞாபகம் வந்தது. லண்டனிலிருக்கும் ஏஜென்ட்டின் எண்ணாக இருக்கும் என நினைத்தார்.

கோட் பாக்கெட்டில் மறந்து வைக்கப்பட்டிருந்த அந்த எண்ணுக்குத் தொடர்புகொண்டார். எதிர்முனையில் பேசியது நிக்கோலஸ் பாடிங்டன். *SOE* அமைப்பின் எஃப் பிரிவின் தலைவர். வெர்ஜினியாவுக்கு இது தெரியாது. அவருடன் உணவருந்த அழைக்கப்பட்டார். வெர்ஜினியாவுக்கு ஆச்சரியமாக இருந்தது. அட, ஒரு ரயில் பயணத்தின் பாதுகாப்பை உறுதிசெய்ய இத்தனை நேரமெடுத்தும் சந்திக்கிறார்களே என்று. எப்படியாவது அம்மாவிடம் சென்றால் சரி, என்று அவருடன் உணவருந்தச் சென்றார். வெர்ஜினியாவின் கதையைக் கேட்டறிந்தார் நிக்கோலஸ். அவரது துணிச்சலைக் கண்டு வியந்தார். நண்பர் ஜார்ஜ் பெல்லோஸின் தேர்வை நினைத்துப் பெருமைப்பட்டார்.

அடுத்த நாளே வெர்ஜினியா *SOE* அமைப்பின் ரகசியத் தொடர்பு அதிகாரியானார். எதிர்பாராத நேரத்தில் அவரது கனவு கைகூடியது. அவரது அப்பாவின் வார்த்தைகளை நினைத்துக் கொண்டார். இத்தனை வருட உழைப்பும் முயற்சியும் பலன் தந்து விட்டது. நேர்மையான அதிகாரிகளுக்கு ஊனமோ பாலினமோ

தடையாக இருக்காது. அவரது அமெரிக்கக் குடியுரிமையும் அனுகூலமாக அமைந்தது. அமெரிக்கா அப்போதும் உலகப்போரில் நடுநிலை காத்துவந்தது. அதனால் அவர் பிரான்ஸுக்குப் பயணிப்பதும் சந்தேகமின்றி சுலபமாக நடந்தது. சில வாரங்கள் உளவாளிகளுக்கான பயிற்சி கொடுக்கப்பட்டது. சில கொரில்லா போர் முறைகளும் மாட்டிக்கொண்டால் விஷம் சாப்பிட்டு இறக்கும் உத்திகளும் சொல்லித்தரப்பட்டன. மற்றதெல்லாம் அவரவர் பாடு.

23 - ஆகஸ்ட் - 1941

நியூ யார்க் போஸ்ட் பத்திரிகையின் நிருபராக, விச்சி ஆட்சி நடக்கும் பிரான்ஸை அடைந்தார் வெர்ஜினியா. ஜியாலிஜிஸ்ட் 5 என்ற ரகசியப் பெயரில் அங்கிருந்து அவர் பிரிட்டனிலிருந்த SOE தலைமையகத்தைத் தொடர்புகொள்வார். நிருபராக இருப்பதால் தகவல்களை அனுப்புவதில் சந்தேகம் வராது. ஜெர்மனியை எதிர்க்கும் மனநிலையில் இருப்பவர்களை அடையாளம் கண்டு, பிரிட்டனின் ஸ்லீப்பர் செல்லில் அவர்களை இணைப்பதே வேலை. தொண்ணூறு பேரைச் சேர்த்தார். இவர்கள் மூலம் ஆயுதம், எரிபொருள் சேமிப்பு, நாஜி மற்றும் விச்சிப் படைகளின் நடமாட்டங்கள் குறித்த துல்லிய தகவல்களை சேகரிக்க முடிந்தது. மார்சே நகரத்தில் நாஜிக்கள் ரகசியமாகக் கட்டிவந்த நீர்மூழ்கிக் கப்பல் தளமும் இவரது தகவல்களால் கண்டறியப்பட்டு குண்டுகளால் அழிக்கப்பட்டது.

பிரான்ஸின் முக்கியப் பிரமுகர்களிடமும் நட்பை வளர்த்துக் கொண்டார் வெர்ஜினியா. வெளிநாட்டு பத்திரிகைகளின் தணிக்கை அதிகாரி சூசன் அறிமுகமானார். பிரிட்டனுக்கு அனுப்பும் பத்திரிகைக் கட்டுரைகள் எதுவும் தணிக்கை செய்யப்படாமலிருக்க இவர் உதவினார். கட்டுரைக்குத் தேவையானவை போகவும் அதிகமாகவே தகவல்களைச் சேர்த்து அனுப்பினார் வெர்ஜினியா. இது அமெரிக்கத் தூதரகத்துக்கும் தெரியாமல் பார்த்துக் கொண்டார். அமெரிக்காவின் நடுநிலைப்பாட்டால் யாரும் ஜெர்மனியைப் பகைத்துக்கொள்ளத் தயாராக இல்லை.

இந்தச் சமயத்தில்தான் பிரான்ஸுக்குள் SOE அதிகாரிகளின் போக்குவரத்து அதிகமானது. சுவிட்சர்லாந்தின் எல்லைக்கு

அருகிலிருந்த லீயோன் நகரத்துக்கு மாறினார் வெர்ஜினியா. அவசரத்துக்குத் நாட்டைவிட்டுத் தப்பிக்க உகந்த இடம். பாராசூட் மூலமாக உளவாளிகள் ரகசியமாக வந்திறங்கினார்கள். போரின் காரணமாக அகதிகளும் லீயோனில் குவிந்திருந்தார்கள். உணவு, இருப்பிடம் என்று எல்லாமே பற்றாக்குறை.

செயின்ட் எலிசபெத் கான்வென்ட் வெர்ஜினியாவுக்கு இடமளித்தது. இவரைப் போன்ற பல உளவாளிகளுக்கு அடைக்கலமாக விளங்கியது. ப்ரிஷித் லுகோந்த் என்ற பெயரில் வலம் வந்தார். இதுபோல ஏறக்குறைய பதினைந்து பெயர்களிலாவது தன்னை அடையாளப்படுத்தி இருப்பார். உளவாளியான நாள் முதல் பெயர், உடை, நடை, பேச்சு என எதுவொன்றும் பிறரின் கவனத்தை அவர் பக்கம் ஈர்க்காதவாறு பார்த்துக்கொண்டார். நாஜிப் படையின் உளவாளிகளும் அந்நகரில் இருந்தனர். ஒரு உளவாளிக்குத் தூக்கம் பாதுகாப்பானது இல்லை என்பதால் மாத்திரைகள் உட்கொண்டு இரவு முழுவதும் விழித்திருக்கப் பழகினார்.

அங்கும் நட்புகளை வளர்த்துக்கொண்டார். வெளியுறவு துணைத்தூதர், அவரது ஆவணங்கள் சந்தேகமின்றிச் சென்று சேர உதவினார். அந்நகரிலிருந்த *SOE* உளவாளிகளுக்கு எந்த நேரத்திலும் எப்பேர்ப்பட்ட உதவியையும் செய்யக்கூடிய அடைக்கலமாக மாறியிருந்தார் வெர்ஜினியா. இப்படிப்பட்ட நேரத்தில்தான் அந்த பன்னிரண்டு *SOE* உளவாளிகளும் வில்லா தே புவாவில் மாட்டிக்கொண்டார்கள்.

விச்சி போலீசிடமிருந்து இவர்களை விடுவிக்கும் அளவுக்கு வெர்ஜினியாவுக்கு செல்வாக்கு இருந்ததா? அல்லது இந்த முயற்சியால் அவரும் மாட்டிக்கொண்டாரா? எதிர்பாராத திருப்பங்களைக் கொண்டதுதானே உளவாளிகளின் வாழ்க்கை.

11. மத்தி மீன்களாலான சாவி

பெரிகூ சிறைச்சாலை,

பிரான்ஸ்.

வில்லா தே புவாவில் கைது செய்யப்பட்ட பன்னிரண்டு *SOE* உளவாளிகளையும் பெரிகூ சிறையில் அடைத்திருந்தார்கள். விசாரணை என்ற பெயரில் சித்திரவதை தொடர்ந்தது. அச்சமயம் கேபி ப்ளோக் என்பவர் வெர்ஜினியாவைத் தொடர்பு கொண்டார். பிரெஞ்சு சட்டமன்ற உறுப்பினரான ஷான் பியர் ப்ளோக்கின் மனைவி இவர். அவரும் அவரது கணவரும் கைது செய்யப்பட்டு அதே சிறையில் அடைக்கப்பட்டிருந்தார்கள். அண்மையில் கேபி மட்டும் அங்கிருந்து விடுதலையாகியிருந்தார். *SOE* உளவாளிகளுக்கு வெர்ஜினியாவின் மூலம் உதவ முன்வந்தார் கேபி. இருவரும் கூட்டாகச் சேர்ந்து விடுவிக்க வழிதேடினார்கள்.

'என் நண்பர்களை அதிகாரபூர்வமாக விடுவிக்க முயற்சி செய்வேன். அது நடக்காவிட்டாலும் எப்படியும் அவர்கள் வெளியே வருவார்கள்' என்று பிரிட்டனுக்குத் தகவல் அனுப்பினார் வெர்ஜினியா. அப்போதைக்கு அப்பகுதியிலிருந்த ஒரே பிரிட்டன் உளவாளி இவர் மட்டும்தான். மற்ற அனைவரும் பிடிபட்டு விட்டார்கள். அவர்களைக் காப்பாற்றும் வழிகளைக் கட்டைக்காலுடன் வெர்ஜினியா மட்டும்தான் செய்தாக வேண்டும்.

அந்தச் சிறையிலிருப்பவர்களை விச்சி முகாமுக்கு மாற்றப் போகிறார்கள் என்று தகவல் கிடைத்தது. இடமாற்றும் வழியில் தப்பிக்க முயற்சி செய்யலாம் என்றார் வெர்ஜினியா. தப்பித்து ஓடும் உடல்நிலையில் அவர்கள் இல்லை என்று கேபி எடுத்துச் சொன்னார். சித்திரவதைகளால் வலுவிழந்து போயிருந்த உளவாளிகளைச் சிறையிலிருக்கும்போதே கேபி கவனித்திருந்தார். தப்பிக்கும்போது சுடப்படுவதற்கும் சாத்தியங்கள் இருந்தன. அதனால் பொறுமை காத்தனர். விச்சி போலீஸின் திட்டப்படி மோஸாக் எனப்படும் சிறிய நகராட்சியிலிருந்த முகாமுக்கு அனைவரும் மாற்றப்பட்டனர்.

முன்னர் இருந்த சிறையைக் காட்டிலும் இந்த முகாமில் போதிய அளவு உணவு கிடைத்தது. அங்கிருந்த மைக்கேல் எனும் உளவாளி தினமும் காலை உடற்பயிற்சி வகுப்புகளை நடத்தி வந்தார். இதில் பங்கேற்ற கேபியின் கணவர் ஷான் பியரும் உளவாளிகளும் உடலாலும் மனதாலும் வலுப்பெற்றனர். அடுத்து தப்பிக்க வழி தேடினார்கள். ஷான் பியருக்குத் தப்பித்துச் செல்வதில் உடன்பாடில்லை. அதனால் அவருக்கு எந்தப் பயனும் இருக்கப் போவதில்லை. ஆனால் பிரிட்டன் உளவாளிகள் தப்பிக்க வேண்டுமென அவர்களை ஊக்கப்படுத்தினார். வெர்ஜினியா மூலம் நிச்சயம் தப்பித்துவிடலாம் என்ற நம்பிக்கையையும் ஏற்படுத்தினார். அவர்களைவிட வெர்ஜினியாவின் திறமைகளை ஷான் பியர் நன்கு அறிந்து வைத்திருந்தார்.

ஆனால் வெர்ஜினியாவால் இதில் நேரடியாக இறங்க முடியாது. அவர் அடையாளம் கண்டுபிடிக்கப்பட்டால் காரியம் கெட்டுவிடும். உள்ளிருந்து வெளியேறும் வழியை இவர்கள்தான் கண்டுபிடிக்க வேண்டும். நமது ஊர் கோலி விளையாட்டைப் போல அங்கும் உலோகக் குண்டுகளை வைத்து விளையாடும் பழக்கமுண்டு. விளையாடும் சாக்கில் முகாமை நோட்டமிட்டார்கள். அவர்கள் அறையிலிருந்து முகாமின் வேலியை அடையும் தூரம், நேரம், விச்சிப் படையின் ரோந்தைக் குறித்த விவரங்கள், கண்காணிப்பு கோபுரங்களிலிருந்து பார்க்க முடியாத இடங்கள் போன்ற அனைத்தையும் விளையாடிக்கொண்டே கவனித்தார்கள்.

வாரத்தில் மூன்று நாள்கள் கேபி தவறாமல் முகாமுக்குச் சென்று கணவர் ஷான் பியரியைச் சந்தித்தார். அங்கிருந்த காவலர்கள்

பலரும் அருகிலிருக்கும் பார் ஹோட்டலுக்குக் குடிப்பதற்காக வந்தார்கள். அவர்களில் ஜோஸ் சேவ்வியி என்பவரை அடையாளம் கண்டார் கேபி. ஜெர்மனியை வெறுத்து, பிரிட்டன் ஜெயிக்க வேண்டுமென ஆசைப்படுபவர் ஜோஸ். அது போதுமே.

அந்த முகாமின் தளபதியிடம் நம்பும்படியாக ஒரு கதையைச் சொன்னார் ஜோஸ். அந்த முகாமிலிருக்கும் ஒரு குறிப்பிட்ட கண்காணிப்பு கோபுரத்தின் மேலேறும் ஏணி, இரவு நேரங்களில் பாதுகாப்பாக இருப்பதில்லை. காற்றில் நிலையாக நிற்காத அந்த ஏணியில் ஏறுவது மிகவும் ஆபத்தானது. இதனால் அந்தக் கோபுரத்தில் மட்டும் இரவு நேரங்களில் ரோந்தில் ஈடுபட முடியாது என்றார் ஜோஸ். உயிருக்கு ஆபத்தான காரியம் வேண்டாமென தளபதியும் ஒப்புக்கொண்டார். உளவாளிகள் தங்கியிருந்த பகுதியின் கண்காணிப்பு கோபுரம் அது. ஜோஸின் உதவி இதோடு முடியவில்லை. கடைசி நேரத்தில் திட்டத்தைத் தொடங்கி வைத்ததே இவர்தான். அதைப் பிறகு பார்ப்போம்.

கணவரைச் சந்திக்கச் செல்லும் கேபி பெரிய புத்தக மூட்டைகளைக் கொண்டு சென்றார். இதைச் சோதிக்கவே காவலர்களுக்கு அதிக நேரமெடுத்தது. இதனால் ஜாம் பாட்டிலுக்குள் ஒளித்து வைத்திருந்த கடிதங்கள், அழுக்கு மூட்டைக்குள்ளிருந்த கம்பிகளை வெட்டும் கட்டர்கள், சிறிய ஸ்க்ரூ டிரைவர்கள் போன்றவை சுலபமாகச் சோதனைகளிலிருந்து தப்பித்தன. டின்களில் அடைக்கப்பட்ட மத்தி மீன்களால் மட்டுமே ஷான் பியரி உயிர் வாழ்வார் என்று கேபி அவற்றைத் தவறாது எடுத்துச் சென்றார். மீன்கள் காலியானவுடன் தகரத்தாலான அந்த டின்கள் உளவாளிகளால் பத்திரப்படுத்தப்பட்டன.

முகாமின் பூட்டுக்கு உள்ளிருந்தே சாவியைத் தயாரித்தார் ஜார்ஜ் பாக் எனும் உளவாளி. சாப்பிடக் கிடைத்த பிரட்டில் பூட்டின் அச்செடுத்து, மேற்சொன்ன டின்களையும் கட்டர்களையும் கொண்டு சாவியைச் செய்தார். இவர் வேலை செய்யும் போது உடைக்கும், வெட்டும் சத்தம் வெளியில் கேட்காமலிருக்க, அவரது கூட்டாளிகளின் கணீர்க் குரல்கள் உதவின. முகாமிலிருந்த சிற்றாலயத்தின் பாடற்குழுவில் இணைந்தார்கள். ஒவ்வொரு மாலையும் திருப்பலியில் பாட வேண்டிய பாடல்களைச் சத்தமாகப் பாடிப் பயிற்சி செய்தார்கள்.

இவையெல்லாம் உள்ளிருந்து வெளியே வருவதற்கான ஏற்பாடுகள். இவர்கள் வேலிக்கு வெளியே வந்தவுடன் தப்பித்துச் செல்வதற்கான ஏற்பாடுகளைக் கவனித்தார் வெர்ஜினியா. அவர்களை வண்டியிலேற்றி எல்லை வரை கொண்டுவர ஓட்டுநர், பன்னிரண்டு அடையாள அட்டைகள், ரயில் டிக்கெட்டுகள் என அனைத்தும் தயாராகின. ஒருவேளை மாட்டிக்கொண்டால் முகாமுக்கு அருகிலேயே சில நாள்கள் ஒளிந்துகொள்ளவும் ஓரிடம் ஏற்பாடு செய்யப்பட்டது. தேடுதல் வேட்டை ஓய்ந்தபின்பு அவர்கள் எல்லை தாண்டிச் செல்லலாம் என்பது திட்டம்.

ஏற்பாடுகள் தயாராகின. ஆனாலும் துல்லியமான திட்டம் வகுக்க, உளவாளிகள், கேபி, வெர்ஜினியா என அனைவரும் பலமுறை தொடர்புகொள்ள வேண்டும். யார் உதவுவார்கள்? கடவுளின் தூதர் ஒருவர் உதவிக்கு அனுப்பப்பட்டார். முதல் உலகப்போரில் கால்களை இழந்த பாதிரியார் உருவத்திலிருந்தார் அந்தத் தூதர். முகாமிலிருக்கும் சிற்றாலயத்துக்குத் தினமும் சென்று வழிபாடு நடத்துபவர், இவர்கள் பேசிக்கொள்ள வழி வகுத்தார். வாக்கி டாக்கி போன்ற சாதனத்தை அவரது வீல்சேருக்கடியில் மறைத்து எடுத்துச் சென்று உளவாளிகளிடம் கொடுத்தார். சோதனைகளில் மாட்டியபோதும் அதுவொரு புதுவிதமான இசைக்கருவி என்று மழுப்பித் தப்பித்தார்.

இதுபோக வலி நிவாரணம் தரும் ஆஸ்பிரின் டியூப்களும் உள்ளே சுருட்டி வைக்கப்பட்டிருந்த தகவல்களைத் தாங்கிச் சென்றன. ஜோஸைப் போலவே கேபிக்கு நண்பராகியிருந்த இன்னொரு காவலர் இந்த டியூப்களை உள்ளே கடத்தினார். வேலிக்கு வெளியேயிருந்து தூக்கிபோடப்படும் டியூப்களை இவர் கேட்ச் பிடித்து தனது கோட் பாக்கெட்டுக்குள் போட்டுக்கொள்வார். சாப்பிடும் இடத்தில் அது உளவாளிகளைச் சென்றடையும். இதே போல உள்ளிருந்தும் தகவல்கள் வெளியே வீசப்பட்டன. வீசுவதும் பிடிப்பதும் எளிதுதான். அதை ரகசியமாகச் செய்வதில்தான் ஆபத்து இருந்தது.

ஏற்பாடுகள் முடிந்து திட்டம் தயாரானது. எல்லா திட்டங்களும் வெற்றியுடன் நிறைவேறிவிட்டால், வாழ்வில் வேறென்ன வேண்டும்?

12. பன்னிரண்டு நிமிடங்கள்

ஜூலை 14 ஆம் தேதி அமாவாசை அன்று மாலை 4 மணிக்குத் தப்பிப்பது என்று முடிவு செய்யப்பட்டது.

ஏழாம் கண்காணிப்பு கோபுரத்தின் மேலிருக்கும் காவலர் ஒரு சிகரெட்டைப் பற்ற வைப்பார். இதுதான் திட்டத்தின் அரங்கேற்றக் குறி. அச்சு வார்த்துச் செய்யப்பட்ட சாவியை உபயோகித்து உளவாளிகள் முகாமின் பூட்டைத் திறப்பார்கள். அங்கிருந்து வேலியை நோக்கி ஓடிவர வேண்டும். இடையில் இரண்டு மறைவிடங்களில் நின்று ஒளிந்த பின்னரே வேலியை அடைய முடியும். ரோந்து செல்லும் காவலர்களிடம் மாட்டிக்கொள்ளக் கூடாதே.

பிறகு அந்த முள்வேலியின் மேலேறி வெளிப்பக்கம் குதிக்க வேண்டும். இதைச் செய்து முடிக்க ஒவ்வொருவரும் ஒரு நிமிடம் மட்டுமே எடுத்துக்கொள்ள முடியும். மொத்தம் பன்னிரண்டு நிமிடங்கள். குதித்தபின் இருவர் மூவராகச் சிறிது தூரம் சாலையில் நடந்து அங்கு நிறுத்தப்பட்டிருக்கும் வண்டியில் ஏறி அமர வேண்டும். அனைவரும் வந்து சேர்ந்தவுடன் வண்டி கிளம்பும். இதுதான் திட்டம்.

14 - ஜூலை - 1941

மாலை 4 மணி. ஏழாம் கண்காணிப்பு கோபுரத்தின் காவலர் சிகரெட்டைப் பற்ற வைக்க வேண்டும். பூட்டைத் திறக்க ஆவலாகக் காத்துக்கொண்டிருந்தார்கள். சிகரெட்டைப் பற்ற வைக்க ஒப்புக்கொண்டிருந்த காவலர் அன்று காவலுக்கே வரவில்லை. சிறையிலிருந்து தப்பிக்க உதவினாரென்று விச்சி போலீசுக்குத் தெரிய வந்தால் என்னவாகும்? பின்விளைவுகளை யோசித்துப் பயந்த அந்தக் காவலர் திட்டத்திலிருந்து பின்வாங்கினார். இது யாருக்கும் தெரியாது. ஏதேனும் சிக்கல் ஏற்பட்டிருக்கலாம் என்றே பொறுமையுடன் காத்திருந்தார்கள்.

இரவான பிறகும் சைகை வரவில்லை. காவலர் பின்வாங்கியது ஜோஸுக்கு மட்டுமே தெரியவந்தது. வேறொரு கோபுரத்தின் கண்காணிப்புப் பணியிலிருந்தவர், படைத் தளபதியை ஏமாற்றிவிட்டு ஏழாம் கோபுரத்திலேறினார். அதிகாலை 3 மணிக்கு சிகரெட்டைப் பற்ற வைத்தார். முதன்முதலில் உதவிபுரிய முன்வந்த காவலரும் இவர்தான். ஒருவழியாகத் திட்டப்படி அனைவரும் தப்பிக்கத் தயாரானார்கள்.

அடுத்து முகாமின் பூட்டைத் திறக்க வேண்டும். அச்செடுத்துச் செய்திருந்த சாவியைக் கொண்டு எவ்வளவு முயற்சி செய்தும் பூட்டு திறக்கவில்லை. அதிகாலை 3 மணிக்குப் பூட்டை உடைத்து சத்தமெழுப்ப முடியாது. சாவியைச் செய்த உளவாளி ஜார்ஜ் பாக் இன்னும் இருவரின் உதவியோடு அப்போதே சாவியை மறுவடிவமைப்புச் செய்தார். ஒருவழியாகப் பூட்டு திறந்தது.

அடுத்து வேலியை நோக்கி ஓவ்வொருவராக ஓட வேண்டும். இடையில் இரண்டு மறைவிடங்களில் நின்று வேலியை அடைய வேண்டும். மூவர் வேலியை அடைந்தார்கள். ஆனால் அதற்குள் சலசலப்பு ஏற்பட்டுவிட்டது. ரோந்து சென்றுகொண்டிருந்த காவலர் நான்காவதாக ஓடியவரைப் பார்த்துவிட்டார். தனது ஆந்தைக் கண்களை முழுவதுமாக விரித்து அமாவாசை இருட்டில் உற்றுப் பார்த்தார். முறைத்தார். அந்த நான்காவது உளவாளி நாளை நிறைவேறப்போகும் தூக்குத் தண்டனைக்கு மனதிற்குள் தயாரானார். அவரைப் பார்த்துக்கொண்டே கால்களால் பின்னால் எட்டுவைத்து முகாமை நோக்கி நடந்தார்.

அந்தக் காவலர் கையசைப்பது தெரிந்தது. முன்னால் போ என்று போக்குவரத்துத்துறைக் காவலர் போலக் கையசைத்துக் கொண்டிருந்தார். தயங்கித் தயங்கி வேலியை நோக்கி முன்வந்தார் நான்காவது உளவாளி. அவரைக் கடக்கும்போதும் முறைத்துக் கொண்டே நின்றவர், ஆள்காட்டி விரலை உதடுகள்மேல் வைத்துச் சத்தமின்றிச் செல்லுமாறு சைகை காட்டினார்.

அடுத்து வந்த எட்டு உளவாளிகளும் வேலியைச் சென்று சேரும்வரை அங்கேயே ரோந்து வந்தார். இவர் இருப்பதால் அப்பகுதிக்கு வேறு காவலர்கள் வரவில்லை. பன்னிரண்டு பேரும் முள்வேலியில் ஏறி வெளிப்பக்கம் குதிக்கும் வரை அங்கேயே நின்றார். இவர் யாரென்று தெரியவில்லை. இதற்குமுன் உதவியதுமில்லை. இவர்களின் திட்டமும் தெரிந்திருக்க வாய்ப்பில்லை. ஆனாலும் இவரின்றி அந்தப் பன்னிருவரும் தப்பித்திருக்க முடியாது. கடவுள் அனுப்பிய அடுத்த தூதர் இவர்.

பன்னிரண்டு நிமிடங்களில் பன்னிரண்டு பேரும் வேலிக்கு வெளிப்புறமிருந்த சாலையில் இருந்தார்கள். இருவர் மூவராக நடந்து சென்று நிறுத்தப்பட்டிருந்த வண்டியில் ஏறினார்கள். டிரைவர் ஆல்பர்ட் வண்டியைக் கிளப்பி இவர்களை இருட்டோடு இருட்டாக மறையச் செய்தார்.

இவர்கள் முகாமுக்குள் இல்லை என்பதை விடியற்காலையில் கண்டுபிடித்தார்கள். முழு வீச்சில் தேடுதல் வேட்டை நடந்தது. விச்சி போலீசிடமிருந்த கைதிகள் தப்பித்துவிட்டார்கள் என்பது எவ்வளவு பெரிய அவப்பெயர். முகாமுக்கு அடிக்கடி வந்து சென்ற கேபியைக் கைது செய்தார்கள். சம்பவம் நடந்த நாள்களில் விச்சி அரசாங்கம் ஏற்பாடு செய்திருந்த நகர நிகழ்வுகளில் கேபி முழு நாளும் பங்கேற்றிருந்தார். அதற்கான அரசாங்க சாட்சிகளையும் சமர்ப்பித்தார். போதிய ஆதாரங்கள் கிடைக்காததால் கேபியைக் காவலிலிருந்து விடுவித்தார்கள்.

வெர்ஜினியா மீது சந்தேகப்படும்படி கூட எதுவும் சிக்கவில்லை. அவர் அந்த நகரத்திலேயே இல்லை. வேறு இடங்களில் இருந்ததற்கான ஆதாரங்களும் கச்சிதமாக இருந்தன. உண்மையாகவே திட்டம் நிறைவேறும்போது இருவரும் அந்த இடத்தில் இல்லை. சந்தேகம் வராமலிருக்க இவர்கள் இல்லாமலேயே திட்டம் நிறைவேறும்படி

பார்த்துக்கொண்டனர். சம்பவம் செய்வதை விட அதிலிருந்து சாமர்த்தியமாகத் தப்புவதும் முக்கியம்.

உளவாளிகள் அனைவரும் பிரிட்டனின் போர் விமானங்கள் மூலம் லண்டனை அடைந்துவிட்டார்கள் என்று வதந்தி பரவியது. பரப்பியது வெர்ஜினியாதான். விச்சியின் தேடுதல் வேட்டையை முடிவுக்குக் கொண்டுவர வேண்டுமே? அப்போது தானே மறைவிடங்களில் பதுங்கியிருக்கும் உளவாளிகள் ரயிலிலோ டிரக்கிலோ ஏறி லீயோன் நகரத்தை அடைய முடியும்?

வதந்தி வேலை செய்தது. இவர்களைத் தேடுவதைக் கைவிட்டு தோல்வியை ஒப்புக்கொண்டார்கள் விச்சிப் படையினர். அதன் பிறகு பிரெஞ்சு எல்லையிலிருந்து உண்மையிலேயே உளவாளிகள் லண்டனுக்குத் திரும்பினார்கள். அனைத்தையும் ஏற்கெனவே திட்டமிட்டிருந்தார் வெர்ஜினியா. அப்படியே நடந்தது. பிரான்ஸில் இவர்களுக்கு உதவிய யாரும் கைதுசெய்யப்படவும் இல்லை. வரலாற்றில் இப்படியொரு திட்டத்தை யாரும் அரங்கேற்றியதில்லை.

வெர்ஜினியாவும் இவர்களைப் போலவே தப்பித்து லண்டன் சென்றாரா? இதுவரை திட்டமிட்டவர் இதையும் அல்லவா திட்டமிட்டிருப்பார்.

13. ஓநாய்களுக்கு இரையாவதா? சுட்டுக்கொல்லப்படுவதா?

எதுவுமே நடக்காதது போல அடுத்த நான்கு மாதங்களும் வெர்ஜினியா தனது பணியைத் தொடர்ந்தார். நவம்பர் மாதம் ஜெர்மனியின் ராணுவம் லீயோன் நகருக்குள் நுழைந்தது. இவர் ஸ்லீப்பர் செல்களை உருவாக்கும் ரகசியங்கள் நாஜிப்படைக்குத் தெரிந்துவிட்டன. சரியான ஆதாரங்களுடன் கைது செய்யக் காத்திருந்தார்கள். வெர்ஜினியா தீவிரமாகக் கண்காணிக்கப்பட்டார். இனிமேலும் அங்கிருப்பது கடினம் என்பது புரிந்துவிட்டது. தப்பித்தால் போயிற்று. அவருக்கா சொல்லித்தர வேண்டும்?

ஒரு சிறிய துணிப்பையுடன் கிளம்பினார். இரண்டு மைல்கள் நடந்து லீயோன் நகரிலிருந்து கிளம்பிய கடைசி ரயிலில் ஏறினார். ரயில்களிலும் டிரக்குகளிலும் மாறிமாறி முந்நூறு மைல் பயணம் செய்து, பெப்பியான் நகராட்சியை அடைந்தார். இடையில் விச்சியின் முகாமிருந்த மோஸாக்கைக் கூடக் கடந்து சென்றார். யாருக்கும் சந்தேகம் வராதபடி வெற்றிகரமாக மாறுவேடத்தில் இதைச் செய்து முடித்தார். உயிரைக் காப்பாற்றிக்கொள்ள அவரது வாழ்வில் மேற்கொண்ட நீண்ட பயணம் இது.

பியரினீ எனும் மலைத்தொடருக்கு அருகிலிருந்தது பெப்பியான் நகராட்சி. எட்டாயிரம் அடி உயரமுள்ள பியரினீ, மறுபக்கம் சன் குவான் எனும் ஸ்பெயின் நகராட்சியில் முடிந்தது. பிரான்ஸிலிருந்து

வெளியேற இப்போதைக்கு இது ஒன்றுதான் வழி. கோடையிலும் அபாயகரமானதாகக் கருதப்படும் இந்த மலைப்பாதையை பனி கொட்டும் குளிர்காலத்தில் கடக்கத் தயாரானார் வெர்ஜினியா. வேறு வழியில்லை. இவருடன் இரண்டு *SOE* அதிகாரிகள் மற்றும் ஒரு வழிகாட்டி இணைந்தார்கள்.

பயணத்தின்போது பின்தங்குபவர்களை, ஒன்று சுட்டுக் கொன்றுவிடுவார்கள் அல்லது ஓநாய்களுக்கு இரையாகட்டும் என்று விட்டுவிட்டு முன்னேறுவார்கள் இந்த வழிகாட்டிகள். எக்காரணத்தைக் கொண்டும் திட்டமிட்டபடி மலைப்பகுதியில் நடக்க முடியாதவர்கள் மீது இரக்கம் காட்ட மாட்டார்கள். இப்படிப் பின்தங்குபவர்களால் மற்றவர்களின் பயணமும் ஆபத்தில் முடியுமென்பது தெரிந்தே இத்தகைய கண்டிப்பான விதிமுறைகளைக் கொண்டிருந்தார்கள்.

தனது கட்டைக்காலான குத்பெர்ட்டுடன் இந்தச் சவாலுக்குத் தயாரானார் வெர்ஜினியா. குத்பெர்ட் மலையேற்றத்துக்கானது அல்ல. மலையேறும் போது ஏற்பட்ட அழுத்தத்தினால் அதைப் பிணைத்திருந்த உலோக ஆணிகள் தளர்ந்தன. குத்பெர்ட்டுடன் சேர்ந்து வெர்ஜினியாவின் காலும் வலியால் நொறுங்கத் தொடங்கியது. உளவாளியாக வேண்டுமென்று எவ்வளவு மனோதிடத்துடன் முயற்சி செய்தாரோ, அதைவிடப் பல மடங்கிலான மனோதிடம் இந்த வலியைத் தாங்க அவருக்குத் தேவைப்பட்டது. கடவுள் இம்முறையும் அவருக்கு அதை அருளினார்.

வெர்ஜினியா அந்த வழிகாட்டியால் சுடப்படவும் இல்லை ஓநாய்களுக்கு இரையாகவுமில்லை. மலை ஏறுவது எவ்வளவு கடினமோ இறங்குவதும் அப்படியே. வளைந்து கொடுத்து ஊன்றி நிற்க முடியாத காலை அவரது உடலின் பலத்தைக் கொடுத்து முன்னோக்கிச் சாய்ந்துதான் போராட வேண்டியிருந்தது. இதையும் செய்து முடித்தார் வெர்ஜினியா.

ஸ்பெயினின் சன் குவானை அடைந்தபோது கண்ணீர் விடவும் அவரது உடலில் தெம்பில்லை. மூன்று பேரையும் அகதிகள் என்று ஸ்பெயின் சிறையில் அடைத்தார்கள். சிதைந்து போயிருந்த குத்பெர்ட்டைக் கொண்டு வெர்ஜினியாவால் நடக்கக்கூட முடியவில்லை. பிறகு எப்படித் தப்பிப்பது? சிறையிலும் உதவிசெய்ய

ஆள் பிடித்தார். அங்கிருந்து விடுவிக்கப்பட்டவர் வழியாக அமெரிக்கத் தூதரகத்துக்கு இவர்களைப் பற்றிய கடிதம் சென்றது. சிறையிலிருந்து விடுதலையானார்கள். லண்டன் திரும்புவதற்கு முன் லீயோன் நகரில் பணியாற்றிய இன்னும் சில உளவாளிகளையும் மீட்க ஆவன செய்துவிட்டுத்தான் கிளம்பினார். அவருடன் பணியாற்றிய யாரையும் அவர் இழக்கத் தயாராக இல்லை.

வெர்ஜினியாவின் பியரினீ மலைத்தொடர் பயணத்தை மட்டுமே தொகுத்து கிரேக் க்ராலி என்பவர் பின்னாளில் ஆவணப்படுத்தினார். கற்றுக்கொள்ள அதில் அவ்வளவு இருந்தது. *SOE* அமைப்பின் ஹீரோவாக அறியப்பட்டார் வெர்ஜினியா. புதுவித தொழில்நுட்பங்களில் வெர்ஜினியாவுக்குப் பயிற்சி அளிக்கப்பட்டது. இரண்டாம் உலகப்போரின் போது அமைக்கப்பட்ட அமெரிக்காவின் முதல் உளவுத்துறையான *OSS*ல் பணிபுரியத் தொடங்கினார்.

நாஜிப் படையும் விச்சிப் படையும் அவரது சாகசங்களை நம்ப முடியாமல் தவித்தார்கள். நொண்டிப்பெண் என்று அறியப்பட்ட வெர்ஜினியாவைத் தேடும் வேட்டை தொடர்ந்தது. ஆர்ட்டெமிஸ் என்ற பெயருடன் நொண்டிப்பெண் என்று கொட்டை எழுத்தில் அவரது போஸ்டர்கள் பிரான்ஸ் முழுவதும் ஒட்டப்பட்டன.

வெர்ஜினியாவும் சளைக்காமல் அவரது மாறுவேடங்களைத் தொடர்ந்தார். சாவை எதிர்நோக்கிக் காத்திருக்கும் முடி நரைத்த கிழவி டயானாவாக பிரான்ஸுக்குள் மறுபடியும் நுழைந்தார். மீண்டும் ஸ்லீப்பர் செல்லுக்கு ஆளெடுக்கும் பணியைத் தொடர்ந்தார். வீடு வீடாகச் சென்று பால் விநியோகிக்கும் கிழவியை நாஜிப்படை கொஞ்சமும் சந்தேகப்படவில்லை. மாடு மேய்க்கும் சாக்கில் ரகசியமாக பாராசூட் மூலம் உளவாளிகள் வந்திறங்க ஏதுவான வயல்வெளிகளைக் கண்டுபிடித்தார். நாஜிப்படைகள் குவிந்திருக்கும் இடங்களில் நிதானமாக மாடுகளை ஓட்டிச்சென்று ஒட்டுக் கேட்பார். தகவல்கள் அனைத்தும் தலைமையகத்துக்குத் தவறாமல் சென்று சேர்ந்தன. நாஜிப்படையின் தோல்வி ஒன்றே இறுதியில் அவரை அமெரிக்காவுக்குத் திருப்பி அனுப்பியது.

போருக்குப் பிறகு உருவான அமெரிக்க உளவுத்துறையான *CIA* விலும் தொடர்ந்து பணியாற்றினார் வெர்ஜினியா. Distinguished Service Cross (DSC) என்ற உயரிய விருது, ராணுவத்தில் பணிபுரியாத

ஒரு பெண்ணாக இருந்தும் அவருக்கு வழங்கப்பட்டது. பிரிட்டன், பிரான்ஸ் நாடுகளும் அவருக்கு விருதுகளை வழங்கி கௌரவித்தன. பால் கிலோட் எனும் சக அமெரிக்க உளவாளியை மணந்தார் வெர்ஜினியா. ஓய்வுக்குப் பிறகு மேரிலாண்ட் மாநிலத்தில் வாழ்ந்து தனது எழுபத்து ஆறாவது வயதில் வரலாறானார்.

14. காதலா? கம்யூனிசமா?

மார்ச், 1916.

மின்ஸ்க் போர்க்களம்,

ரஷ்யப் பேரரசு (தற்போதைய பெலாரஸ்).

படை வீரர்கள் குவிந்திருந்த இடத்தை நோக்கி உருளை வடிவத்தில் பெரிதாக ஒன்று பறந்து வந்தது. எங்கு விழப்போகிறதோ என்று யோசிக்கும்போதே அது வானில் வெடித்துச் சிதறியது. மிகச் சிறிய பந்துகள் வானிலிருந்து தூவப்படுவதைப் போல அங்கிருந்த அனைவர் மீதும் அது சிதறியது. தோல், தசை, எலும்பு, திசுக்கள் என்று உடலின் ஒவ்வொரு பகுதியையும் ஊடுருவிக் கூறுபோட்டது. விழுந்தவை ஒவ்வொன்றும் அந்த உருளை வடிவச் சிதறுகுண்டிலிருந்த உலோகக் குண்டுகள்.

முதல் உலகப்போரில் இதுபோன்ற ஒன்றரை பில்லியன் சிதறுகுண்டுகள் எழுபது சதவீத வீரர்களைக் கொன்றது. அன்று போர்க்களத்திலிருந்த வீரர்களுள் ஒருவரான இருபது வயது ரிச்சர்ட் வலியால் துடித்தார். அவரது இரண்டு கால்களிலும் குண்டுகள் ஊடுருவியிருந்தன. இதற்குப் பதிலாகத் துப்பாக்கி அல்லது பீரங்கியின் குண்டு துளைத்திருந்தாலாவது அவதிப்படாமல் உடனே இறந்து போயிருக்கலாமே என நினைத்துக்கொண்டார். என்ன செய்வது? உயிர் இன்னும் இருப்பதால் பொறுத்துத்தான்

ஆக வேண்டும். வலி அவருக்கு வாழ்க்கைப் பாடங்களைக் கற்றுத் தந்தது.

முதல் உலகப்போர் தொடங்கியதும் நாட்டுப்பற்றுள்ள ஒவ்வொரு இளைஞனும் செய்ததையே ரிச்சர்ட்டும் செய்தார். ஜெர்மனியின் ராணுவத்தில் சேர்ந்து ஆறு வாரப் பயிற்சிக்குப் பிறகு பெல்ஜியத்துக்கு அனுப்பப்பட்டார். மாணவர் படைப் பிரிவு என்று கூடப் பாராமல் எதிரிகள் அவர்களைத் தீக்கிரையாக்கினார்கள். காயங்களுடன் பெர்லினுக்குத் திரும்பியவர் குணமான உடனே ரஷ்யப் பகுதியான ருமேனியாவுக்கு அனுப்பப்பட்டார். போதியப் பயிற்சியின்றி அனுப்பப்பட்டவர்கள் மீண்டும் காயமடைந்தனர். சிகிச்சைக்குப் பிறகு மின்ஸ்க் அனுப்பப்படுவது மூன்றாவது முறை. காயப்படுவது கடைசி முறையானது.

ஒரு காலையே இழக்குமளவு ஏற்பட்டிருந்த சிதறுகுண்டின் ஆழமான காயங்களிலிருந்து தப்பித்தார். உயிர் போகும் வலியிலிருந்து நொண்டி நடக்குமளவு தேறினார். போர்க்களமும் மருத்துவமனை அனுபவங்களும் அவரது அரசியல் சித்தாந்தத்தை மாற்றின. இரு பெரும் பரிசுகளோடு மருத்துவமனையிலிருந்து வெளியேறினார். ஒன்று ஜெர்மன் ராணுவத்தில் துணிவுக்காக அளிக்கப்படும் உயரிய விருதான அயன் கிராஸ். மற்றொன்று அங்குச் செவிலியராகப் பணிபுரிந்த அவரது காதலி. இலவச இணைப்பாக அவளது தந்தையின் தீவிர கம்யூனிசமும் ரிச்சர்டைத் தொற்றிக்கொண்டது.

ரஷ்யாவின் பாக்கு நகரில் (இப்போதைய அசர்பைஜான்) பிறந்தவர் ரிச்சர்ட் சோர்ஜ் (04-அக்-1895). அப்பா ஜெர்மனியைச் சேர்ந்த பொறியாளர். அங்கிருந்த எண்ணெய் நிறுவனத்தில் பணிபுரிந்தார். அம்மா ரஷ்யாவைச் சேர்ந்தவர். ஜெர்மனியின் தலைநகர் பெர்லினிலிருந்த வங்கியில் அப்பாவுக்கு நல்ல பதவி கிடைக்க, சிறுவயதிலேயே குடும்பத்துடன் அங்கு இடம்பெயர்ந்து விட்டனர். ஒன்பது குழந்தைகளில் கடைக்குட்டியான ரிச்சர்ட் பணக்கார வர்க்கத்தின் கவலையில்லா உலகில் வளர்ந்தார்.

உயரமான ஒல்லியான உடல். பக்கவாட்டில் வகிடெடுத்து வாரிய சுருட்டைத் தலைமுடி. அந்தப் பக்கம் மட்டும் வழுக்கை கொஞ்சம் அதிகம். முகத்தின் பாதியளவு அகன்ற நெற்றி, வளைந்த புருவங்கள். கூரிய மூக்கும் அதிகம் திறக்காத வாயையும்

பார்த்தாலே பணக்கார வீட்டுப் பையன் என்பது தெரிந்துவிடும். பிடிவாதமும் குறும்புத்தனமும் இருந்தாலும் வரலாறு, ஜெர்மன் மொழி, அரசியல் மேலாண்மை போன்ற பாடங்களில் நல்ல மதிப்பெண்கள் பெற்றார். முதல் உலகப்போர் கற்றுத் தந்த பாடம் அவரது வாழ்க்கையை மாற்றியது.

ஜெர்மனியின் படைகள் சோவியத்துக்குள் முன்னேறின. இருபக்கமும் ஏற்பட்ட சேதங்களுக்குக் கணக்கில்லை. தந்தையின் நாடான ஜெர்மனியை வெற்றியடையச் செய்ய, தாயின் சகோதரர்களான சோவியத் படையைக் கொன்று குவித்துக் கொண்டிருந்தார்கள். போரின் நிதர்சனம் ரிச்சர்டை உலுக்கியது. தனது சகோதரர்களுள் இருவரைப் போரில் இழந்தார். அதன் பிறகு ராணுவத்திலிருந்து வெளியேறினார். கவனத்தைத் திசைதிருப்ப மேற்படிப்பில் சேர்ந்தார். அரசியல் மேலாண்மையில் முனைவர் பட்டம் பெற்றவர்(1919) ஜெர்மனியின் கம்யூனிசக் கட்சியிலும் சேர்ந்தார்.

அவரது தாய்மாமா தீவிர கம்யூனிசவாதியாக இருந்ததும், கார்ல் மார்க்ஸுடன் நேரடிப் போராட்டத்தில் ஈடுபட்டிருந்ததும் அப்போதுதான் தெரிய வந்தது. மார்க்சியத்தைப் பரப்புவதில் இன்னும் ஆர்வமானார். கல்லூரியில் அவரது முனைவர் பட்டத்துக்கு வழிகாட்டியாக இருந்த கார்ல் கேயர்லாச்சும் ஒரு தீவிர கம்யூனிசவாதி. ஜெர்மன் அரசாங்கம் இவர்களைத் தீவிரமாகக் கண்காணித்து வந்தது. கம்யூனிசவாதிகள் பலபேரைக் கொன்றது. ரிச்சர்ட் எப்படியோ தப்பித்து வந்தார்.

கம்யூனிச செய்தித்தாளின் தலையங்க எழுத்தாளராகச் செயலாற்றினார். கட்சியின் ரகசியத் தகவல்களை பெர்லினுக்கும் ஃபிராங்க்ஃபர்ட்டுக்கும் கடத்துவது ரிச்சர்டின் பொறுப்பானது. இதற்கிடையில் ஜார் மன்னர்களை எதிர்த்து சோவியத்தில் உச்சக்கட்ட புரட்சி நடந்து கொண்டிருந்தது. சோவியத்திலிருந்து ஜெர்மனியில் நடந்த கம்யூனிசக் கூட்டங்களுக்கு வந்தவர்களைப் பாதுகாக்கும் பொறுப்பும் அவரிடம் கொடுக்கப்பட்டது. கம்யூனிசம் சம்பந்தப்பட்ட எந்தப் பொறுப்பையும் இருமடங்கு உத்வேகத்துடன் செய்துகொண்டிருந்தார் ரிச்சர்ட்.

இதற்கிடையில் தனது காதல் மன்னன் பட்டத்தையும் தக்கவைத்துக் கொண்டார். அவரது வழிகாட்டி கார்ல் கேயர்லாச் இளம் வயதில்

இறந்துவிட, அவரது மனைவியும் காதலியுமான கிறிஸ்டியானாவை திருமணம் செய்து கொண்டார். இருவருமாக கம்யூனிசத்தைக் காதலித்தார்கள். இன்னும் பல புரட்சியாளர்களுடன் தொடர்பு கொண்டு மும்முரமாக தங்கள் சித்தாந்தத்தைப் பரப்பினார்கள். அவர்களுக்குள் இருந்த காதலைவிட கம்யூனிசத்தின் மீது இருவரும் கொண்டிருந்த காதல் அனைவரையும் வியக்கச் செய்தது. வீட்டை அலங்கரிக்கும் நவீன ஓவியங்கள், அரிய வேலைப்பாடுகள் நிறைந்த பழங்காலப் பொருள்கள் என ஒவ்வொன்றும் கம்யூனிசக் கொள்கையைப் பறைசாற்றின.

இவ்வளவு தீவிர கம்யூனிசவாதியை சோவியத் விட்டுவைக்குமா?

ஜெர்மனிக்கு வந்துபோன சோவியத் தலைவர்கள் பலருக்கும் ரிச்சர்டின் ஆர்வம் தெரிந்திருந்தது. அதைச் சரியாக செயல்படுத்தும் அவரது புத்திக்கூர்மையும் வியக்க வைத்தது. 1924 ஆம் ஆண்டு மாஸ்கோவுக்கு அழைக்கப்பட்டார். தட்டமுடியுமா? அங்கிருக்கும் கம்யூனிசக் கட்சியில் சேர்ந்தவர் சோவியத் குடியுரிமையும் பெற்றார். இது எதுவும் ஜெர்மனிக்குத் தெரியாமல் பார்த்துக்கொண்டார். மனைவிக்கும் தெரியாமல் ரகசியத்தைக் காத்தவர், ஒரு கட்டத்தில் அவரையும் கோட்டை விட்டார். கம்யூனிசத்தின் மீதிருந்த காதலுக்கு முன் மனைவியின் மீதிருந்த காதல் தோல்வியுற்றது. தனித்து விடப்பட்ட ரிச்சர்ட், ரஷ்யன், ஆங்கிலம் எனப் பல மொழிகளைக் கற்றார். இரு புத்தகங்களை எழுதினார். சோவியத்தின் அடுத்த முக்கியமான கட்டளைக்குத் தயாரானார்.

15. ஷாங்காய் தெருக்களில் பைக் சவாரி

மாஸ்கோவிலிருந்து ஜெர்மனிக்குத் திரும்பிய ரிச்சர்ட் முற்றிலும் மாறியிருந்தார். தீவிர கம்யூனிசவாதியாக இருந்தவர், ஜெர்மனியின் கம்யூனிசக் கட்சியிலிருந்து விலகினார். மார்க்சியக் கொள்கைகளை உதறித் தள்ளிவிட்டு நாஜிக் கொள்கைகளைப் படிக்கத் தொடங்கினார். ஜெர்மனியில் நாஜிக்கள் சிறுபான்மையினராக இருந்த காலம் அது. நாஜிக் கொள்கையைப் பற்றி யாரிடமும் விவாதம் செய்து வெல்லுமளவு அதை முற்றிலும் வாசித்து விட்டார். கொள்கை மட்டுமல்ல நடத்தையும் நாஜிக்களைப் போலவே மாறியது. சட்டெனக் கோபப்படும், திமிர்பிடித்த நாஜியாகவே அவர் உருமாறியிருந்தார்.

ஹிட்லரின் சுயசரிதையை ஏறக்குறைய மனப்பாடம் செய்திருந்தார். அவருடைய கம்யூனிச நண்பர்களுக்கு இது வியப்பாக இருக்கவில்லை. அதிர்ச்சியாக இருந்தது. ஏற்கெனவே கம்யூனிசப் பத்திரிகைகளில் எழுதிவந்த ரிச்சர்ட் இப்போது கெட்ரைட ஸைடூன் எனும் செய்தித்தாளில் சேர்ந்தார். விவசாயம் மற்றும் தானியங்களைக் குறித்த முக்கியச் செய்திகளோடு, ஜெர்மனியின் தானிய வர்த்தகத்தில் பெரும்பங்காற்றிய செய்தித்தாள் அது.

நவம்பர் - 1929

ரிச்சர்டின் உழைப்பு வீண் போகவில்லை. நாஜிக் கட்சியில் சேர அவருக்கு அழைப்பு வந்தது. கம்யூனிசத்தைக் கட்டிக்கொண்டு

வாழும் இடதுசாரிகளோடு முற்றிலும் தொடர்பை முறித்துக் கொண்டு வாருங்கள் என்றார்கள். இதற்காகவே காத்திருந்தவர் போல எல்லோரையும் உதறிவிட்டுச் சென்றார் ரிச்சர்ட். நினைத்தபடியே எல்லாம் அரங்கேறியது.

இதையெல்லாம் தொடங்கி வைத்தது மாஸ்கோவில் நடந்த ஒரு சந்திப்பு. ஜெனரல் இயான் கார்லோவிச் பியர்ஸினைச் சந்திக்க ரிச்சர்ட் அழைக்கப்பட்டார். இவர் சோவியத் சிவப்புப்படை ராணுவத்தின் உளவுத்துறை அதிகாரியாக இருந்தவர். அந்த ஒரு சந்திப்பிலேயே பியர்ஸினைக் கவர்ந்துவிட்டார் ரிச்சர்ட். நொண்டி நடந்தாலும் முன்னாள் ராணுவ வீரர் எனும் மிடுக்கு எப்போதும் ரிச்சர்டுக்கு இருந்தது. சோவியத் உளவுத்துறையில் அப்போதிருந்த நலிந்த புத்தகப் புழுக்களைப் போன்ற தோற்றம் கொண்டவர்களிலிருந்து ரிச்சர்ட் முற்றிலும் வேறுபட்டிருந்தார். அவர் களத்தில் போராடும் நிஜ கம்யூனிச வீரர் என்பதைப் பார்த்ததும் புரிந்துகொண்டார் பியர்ஸின்.

சோவியத் உளவுத்துறை ரிச்சர்டுக்கு சிவப்புக் கம்பள வரவேற்பளித்தது. சிறந்த பயிற்சியாளர்களைக் கொண்டு அவரைத் தயார்படுத்தினார்கள். அவர் ஜெர்மனி மீது தீராப்பற்று கொண்ட குடிமகனாகத்தான் வாழப் போகிறார். ஆனால் அவருடைய விசுவாசம் சோவியத்துக்காக இருக்கும். எதிரிகளின் திறமை வாய்ந்த குடிமகன்களை சோவியத்துக்காக உளவு பார்க்க வைப்பதில் கைதேர்ந்தது சோவியத். எத்தகைய நாட்டுப்பற்றுக் கொண்டவராக இருந்திருப்பினும் அவருடைய நெஞ்சில் சிவப்புக் கொடியை ஏந்தவைக்கும் வசியத்தைச் செய்துவிடும் சோவியத்.

முதலாளித்துவம், அவர்கள் உருவாக்கும் போர், இதனால் மக்கள் படும் பாடு என்று எதையும் ரிச்சர்ட் மறக்கவில்லை. நாஜியைப் போல உருமாறியது எல்லாம் அவரது திட்டம். இலக்கு இனிவரும் போர்களைத் தடுப்பது. அதை எப்படிச் செய்ய வேண்டுமோ அப்படி ரகசியமாகச் செய்தார்.

10-ஜனவரி-1930

ஷாங்காய் நகரம், சீனா.

பாதி உலகைக் கப்பலில் சுற்றிவிட்டு கிழக்குலகின் பாரிஸ் எனப்படும் ஷாங்காய் நகரத்தில் இறங்கினார் ரிச்சர்ட். நியூயார்க் நகரைப் போலவே உயர்ந்த வணிக வளாகங்களோடு உலகின் பல திசைகளிலிருந்து வந்த மக்களையும் கலாசாரத்தையும் கொண்டிருந்தது. செல்வச் செழிப்பில் திளைத்த நகரத்தில், வர்த்தகம், கேளிக்கை, சுற்றுலா, சாகசம் என்று எதற்கும் பஞ்சமில்லை. அயல்நாட்டுக் கலாசாரம் அங்கு சர்வசாதாரணமாகிப் போயிருந்தது.

இதையெல்லாம் பொறுக்க முடியாமல் சீனாவின் கம்யூனிசப் போராளிகள் கிளர்ச்சி செய்யத் தொடங்கியிருந்தார்கள். அயல்நாட்டு ஏகாதிபத்தியத்தை அவர்களால் அனுமதிக்க முடியவில்லை. ஆளும் தேசியவாதிகளோடு கடும் மோதல் ஏற்பட்டது. சீனாவின் உள்நாட்டு அரசியல் களம் நிலையற்றதாக மாறிக் கொண்டிருந்தது. ஆட்சியைத் தக்கவைத்துக்கொள்ள ராணுவத்தின் உதவியோடு கம்யூனிசப் போராளிகளை முடக்கப் பார்த்தார்கள். நிலைமையை இது இன்னும் மோசமடையச் செய்தது.

பலரும் வந்துபோகும் ஷாங்காய் நகரம் ரிச்சர்டின் வேலைகளுக்கு வசதியாக அமைந்தது. சீனாவின் தானிய உற்பத்தியைப் பற்றி ஆராய்ச்சி செய்து வெளியிடும், ஜெர்மனியின் பத்திரிகையாளராக திறம்பட பணிபுரிந்தார். கூடவே கம்யூனிசத் தோழர்களின் உதவியோடு சோவியத்துக்கான உளவு வேலையையும் கச்சிதமாகச் செய்தார். அங்கிருந்த வானொலி தொழில்நுட்ப வல்லுநர் மாக்ஸ் க்லௌசனுடன் அறிமுகமானார். சிவப்புக் கொடியை நெஞ்சில் ஏந்தியிருந்த இருவரும் கடைசிவரை சேர்ந்தே சோவியத்துக்காகப் பணியாற்றினார்கள்.

இது போதாதென்று சீனாவின் தீவிர கம்யூனிசப் பத்திரிகையாளர் ஆக்னஸ் ஸ்மெட்லியும் இவர்களோடு இணைந்து கொண்டார். இவர் மூலமாக ஒஸாக்கி ஹாட்சுமி என்ற ஒரு ஜப்பானியப் பத்திரிகையாளரும் அறிமுகமாக, நால்வரும் கூட்டாக சீனாவின் திட்டங்களை வேவு பார்த்தார்கள். இவர்களைப் போன்ற பலமடங்கு உளவாளிகளை இரண்டே வருடங்களில் உருவாக்கியிருந்தார் ரிச்சர்ட்.

ரிச்சர்டின் மிடுக்கு, முன்னாள் ராணுவ வீரர் பட்டம், அதனால் ஏற்பட்டிருந்த கால் முடம்; இதையெல்லாம் மீறிய அவரது அறிவுக்கூர்மை, பத்திரிகைத் துறையில் அவருக்கிருந்த திறமை எல்லாம் சேர்ந்து சீன உயர்மட்ட அதிகாரிகள் சமூகத்தில் அவருக்கெனத் தனி மரியாதையை ஏற்படுத்தியிருந்தது. சந்தேகம் என்ற பேச்சுக்கே இடமில்லை. மேல்மட்ட அதிகாரிகளுடன் விருந்துகளில் கலந்துகொள்வது, சமூகக் கூட்டங்கள், விழாக்கள், ஏன் தூதரக விவாதங்களில் கூட சாதாரணமாகப் பங்கேற்றார். சீனாவின் ராணுவ, அரசியல் மட்டங்களில் எடுக்கப்படும் முடிவுகள் இவருக்கும் எட்டின. இவர் மூலம் சோவியத்துக்கும் எட்டின.

இதுபோக, தனது ஜப்பானிய நண்பர் ஒஸாக்கி வழியாக ஜப்பானியக் கலாசாரத்தையும் அவர்களின் உளவியலையும் தெரிந்துகொண்டார். இவர் மூலம் இன்னுமிரண்டு ஜப்பானிய உளவாளிகளை உருவாக்கி, சீனாவில் இருந்துகொண்டே ஜப்பானின் செயல்களையும் கண்காணித்து வந்தார். ஜப்பானின் வெளியுறவுக் கொள்கைகளை சோவியத்துக்குத் தெரியப்படுத்தினார். ஜப்பானியப் படைகள் வட சீனாவையும் மான்ஷுரியாவையும் ஆக்கிரமித்தன (1931). அடுத்த இலக்கு சோவியத்தாக இருக்குமோ என்பது கேள்விக்குறியாக இருந்துவந்தது.

முதல் திருமணம் முறிந்துநிலையில் அடுத்ததைப் பற்றி ரிச்சர்ட் சிந்திக்கவே இல்லை. அதற்கு அவசியமும் ஏற்படவில்லை. அவரது ராணுவ மிடுக்கு பெண்களில் பலரையும் கவர்ந்தது. பைக் சவாரி என்ற பெயரில் ஷாங்காய் தெருக்களில் அவருடன் பறந்த பெண்கள் ஒவ்வொருவரும் அவரது ரசிகையானார்கள். ஏற்கெனவே திருமணம் ஆகியிருந்தாலும் அதைப் பற்றிய கவலை இருவருக்குமில்லை. தோற்றத்தை விட அவரது கொள்கையும் கனவும் இலக்கும் அவர்களை வசீகரித்தது. மது, மங்கை என்று ஒய்யாரமாகத் தனது பாணியில் தகவல்களைக் கறந்தார்.

பிரமிப்பூட்டும் உளவாளி என்று இவரைப் பற்றிக் குறிப்பிடுகிறார் பிரிட்டன் எழுத்தாளர் அயன் பிளெமிங். ரிச்சர்டால் ஈர்க்கப்பட்டு அவர் உருவாக்கிய கதாபாத்திரம்தான் ஜேம்ஸ் பாண்டு என்றும் சொல்லப்படுகிறது. நிஜ உலகின் ஜேம்ஸ் பாண்டாக வலம்வந்தார் ரிச்சர்ட்.

16. அறியாமையின் அழகு

டிசம்பர் – 1932

ஷாங்காயில் தனக்கு விதிக்கப்பட்ட பணிகளை முடித்துவிட்டு மாஸ்கோ திரும்பினார் ரிச்சர்ட். ஆமாம், ஜெர்மனியின் பத்திரிகையாளராக அங்கு பணிபுரிந்த ரிச்சர்ட், முதலில் மாஸ்கோவுக்குத்தான் சென்றார். ஜெனரல் பியர்ஸின் இவரது சாதனைகளை வியந்து பாராட்டினார். சோவியத்துக்கென மாபெரும் உளவுப் படையைச் சீனாவில் உருவாக்கிவிட்டு வந்திருந்தார் ரிச்சர்ட். உளவாளி என்ற சந்தேகம் வந்துவிட்டால் சீன அரசாங்கம் அவர்களைக் கைது செய்து சுட்டுக் கொன்றுவிடும். விசாரணை எல்லாம் செய்து கொண்டிருக்காது. ஆனால் சீனாவுக்குள்ளிருந்து ரிச்சர்ட்டுக்கு துப்புக் கொடுத்த யாரும் மாட்டிக்கொள்ளவில்லை. அவ்வளவு ஜாக்கிரதையாகக் கட்டமைத்திருந்தார்.

இத்தனைக்கும் ஷாங்காய் ரிச்சர்டை ஒரு ஜெர்மானியப் பத்திரிகையாளராக மட்டுமே அறிந்திருந்தது. சோவியத்துக்கும் அவருக்குமுள்ள தொடர்பை ஷாங்காயும் அறியவில்லை, ஜெர்மனியும் அறியவில்லை. கச்சிதமாகத் தனது கதாபாத்திரத்தோடு ஒன்றிப்போயிருந்தார்.

ரிச்சர்ட் ஜெர்மனிக்குத் திரும்பியபோது நாஜிக்கள் ஆட்சியைப் பிடித்திருந்தார்கள். அதிர்ஷ்டவசமாக அவர் சோவியத் உளவாளி என்பது இன்னும் கண்டுபிடிக்கப்படவில்லை. ஜெர்மனியின் பத்திரிகையாளராகவே தொடர்ந்தார். அடுத்து அவரை ஜப்பானுக்கு அனுப்புவது என்று சோவியத் உளவுத்துறையின் ஜெனரல் பியர்ஸின் முடிவு செய்தார். ரிச்சர்ட் ஜெர்மனியில் பணிபுரியும் பத்திரிக்கையும் இதே முடிவை எடுக்குமாறு பார்த்துக்கொண்டார். அதே கதாபாத்திரம் அதே வேலை. இடம் மட்டும் வேறு.

ஜப்பானில் உளவு பார்ப்பது அவ்வளவு சுலபமாக இருக்கவில்லை. அங்கு நுழையவே ஏகப்பட்ட தலைவர்களிடமிருந்து கடிதங்களைப் பெறவேண்டியிருந்தது. நாஜிக் கட்சியில் இவருக்கு நல்ல பெயர் இருந்ததால் விஷயம் சுலபமாக முடிந்தது. கர்னல் யூஜனிடமும் ரிச்சர்டை அறிமுகப்படுத்தி கடிதம் எழுதியிருந்தார் அவரது பத்திரிகை ஆசிரியர். அவை ஜப்பான் தலைநகர் டோக்கியோவிலிருந்த ஜெர்மனியின் தூதரக அதிகாரிகளிடம் ரிச்சர்டை அறிமுகப்படுத்தின.

‘ரிச்சர்டை நம்பலாம். அரசியல் ரீதியாகவும் தனிப்பட்ட முறையிலும் எதுவானாலும் அவரை நம்பலாம்’ என்று அதிலிருந்தது. எவ்வளவு அழகான வார்த்தைகள். அறியாமை எப்போதும் அழகுதான். ராணுவத்தின் சார்பாக அதே தூதரகத்திலிருந்த யூஜன், ரிச்சர்டை முழுமையாக நம்பினார்.

செப்டம்பர் – 1933.

ரிச்சர்ட் ஜப்பான் வந்து சேரவும் ஜெர்மனியின் நாஜிக்கட்சியில் அவரது உறுப்பினர் விண்ணப்பம் ஏற்றுக்கொள்ளப்படவும் சரியாக இருந்தது. நல்லவேளை கம்யூனிசத்துக்காக அவர் எழுப்பியிருந்த ஆவேச உரைகள் நாஜி போலிஸிடம் சிக்கவில்லை. ஏற்கெனவே ஜப்பானிலிருந்த கம்யூனிசத் தொடர்புகளைப் பயன்படுத்தக் கூடாது என்று சோவியத் உளவுத்துறை அவரை எச்சரித்தது. அவரது நம்பிக்கைக்குரிய தொழில்நுட்ப வல்லுநர் மாக்ஸ் க்லெளசன், ஜப்பானியப் பத்திரிகையாளர் ஓஸாக்கி ஹாட்சுமி, இன்னும் இரு பத்திரிகை நண்பர்களுடன் தனது வேலையைத் தொடங்கினார் ரிச்சர்ட்.

‘ஜெர்மனியும் ஜப்பானும் சமரசம் செய்துகொள்ளப் போகிறார்கள். இருவருமாகச் சேர்ந்து சோவியத் மீது போர் தொடுக்காமல் பார்த்துக்கொள்ள வேண்டும். ஜப்பானிய ராணுவத்தின் திட்டங்களை அறிந்து அதை சோவியத்துக்குத் தெரிவிக்க வேண்டும்.’ இதுதான் சோவியத்துக்கு உளவுபார்த்த ரிச்சர்டுக்குக் கொடுக்கப்பட்ட வேலை. அவரது எண்ணத்தோடும் ஒத்துப்போனது. மறுபடியும் போர் நடந்துவிடக் கூடாது. ஆனால் இந்தக் காரியத்தை நான்குபேரை வைத்துக்கொண்டு செய்து முடிக்க வேண்டும். ஜப்பானியக் கட்டுப்பாட்டை மீறி சோவியத்துக்கு உளவுபார்க்க ஆளெடுக்க வேண்டும். இவையே ரிச்சர்டின் முன்னாலிருந்த பணிகள்.

எங்கு தொடங்குவது? வெளிநாட்டிலிருந்து வருபவர்களை ஜப்பான் அரசாங்கம் மட்டுமல்ல மக்களே சந்தேகத்துடன் கண்காணித்தனர். முதலில் பத்திரிகையாளராகத் தனது வேலையைப் பார்க்கிறேன் என்றார் ரிச்சர்ட். ‘ஒரு சாமர்த்தியமான உளவாளி எப்போதும் ராணுவ, அரசியல் ரகசியங்களை மட்டுமே சேகரித்துக் கொண்டிருக்க மாட்டான். துண்டு துண்டாகப் பலதரப்பட்ட துறைகளிலிருந்து கிடைக்கும் செய்திகளை ஒழுங்குபடுத்தி, பகுப்பாய்வு செய்து, அதிலிருந்து இறுதி முடிவுக்கு வருவான்.’ இது ரிச்சர்ட் வகுத்துக் கொடுத்த உளவாளிகளுக்கான வெற்றி மந்திரம். அவரும் அதையே பின்பற்றினார்.

ஜெர்மனியில் எப்படி நாஜிக் கொள்கைகளை ஒன்றுவிடாமல் படித்தாரோ இப்போது ஜப்பானைப் பற்றிய அனைத்தையும் படித்தார். ஜப்பானிய வரலாறு, மக்களின் பண்புகள், இனங்கள், அரசியல், சமூகம், பொருளாதாரம், கலாசாரம் என்று எதையும் விடவில்லை. ராணுவ அதிகாரி யூஜனிடமும் நெருக்கமாகி அவருடன் சென்று ஜப்பானிய ராணுவத் தளவாடங்களைப் பார்வையிட்டார். அவர் சேகரித்த உளவுத் தகவல்களில் ஒருசிலவற்றை ஜெர்மனிக்கும் கொடுத்து நல்லபெயர் வாங்கினார். ஜெர்மனியின் மீது இவர் கொண்டிருந்த பற்றைக் கண்டு இவரையும் தங்களோடு உளவாளியாகச் சேர்த்துக்கொண்டனர். இதையும் ஏற்றுக்கொண்டவர் சோவியத்துக்கும் தொடர்ந்து தகவல்களை அனுப்பிக்கொண்டிருந்தார்.

இவரது தகவல்கள் சோவியத் அதிபர் ஸ்டாலின்வரை பகிரப்பட்டது. ஜப்பானின் முதல் எதிரி சோவியத் என்று நம்பினார் ஸ்டாலின். சீனாவின் பகுதிகளை அபகரித்த ஜப்பான், ஜெர்மனியுடனும் கைகோர்க்கப் போகிறது. இருவருமாகச் சேர்ந்து சோவியத்தை நோக்கித்தான் முன்னேறப் போகிறார்கள் என்று நினைத்தார். கிழக்கிலிருந்து சைபீரியா வழியாக ஜப்பானும், மேற்கிலிருந்து ஜெர்மனியும் சோவியத்தைச் சுற்றிவளைக்கப் பார்ப்பார்கள். இவை அனைத்தும் சோவியத்தின் நம்பிக்கை. இது உண்மையா என்று கண்டறிவதுதான் ரிச்சர்டின் முதல் வேலை. உயிரைப் பணயம் வைத்துத்தான் ஜப்பானில் உளவு பார்த்தாக வேண்டும். வேறு வழியில்லை.

07-ஜூலை-1937

மார்கோ போலோ பாலம்,

சீனா.

ஜப்பானிய வீரர்களுடன் சீன வீரர்கள் தொடங்கிய ஒரு சின்ன சண்டை, போராக உருவெடுத்தது. இரண்டாம் சீன - ஜப்பானியப் போர் ரிச்சர்டின் குழுவை முழு வீச்சில் இயங்க வைத்தது. இரு படைகளின் ராணுவ திறன்கள், அரசியல் நகர்வுகள் என அனைத்துத் தகவல்களும் சோவியத்துக்குச் சென்றன. இதன் அடிப்படையில் சோவியத் ராணுவம் ஜப்பானை எதிர்கொள்ளத் தயாரிப்புகளை முன்னெடுத்தது.

இதற்கிடையில் ஜெர்மனியின் நாட்டுப்பற்று மிக்க அதிகாரியாகவும் ரிச்சர்ட் தனது கடமையிலிருந்து விலகவில்லை. போரை மத்தியஸ்தம் செய்யும் தூதரக விவாதங்களில் தவறாமல் கலந்துகொண்டார். இரண்டு மனைவிகளைக் கொண்டிருந்த சம்சாரியைப் போல அவரால் இரண்டையும் விடமுடியவில்லை. ஜெர்மனிக்கும் சோவியத்துக்கும் இடைவிடாது உழைத்தார். ஒன்றை நிறுத்தினாலும் அடுத்த வேளையே மரணம் என்பதும் அவருக்குத் தெரியும்.

17. இழந்த நம்பிக்கையும் எதிர்பாராத தோல்வியும்

ஜெர்மனியைப் பொறுத்தவரை ஹிட்லருக்கு அடுத்து நாஜிகளுக்கெனத் தன்னை அர்ப்பணித்திருந்தவர் ரிச்சர்ட் மட்டுமே. ஜெர்மனியின் கர்னல் யூஜன், ஜப்பானின் தூதரக அதிகாரியானார். அதே சமயம் ரிச்சர்டின் ஜப்பானிய நண்பர் ஒஸாக்கி, ஜப்பானிய அரசாங்கத்தின் அமைச்சரவை ஆலோசகரானார். இரண்டாம் உலகப்போர் நெருங்கிக் கொண்டிருந்த சமயத்தில் ஜப்பான், ஜெர்மனி இருபெரும் நாடுகளின் உயர்மட்ட ரகசியங்களையும் தெரிந்து வைத்திருந்தார் ரிச்சர்ட். இதன் முழு பயனையும் அடைந்தது சோவியத்.

இவ்வளவு ரணகளத்திலும் யூஜனின் மனைவி ரிச்சர்டின் ரசிகையாக மாறியிருந்தார். இது தெரிந்ததாலோ என்னவோ உயர் பதவிகளை வழங்கி ரிச்சர்டைத் தன்கூடவே வைத்துக் கொண்டார் யூஜன். இருந்தாலும் அதிகாரபூர்வமாக ரிச்சர்ட்டுக்கு ஒரு ஆசை நாயகி வேண்டாமா? தனது நாற்பதாவது பிறந்தநாளை பாரில் குடித்துக் கொண்டாடிய போது இருபத்தைந்து வயது ஹனாகோ மியாகேவைப் பார்த்தார். கொழு கொழு கன்னங்களோடு குழந்தை போல வெட்கப்பட்டு கொண்டிருந்தார். நீலக் கண்களையுடைய ரிச்சர்டின் பிரகாசமான புன்னகையில் வீழ்ந்தார் மியாகே. அடுத்த நாள் முதலே ஜப்பானிய கிசுகிசுக்களோடும் காப்பியுடனும் ரிச்சர்டை அவரது வீட்டிலேயே இருந்து கவனித்துக்கொண்டார்.

இதற்குள் மங்கோலியாவின் கால்கின் கோ என்ற பகுதியில்

ஜப்பான் தாக்குதல் நடத்தியது (11-மே-1939). கிழக்காசியாவில் ஜப்பானின் பிடியை உலகுக்கு உணர்த்தவே இந்த எல்லையைத் தனது கட்டுப்பாட்டுக்குள் கொண்டுவரத் திட்டமிட்டது ஜப்பான். மான்ஷூவை சீனாவிடமிருந்து ஏற்கெனவே ஆக்கிரமித்ததைத் தொடர்ந்து இங்கும் முன்னேறியது. ஆனால் இது சோவியத்துடன் காக்கப்படும் எல்லைப்பகுதி என்பதை ஜப்பான் கவனிக்கவில்லை.

மங்கோலியப் படைகளுடன் சோவியத்தின் படைகளும் சேர்ந்து ஜப்பானியப் படைகளை விரட்டியடித்தது. இதற்குத் தேவையான அனைத்துத் தகவல்களையும் சோவியத் படைக்கு அனுப்பிக்கொண்டிருந்தார் ரிச்சர்ட். ஜப்பானின் ராணுவ பலமும், படைகளின் நகர்வும், திட்டமும் என ஒன்றுவிடாமல் சோவியத்துக்குத் தெரிந்திருந்தன. ஆனால் ஜப்பான், சோவியத்தை எதிர்ப்பதற்காக இதைச் செய்யவில்லை என்பதை ஆணித்தரமாகத் தெரிவித்தார் ரிச்சர்ட். ஆனால் இது குழப்பத்தில் நடந்த தாக்குதல், போருக்கானது அல்ல என்பதை சோவியத் நம்ப மறுத்தது. இரண்டாம் உலகப்போர் தொடங்க வரலாற்றில் கவனம் பெறாத முக்கிய திருப்பமானது இந்நிகழ்வு.

இதையடுத்து ஜெர்மனி, போலந்தின் மீது 01-செப்-1939 அன்று படையெடுக்கும் என்பதையும் துல்லியமாகத் தெரிவித்தார் ரிச்சர்ட். இருந்தும் சோவியத் தலைமைக்கு இவர் மீதிருந்த நம்பிக்கை குறைந்துகொண்டே வந்தது. அவர் ஜெர்மனிக்கு விசுவாசமாக இருக்கிறார் என்று எண்ணத் தொடங்கினார்கள். இவரது தகவல்கள் சோவியத்தை திசைதிருப்ப அனுப்பப்படுகின்றன என்று ஸ்டாலினும் நம்பினார். ஜெர்மனி, இத்தாலி, ஜப்பான் மூவரும் ஒன்றுசேர்ந்தார்கள். இரண்டாம் உலகப்போருக்குத் தயாரானது உலகம்.

ஆனாலும் மங்கோலியாவில் ஜப்பான் அடைந்த தோல்வி பல சந்தேகங்களை எழுப்பியது. ரகசியமாகப் பாதுகாக்கப்பட்ட ராணுவத் தகவல்கள் எப்படி சோவியத்துக்குத் தெரிந்தன? ஜப்பானியர் அல்லாத ஒவ்வொரு வெளிநாட்டவரும் சந்தேகிக்கப்பட்டார்கள். ரிச்சர்ட் மட்டும் விதிவிலக்கா என்ன? இருபத்தெட்டு வயது இளம் ஜப்பானியக் காவலர் ஹாருசுஜியு சைத்தோ, ரிச்சர்டை நிழல்போலத் தொடர ஆரம்பித்தார்.

22 - ஜூன் - 1941

கதின் கிராமம், பெலாரஸ்,

சோவியத் யூனியன்.

எட்டு வயது விக்டர் ஆண்ட்ரீவிச், வைக்கோல் களஞ்சியத்தில் அம்மாவுடன் உட்கார்ந்துகொண்டிருந்தான். கிராமத்திலிருந்த அனைவரும் அங்கு அடைக்கப்பட்டிருந்தனர். கதவு வெளிப்புறம் தாழிடப்பட்டிருந்தது. வெளியே ஜெர்மனியின் நாஜிப் படைகள் ரோந்தில் ஈடுபட்டிருந்தார்கள். கூடிக்கூடிப் பேசிக்கொண்டார்கள். சுமார் ஒரு மணி நேரம் காத்திருந்தார்கள். தங்களைப் பயப்படுத்தவே இப்படிச் செய்கிறார்கள் என்று அம்மாவும் பிறரும் பேசிக்கொண்டார்கள்.

வைக்கோல்கள் மீது பெட்ரோல் ஊற்றப்பட்டது. தங்களை உயிருடன் எரிக்கப்போகிறார்கள் என்று புரிவதற்குள், களஞ்சியம் பற்றி எரிந்தது. தீயில் கருகிய கூரைகள், கீழே விழத் தொடங்கின. கதவுகளை உடைத்துக்கொண்டு வெளியேறியவர்கள், காத்திருந்த நாஜிப் படையின் குண்டுகளுக்குப் பலியானார்கள். ஒருவரும் தப்ப முடியவில்லை. ஒன்று, தீயில் கருகிச் சாக வேண்டும். இல்லை, குண்டடிபட்டு சாகவேண்டும்.

சிறுவன் விக்டரின் தலையைக் கீழே அழுத்தியவாறு அவனை அசையாமல் அப்படியே இருக்கச் சொன்னார் அம்மா. விக்டரின் கையில் ஏதோ பலமாக மோத, வலியில் கத்தினான். அம்மாவிடமிருந்து பதிலேதும் வரவில்லை. அவர் ஏற்கெனவே இறந்துபோயிருந்தார். அவனைச் சுற்றிலும் எரிந்த சடலங்கள் கிடந்தன. அதன்பின் துப்பாக்கிச் சத்தம் கேட்கவில்லை. கிராமம் முழுக்கச் சடலங்கள் மட்டுமே சிதறிக்கிடந்தன. கதின் கிராமத்தோடு சேர்த்து ஆறாயிரம் சோவியத் கிராமங்கள் இதேபோல் தீக்கிரையாகின.

ஆபரேஷன் பார்பரோசா - சோவியத் மீதான ஜெர்மனியின் படையெடுப்பு தொடங்கியது. எழுபத்தெட்டு சதவீதப் படைகளோடு சோவியத்தை ஆக்கிரமிக்கப் படையெடுத்திருந்தார் ஹிட்லர். சண்டை போட நேரமில்லை. பயத்தால் அவர்களைத் தோற்கடிக்க வேண்டும் என்பதே உத்தி.

ஆபரேஷன் பார்பரோசா கையெழுத்தானது 18-டிச-1940. ஆறு மாதங்களுக்கு முன்னரே ஹிட்லரின் இந்தத் திட்டத்தை சோவியத்துக்கு அனுப்பியிருந்தார் ரிச்சர்ட். சோவியத் முன்னெடுக்க வேண்டிய தயாரிப்புகளையும் குறிப்பிட்டிருந்தார். ஜெர்மனி முந்திக்கொள்வதற்கு முன்னர் சோவியத் தனது ராணுவத்தோடும் வான் படையோடும் தயாராக வேண்டுமென்று எழுதியிருந்தார். நாஜிப்படைகள் எத்தனை பேர் எந்தெந்த இடத்தில் முன்னேறி வருகிறார்கள் என்று தாக்குதலின் தேதி உள்பட அனுப்பியிருந்தார். தொடர்ந்து நூற்றுக்கணக்கான தகவல்கள் ஸ்டாலினுக்கு அனுப்பப்பட்டும் நம்புவார் யாருமில்லை. ரிச்சர்ட் எதிரியுடன் சேர்ந்துகொண்டு சோவியத்தின் கவனத்தைத் திசைதிருப்பப் பார்க்கிறார் என்றே ஸ்டாலின் உறுதியாக நம்பினார்.

ஒவ்வொரு கிராமமாக எரிக்கப்பட்டு வரும் தகவல் ஸ்டாலினுக்குத் தொலைபேசி மூலம் தெரிவிக்கப்பட்டன. முதலில் அவர் நம்பவில்லை. ஒன்றன்பின் ஒன்றாகச் செய்தி வந்துகொண்டே இருந்தது. முகமெல்லாம் வெளிறிப்போய் காலி சிகரெட் பைப்பை வாயில் வைத்தபடி முக்கிய ஆலோசனைக்கு அமர்ந்தார். நாஜிப் படைக்கு வந்த கட்டளைகளில் ஏதாவது குழப்பம் இருந்திருக்க வேண்டும். அதனால்தான் சோவியத் மீது தாக்குதல் நடத்துகிறார்கள். ஹிட்லர் இதைச் சொல்லியிருக்க மாட்டார் என்றார். ஹிட்லர் தன்னை ஏமாற்றிவிட்டார் என்று ஸ்டாலினால் நம்ப முடியவில்லை. நாஜிப்படையை எதிர்க்கும் அளவுக்கு சோவியத் படைகளுக்கு வலுவில்லை என்பதும் ஸ்டாலினுக்கும் தெரியும். பெரும் அதிர்ச்சிக்குள்ளானார்.

ஸ்டாலினை விட ஜப்பானிலிருந்த ரிச்சர்ட் இன்னும் அதிர்ச்சிக்குள்ளானார். அவரது தகவல்களைப் புறக்கணித்தது ஒருபுறம். அவரது நாடு போருக்குள்ளானது மறுபுறம். எது நடக்கக் கூடாதென்று நினைத்தாரோ அது நடந்துவிட்டது. அன்று முழுவதும் குடித்துக்கொண்டே நாளைக் கடத்தினார். ஹிட்லரை ஒழித்துக் கட்டுவது மட்டுமே இனி செய்ய வேண்டியது. அது தன்னால் முடியும் என்று முழுமையாக நம்பினார் ரிச்சர்ட். இன்னும் தீவிரமாகத் தகவல்களைச் சேகரித்தார்.

18. காட்டிக்கொடுத்த காகித உருண்டை

நாஜிப்படையின் தாக்குதலுக்குப் பிறகுதான் ஸ்டாலினுக்கு ரிச்சர்டின் விசுவாசம் புரிந்தது. முழு நம்பிக்கையுடன் அவரது தகவல்களின்படி ஒரு முக்கிய முடிவெடுக்கத் துணிந்தார்.

நாஜிப்படைகளை எதிர்க்க சோவியத்தின் படைகளை ஒன்றுதிரட்ட வேண்டும். கிழக்கிலிருக்கும் சைபீரியப் படைகளை வரவழைத்தால், ஜப்பானைத் தடுக்க இயலாமல் போய்விடும். ஸ்டாலின் தயங்கினார். ஜப்பானின் அடுத்த நகர்வுகளைத் தெரிந்துகொள்ள ரிச்சர்டை எதிர்பார்த்தார்.

இதற்குள் சோவியத்துடன் போரைத் தொடங்குங்கள் என்று ஜப்பானைத் தூண்டிவிட்டது ஜெர்மனி. ஜப்பானிலிருந்த ஜெர்மனியின் தூதரக அதிகாரி யூஜன் இத்திருப்பணியைச் செய்து கொண்டிருந்தார். ஜப்பானும் தனது அமைச்சரவை உறுப்பினர் களோடு இதைப்பற்றி ஆலோசித்தது. இதில் நேரடியாகக் கலந்துகொண்ட ரிச்சர்டின் ஜப்பானிய நண்பர் ஒஸாக்கி நல்ல செய்தி கொண்டுவந்தார். ஜப்பானுக்கு சோவியத்தை கைப்பற்றும் எண்ணம் எதுவும் இப்போதைக்கு இல்லை. அது கிழக்காசியாவில் கவனத்தை செலுத்தப்போகிறது. சோவியத்துக்கு ஆபத்தில்லை என்றார்.

ரிச்சர்டு உடனே ஸ்டாலினுக்குத் தகவல் அனுப்பினார். சைபீரியப் படைகளை ஒன்று திரட்டுங்கள். நாஜிப்படையை எதிர்ப்பதில் மட்டும் இப்போது கவனம் செலுத்துங்கள் என்று தீர்க்கமாகச் சொன்னார். காத்திருந்த ஸ்டாலினும் அப்படியே செய்தார்.

எத்தனையோ உயிர்களை எடுத்தும் சோவியத்தின் தலைநகர் மாஸ்கோவை நாஜிப்படையால் கைப்பற்ற முடியவில்லை. சோவியத் வீரர்கள் அரணாக நின்றார்கள். கூடவே ரஷ்யக் குளிரும் நாஜிக்களை உறைய வைத்தது. சில வாரங்களில் சோவியத்தைக் கைப்பற்றிவிடலாம் என்ற நாஜிப்படையின் திட்டம் தோற்றது. கிழக்கிலிருந்தும் படைதிரட்டி நாஜிக்களை விரட்டுங்கள் என்ற ரிச்சர்டின் உத்தி சோவியத்தைக் காப்பாற்றியது.

அக்டோபர் - 1941

'ஜப்பானால் இனி ஆபத்து எதுவுமில்லை. என்னை மோஸ்கோவுக்குத் திரும்ப அழைத்துக்கொள்ளுங்கள். நாஜிப் படைகளை எதிர்த்து போராடும் சோவியத்துக்கு நான் உதவியாக இருக்க விரும்புகிறேன்' என்று மாஸ்கோவுக்குத் தகவல் அனுப்பினார் ரிச்சர்ட். எங்குச் சென்றாலும் அவருக்குப் பாதுகாப்பில்லை என்பது அவருக்கும் தெரியும். ஆனால் உடனே ஜப்பானிலிருந்து கிளம்புவது சந்தேகத்தை ஏற்படுத்தக்கூடும் என்பதால் நிதானமாக இருந்தார். எப்போதும் போல அவரது உளவு வேலைகளைத் தொடர்ந்தார். மறக்காமல் பெண்களையும் கவர்ந்தார்.

புதிய ஆசை நாயகியாகச் சேர்ந்திருப்பது கியோமி. இருவருமாக ஹோட்டலில் இரவு உணவருந்திக் கொண்டிருந்தார்கள். உணவு பரிமாறும்போது யாரும் பார்க்காதவாறு ஒரு காகித உருண்டையை ரிச்சர்ட் அருகில் வைத்துவிட்டுச் சென்றார் பணியாளர். அரிசி மாவும் மரவள்ளிக்கிழங்கு மாவும் பிசைந்து பேப்பர் போலிருக்கும் உணவு வகைதான் அது. 'எந்நேரமும் கைது செய்யப்படலாம். தப்பித்து விடு' என்று அதில் எழுதியிருந்தது. சீக்கிரம் உணவை முடித்துக்கொண்டுக் காரில் ஏறினார்கள்.

சிகரட்டைப் பற்ற வைப்பது போல ரிச்சர்ட் தனது கையில் வைத்திருந்த காகித உருண்டையை எரிக்க முயன்றார். லைட்டர் வேலை செய்யவில்லை. கியோமியிடம் லைட்டர் கேட்டார். ஏதேதோ காரணம் சொல்லி, தர முடியாது என்பதையே

விளக்கிக்கொண்டிருந்தார். ஆத்திரமடைந்த ரிச்சர்ட் அந்தக் காகித உருண்டையை காரிலிருந்து வெளியே தூக்கி வீசிவிட்டுக் காரைக் கிளப்பினார்.

சிறிது தூரம் சென்றவுடனேயே தொலைபேசிச் சாவடி இருந்த இடத்தில காரை நிறுத்தச் சொன்னார் கியோமி. இரவு வீடு திரும்ப முடியாதென்று பெற்றோரிடம் சொல்வதாக காரிலிருந்து இறங்கி பேசினார். ஜப்பானிய ரகசிய போலீஸை அழைத்து அவர்கள் இருந்த இடத்தைச் சொன்னார். அடுத்த சில நிமிடங்களில் போலீஸ் ரிச்சர்டை சுற்றிவளைத்தது. ரிச்சர்டை உளவு பார்க்கவே அவருடன் பழகியிருந்தார் கியோமி. ரிச்சர்ட் ஒரு உளவாளி என்கிற சந்தேகத்தின் பேரில் அவரைக் கைது செய்தது ஜப்பானிய போலீஸ்.

ஜெர்மனியின் தூதரக அதிகாரி யூஜன் நம்பவே இல்லை. 'ரிச்சர்ட் உளவாளியா? அப்படியிருக்க வாய்ப்பே இல்லை. அவருக்காக நான் என்ன வேண்டுமானாலும் செய்வேன்' என்றார். ஜெர்மனியைச் சேர்ந்த யாரும் இதை நம்பவில்லை. இது வழக்கமான ஜப்பானிய சந்தேக நடவடிக்கை, விரைவில் ரிச்சர்ட் விடுதலையாகி விடுவார் என்றே நினைத்தார்கள். இவ்வளவு குடிப்பவர், இத்தனை வருடங்களாகக் குடி போதையில் கூடவா உண்மையை உளறாமல் இருந்திருப்பார் என்று அவர்களே சாட்சி சொன்னார்கள்.இவ்வளவு செல்வாக்கிருந்த ரிச்சர்டை ஜப்பானிய உளவுத்துறை ஆதாரமில்லாமல் கைது செய்யவில்லை. அவர் காரிலிருந்து தூக்கி வீசிய அந்தக் காகித உருண்டையைக் கூட எடுத்து ஆதாரமாகச் சேர்த்து வைத்திருந்தார்கள்.

இதெல்லாம் ஆரம்பித்தது காவலர் ஹாருசுஜியு சைத்தோ ரிச்சர்டை பின்தொடர நியமிக்கப்பட்டபோது. செப்டம்பர் மாதம் முதலே ரிச்சர்டின் ஒவ்வொரு கூட்டாளியையும் கைது செய்து வந்திருந்தார்கள். மியாகி எனும் உளவாளியின் தற்கொலை முயற்சி தோல்வியில் முடிந்தது. சித்திரவதைக்குப் பெயர்போன ஜப்பானிய சிறையில் மாட்டிக்கொண்டதால் இவர் ரிச்சர்டையும், ஒஸாகியையும் காட்டிக்கொடுத்துவிட்டார். ஒஸாகியும், கிளாசனும் இன்னும் பலரும் கைது செய்யப்பட, அனைவரின் வாக்குமூலங்களிலும் ரிச்சர்டின் பெயர் தவறாமல் பதிவாகியது.

ரிச்சர்ட் சார்ஜ் ஆரம்பத்தில் உண்மையைச் சொல்லவில்லை. தனது குழுவிலிருந்த பலரும் மாட்டிக்கொண்டார்கள் எனத் தெரிந்தபின், தான் ஒரு சோவியத் உளவாளி என்பதை ஒப்புக்கொண்டார். சிறையில் தனது நினைவுக் குறிப்புகளை எழுத மட்டும் அனுமதிக்கப்பட்டார். மாஸ்கோவுக்கு செய்தி எட்டாமல் இல்லை. மூன்று முறை சோவியத்துடன் பேரம் பேசியது ஜப்பான். ரிச்சர்டுக்குப் பதிலாக சோவியத்தால் கைது செய்யப்பட்டிருந்த ஜப்பானிய உளவாளியைத் தருமாறு கேட்டது. மாஸ்கோ பதிலளிக்கவில்லை. ரிச்சர்ட் யாரென்றே தெரியாது என்று மறுத்துவிட்டது. அதுதான் சோவியத்.

07-நவம்பர்-1944

'வாழ்க சிவப்புப்படை! வாழ்க சர்வதேச கம்யூனிசக் கட்சி! வாழ்க சோவியத்தின் கம்யூனிசக் கட்சி' என்ற இறுதி முழக்கங்களோடு தூக்கிலிடப்பட்டார் ரிச்சர்ட். பத்தொன்பது நிமிடங்கள் துடிதுடித்து இறந்தார். இருபது வருடங்கள் கழித்து சோவியத்தின் அதிபர் நிகிதா குருஷெவ்வின் உத்தரவின் பேரில், ரிச்சர்டை அங்கீகரித்தது சோவியத். 'சோவியத் ஒன்றியத்தின் ஹீரோ' என்ற பட்டத்தோடு கௌரவிக்கப்பட்டார் ரிச்சர்ட் சார்ஜ். ஜெர்மன் ராணுவத்தின் உயரிய விருதான அயன் கிராஸையும் சோவியத்தின் கௌரவப் பட்டத்தையும் பெற்ற ஒரே உளவாளி என்ற பெருமைக்குரியவர் ரிச்சர்ட் சார்ஜ்.

உளவாளிகள் உயிருடன் இருக்கும்போது பட்டங்களை எதிர்பார்க்க முடியாதுதான். ஏன் உளவாளி எனும் அங்கீகாரத்தைக் கூட எதிர்பார்க்க முடியாது. எனினும் ரிச்சர்ட் தனது இலக்கைப் பூர்த்தி செய்த பின்பே இறந்துபோயிருந்தார். சோவியத்தைக் காப்பாற்றி உலகப்போரின் போக்கையே மாற்றிவிட்ட திருப்தியை விட, இந்தப் பட்டங்களா அவருக்கு முக்கியம்?

19. கள்ளங்கபடமில்லாத கண்கள்

டிசம்பர் - 1995

போஸ்னியா.

போஸ்னியப் போர் முடிந்து சமாதான ஒப்பந்தம் கையெழுத்தாகியிருந்தது. ஒரு லட்சம் மக்களைக் கொன்று இரண்டு மில்லியன் மக்களை அகதிகளாக்கிய போர். இவ்வளவு பெரிய சாதனையைப் புரிந்தவர்களின் திறமையை வீணாக்க முடியுமா? அப்படிப்பட்ட உண்மையான போராளிகளைக் கண்டெடுத்து அவர்களை ஆப்கானிஸ்தானுக்குக் கூட்டிச்செல்ல வந்திருந்தார் காலித் ஷேக் முகமது. அல்-கொய்தா தீவிரவாத அமைப்பின் மூத்த போராளிகளில் ஒருவன். நம்பிக்கை வீண்போகவில்லை. அன்று கண்டெடுத்த போராளிகள் அல்-கொய்தாவின் செப்டம்பர் 11 இரட்டைக் கோபுரத் தாக்குதல்களில் விமானங்களைக் கடத்தும் அளவுக்கு அமைப்பில் உயர்ந்தார்கள்.

அபு அல்-அப்பாஸூம் ஆப்கானிஸ்தான் செல்லத் தேர்ந்தெடுக்கப்பட்டார். இனிவரும் போர்களில் போராட வேண்டுமானால் ராணுவப் பயிற்சி கட்டாயம் தேவை. ஆப்கானிஸ்தான் பயிற்சி முகாம்கள் நிச்சயம் அவரைச் சிறந்த போராளியாக்கும் என்று அப்பாஸூக்கு நம்பிக்கையூட்டப்பட்டது. அவருக்கும் அது சரியென்றே தோன்றியது. வழுக்கையிருந்தாலும் அவரது வட்ட சிறிய முகம் இளைஞர் எனக் காட்டிக்கொடுத்தது.

எப்போதும் ஒரு சிறு புன்னைகையை ஏந்தியிருக்கும் கனிவான முகம். இவரை முனைவர் பட்டம் பெறப்போகும் விஞ்ஞானி என்று நம்புவார்களேத் தவிர, அல் கொய்தாவுக்கு வேலை பார்ப்பவர் என்று யாரும் நம்பமாட்டார்கள்.

போஸ்னியாவும் ஹெர்சகோவினாவும் சுதந்திர நாடுகளாக யூகோஸ்லாவியாவிலிருந்து பிரிந்ததும் அங்கிருந்த இனக் குழுக்களிடையேப் போர் மூண்டது. அங்கிருந்த முஸ்லீம்களுக்கு ஆதரவளிக்கச் சென்றிருந்தார் அப்பாஸ். இப்போது போஸ்னியப் போர் முடிந்துவிட்டது. தனது போராட்டத்தை அடுத்த கட்டத்துக்கு எடுத்துச் செல்லும் நேரத்தில் சரியாக அமைந்தது இந்த வாய்ப்பு. தட்டாமல் ஏற்றுக்கொண்டார்.

1978 ஆம் ஆண்டு சவூதி அரேபியாவில் பிறந்தவர் அபு அல்-அப்பாஸ். பன்னிரண்டாம் வயதிலேயே புனிதக் குரானை முழுவதுமாக மனப்பாடம் செய்து வைத்திருந்தார். அம்மாவின் மரணத்துக்குப் பிறகு வழி மாறியது அவரது வாழ்க்கை. நெருங்கிய வட்டங்களிலிருந்து பலரும் ஆப்கானிஸ்தான் போருக்குச் சென்று திரும்பியதைப் பார்த்து வளர்ந்திருந்தார். அவரது வாய்ப்பு போஸ்னியப் போரில் தொடங்கியது. தனது மதச் சகோதரர்களைக் காப்பாற்றத்தான் போரில் ஈடுபடுகிறோம் என்று மூளைச்சலவை செய்யப்பட்டிருந்தார். அதனாலேயே புனிதப்போர் புரிவது ஒன்றையே தனது இலக்காக அவரால் ஏற்றுக்கொள்ள முடிந்திருந்தது.

1996 – ஆப்கானிஸ்தான்.

பரட்டைத் தலையுடனும் கசங்கிய மேலங்கியுடனும் தலைப்பாகை கூட சரியாகக் கட்டப்படாமல் இருந்த ஒருவரை அப்பாஸ் சந்தித்தார். அவர் அப்போதுதான் சூடானிலிருந்து அகதியாக தப்பித்து ஆப்கானிஸ்தான் வந்து சேர்ந்திருந்தார். பயணக் களைப்பு முகத்திலும் தெரிந்தது. ஆனால் அவரது கண்களைப் பார்த்தவுடனேயே அவரை ஞானி என்று ஏற்றுக்கொள்ள வைத்தது. கள்ளங்கபடமில்லாக் கண்கள். அவர் பேசத்தொடங்கிய போது இலக்குகளை மிகத் தெளிவாக எடுத்துரைத்தார். அவருக்கு அதிகாரமோ பணமோ தேவையில்லை. அது அவரது நோக்கமும் இல்லை. அவரது புனித நோக்கத்தை எடுத்துரைத்தார்.

ஒரு தேர்ந்த வியாபாரி போல எல்லாவற்றையும் விளக்கிக் கூறினார். ஆனால் அவரது நம்பிக்கையைப் பிறருக்குக் கடத்த வேண்டும் என்ற நோக்கமே அதில் தென்படவில்லை. அவரது இலக்கின் மேல் அவருக்கிருந்தப் பற்று, கேட்பவரையும் அதில் இணைந்துகொள்ளச் செய்தது. யாரையும் கட்டாயப்படுத்தி அல்-கொய்தா அமைப்பில் சேர்த்துக்கொள்ளவில்லை ஒசாமா பின்லேடன். இப்படித்தான் அவரது தெளிவான உரையால் அவரிடம் வந்தவர்களை ஈர்த்துக்கொண்டார். அப்பாஸூம் ஈர்க்கப்பட்டார்.

அடுத்த ஐந்து வருடங்களில் வரலாற்றையேப் புரட்டிப்போட வேண்டும் என்ற இலக்கோடு அல் கொய்தா அமைப்பில் இணைந்தார் அப்பாஸ். அவரது நேர்காணல் ஒசாமா பின்லேடனுடன் நடந்தது. அப்போது அவர் பேசிக்கொண்டு மட்டும் இருக்கவில்லை. அப்பாஸைக் கூர்ந்து கவனித்துக்கொண்டும் இருந்தார். நேர்காணல் முடிந்தவுடன் அப்பாஸ் சண்டைக்குச் சரிப்பட்டு வரமாட்டார் என்றார். ஒவ்வொருவரையும் எதில் பயிற்சி கொடுத்து வல்லுநராக்க முடியும் என்பதை அவருடனான முதல் சந்திப்பிலேயே முடிவுசெய்யும் பழக்கமுடையவர் பின்லேடன். அவரது முடிவு தப்பானதும் இல்லை. அப்பாஸ் பேரழிவை ஏற்படுத்தும் ஆயுதங்களைத் தயாரிக்கும் துறைக்குத் தேர்வானார்.

முதலில் அனைத்து ஆயுதங்களைப் பற்றிய பயிற்சி கொடுக்கப்படும். பின்னர் புதிதாக உருவாக்கப்பட்ட ஆயுதங்களை இவர்கள் சோதனை செய்து பார்க்க வேண்டும். ராணுவ ஆயுதங்கள் மட்டுமல்ல. புதுவிதமான விஷம், ரசாயன ஆயுதங்கள் என்று சகலமும் இவர்கள் கைகளுக்குத்தான் முதலில் வரும். இவர்களது சோதனையில் தப்பிக்கும் எலிகளும், முயல்களும் அந்த ஆயுதங்களின் தோல்வியை உறுதிப்படுத்தும். நாள் முழுவதும் ஆயுதங்களோடே செலவழித்தார் அப்பாஸ். கூடவே தற்காப்புக்கான ராணுவப் பயிற்சியும் அவருக்கு அளிக்கப்பட்டது. ஒரு முழுநேரப் போராளியாகத் தயாரானார்.

‘நீ செய்யும் முதல் தவறுதான் உனது கடைசித் தவறாகவும் இருக்கும். இன்னொரு முறை தவறு செய்ய நீ உயிருடன் இருக்கப்போவதில்லை. இது உளவாளிக்கும் பொருந்தும். குண்டு

தயாரிப்பவனுக்கும் பொருந்தும். எப்போதும் எச்சரிக்கையுடன் இருப்பது ஒன்றே உயிர் வாழ வழி. ஒரு வார்த்தை பிசகினாலும் ஆறடி நிலம் உன்னை ஏந்திக்கொள்ளத் தயாராகிவிடும்.' இதுபோன்ற அடிப்படைப் பாடங்களை அப்பாஸுக்குக் கற்றுத் தந்தது அல் கொய்தா குழு.

ரயில்கள், கார்கள், கூட்டம் அதிகமாகச் சேரும் இடங்களில் வைக்க ஏதுவான ரசாயன ஆயுதங்களையும் குண்டுகளையும் தயாரிப்பது அப்பாஸின் பொறுப்பு. இதனால் கொல்லப்பட போவது பொதுமக்கள் அல்ல. தேர்தலில் ஓட்டுப்போட்டு, வரிக்கட்டி அரசாங்கத்தைத் தேர்ந்தெடுத்து நடத்தும் அதிகாரிகளே. இவர்கள் முஸ்லீம் சகோதரர்களைக் குறிவைத்து இனப்படுகொலை செய்வார்கள். நாட்டின்மீது பொருளாதாரத் தடைகளை விதித்து முன்னேற விடாமல் பார்த்துக்கொள்வார்கள். எதிர்த்தால் தீவிரவாதிகள் என்று பட்டம்கட்டி உலக அரங்கில் நம்மை எதிரிகளாக அறிவிப்பார்கள். சந்தர்ப்பம் கிடைக்கும் போதெல்லாம் நமது குடும்பங்களை வம்சத்தோடு அழிப்பார்கள். இவர்களையும் இவர்களை உருவாக்குபவர்களையும் அழிப்பது மட்டுமே நமக்கு பாதுகாப்பு தரும்.

இந்தக் கொள்கைகளின் பயனாக, ஆயுதம் தயாரிப்பவர்களுக்கு எந்தவிதக் குற்றவுணர்ச்சியும் ஏற்படாது. நீடித்து வளரக்கூடிய ஒவ்வொரு அமைப்பின் கொள்கைகளும் அத்தனை தீவிரத்தோடு உருவாக்கப்படும் நோக்கம் இதுதான். இவை மட்டுமே ஒரு தீவிரவாதியின் கண்களிலிருந்து உண்மையை மறைக்கும் புரைப்படலமாக வளர்ந்து முற்றுகிறது. அதன்பின் அவனுக்குத் தெரிவதெல்லாம் வேறொரு புதிய உலகம். அப்பாஸும் அந்தப் புதிய உலகத்தில் ஒன்றிணைந்தார்.

20. ஓடி ஒளிவது உயிருக்கு உத்தரவாதம் தராது

ஆகஸ்ட் - 1998.

அல் கொய்தா அமைப்பின் முதல் வெற்றி பதிவு செய்யப்பட்டது. கென்யாவின் தலைநகர் நைரோபி, தான்சானியா நாட்டிலிருக்கும் தார் எஸ் சலாம், என்ற இரண்டு நகரங்களிலும் குண்டு வெடிப்பு நடந்தது. அங்கிருந்த அமெரிக்கத் தூதரகங்கள் தரைமட்டமாக்கப்பட்டன. அல் கொய்தா உருவாக்கியிருந்த வெடிமருந்தை நிரப்பிய வண்டிகளை தற்கொலைப் படையினர் ஓட்டிச் சென்று இந்தப் புனிதப்போரை நிகழ்த்தி முடித்திருக்கிறார்கள்.

இருநூற்று இருபத்து நான்கு பேர் இறந்துபோனார்கள். ஐயாயிரம் பேருக்கும் மேல் காயமடைந்தார்கள். அல் கொய்தா என்ற அமைப்பு தனது இருப்பை உலகுக்கு அறிவித்த நாள் இது. இறந்தவர்களில் பெரும்பாலானோர் அமெரிக்கர்கள் அல்ல. அல் கொய்தாவின் எதிரிகள் அல்ல. எதிரிகளைக் கொல்லுமிடத்தில் தற்செயலாக மாட்டிக்கொண்டு இறந்துபோன ஆப்பிரிக்கப் பொதுமக்கள்.

வெடிமருந்து மட்டுமே இத்தனை உயிர்களை பலிவாங்கிவிடவில்லை. இவை அனைத்தும் சிதறு குண்டுகளின் வேலை. உருளை வடிவில் சிறுசிறு கூரிய உலோகத்துண்டுகள் அடுக்கி வைக்கப்பட்டிருக்கும்.

இந்த உருளை வெடித்துச் சிதறும்போது உலோகத்துண்டுகள் வானிலிருந்து குண்டுமழை போலப் பொழியும். அந்த இடத்திலிருக்கும் ஒவ்வொருவரின் உடலையும் துளைத்துக் காயப்படுத்தும். முக்கிய பாகங்களில் துளைக்கப்பட்டால் நிம்மதியாக உயிர் பிரிந்துவிடும். இல்லை என்றால் வாழ்க்கை முழுக்க ரணவேதனை நிச்சயம்.

இந்த உலோகத்துண்டுகளை ஆபரேஷன் செய்து அகற்றுவதெல்லாம் பெயருக்குச் செய்யப்படும் சிகிச்சைகள். மரணம் வரை மறக்க முடியாத அனுபவத்தைத் தரக்கூடியன. ஐநா அமைப்பால் தடை செய்யப்பட்டிருகின்றன இந்தச் சிதறு குண்டுகள். அல் கொய்தா இவற்றைப் பயன்படுத்தியே தனது முத்திரையைப் பதித்திருந்தது.

பன்னிரண்டு அமெரிக்கர்களைக் கொல்லுமிடத்தில் இருநூறு பொதுமக்கள் இறந்திருந்தார்கள். குண்டுகள் அப்பாஸின் பொறுப்பல்லவா? இதைக் கேள்விப்பட்டதிலிருந்து அவருக்கு இருப்புக் கொள்ளவில்லை. பொதுமக்களின் மரணத்தைப் பற்றிக் கேள்வி கேட்டார். அவருக்குக் கிடைத்த பதில் ஒன்றுதான். ‘இதெல்லாம் நமது கொள்கையிலேயே இருக்கிறதே. நீ மறந்து விட்டாயா? நமது எதிரிகள் பொதுமக்களுடன் ஒளிந்து கொண்டிருந்தால் அங்கிருக்கும் அனைவரையும் கொல்வது குற்றமல்ல. களையெடுக்கும் பணியில் ஒருசில நல்ல நாற்றுகளும் பிடுங்கி எறியப்படுவது போலத்தான். கடவுள் இவர்களின் கணக்கைப் பார்த்துக்கொள்வார். நீ கவலைப்படாதே’ என்று அப்பாஸை சமாதானம் செய்தார்கள், அல் கொய்தாவின் கொள்கை குருமார்கள். கடைசியாக இதையும் கூறினார்கள். ஒரு ஆப்பிரிக்கக் கூட்டம் இறந்ததற்காகவா இவ்வளவு வருத்தப்படுகிறாய்? அதற்கெல்லாம் அவர்கள் தகுதியற்றவர்கள் என்றார்.

அப்பாஸின் மனதில் ஒவ்வொரு வார்த்தையும் பதிந்தது. அதன்பின் அவர் கேள்வி கேட்கவில்லை. அந்தப் பதில் அவரை சமாதானப்படுத்தியது போலவே நடந்துகொண்டார். உள்ளுக்குள் காத்திருந்தார். அவர் உள்வாங்கிக் கொண்ட கொள்கையில் பொது மக்களின் சாவுக்கு இடமில்லை. ஆனால் அது நடைமுறையில் சாத்தியமில்லை. எதிரிகளைக் கொல்லும் ஒவ்வொரு தாக்குதலிலும் இவர்கள் பொதுமக்களையும் கொன்றார்கள். கொல்வார்கள்.

அதைபற்றிச் சிறிதும் கவலைப்படுவது இல்லை. அப்பாஸ் நினைத்திருந்த போராட்ட வழிமுறை இதுவல்ல. இப்படிப்பட்ட போராளியாக இருக்கவும் அவர் விரும்பவில்லை.

அப்போதுதான் அப்பாஸ் செய்துகொள்ள வேண்டிய மருத்துவ சிகிச்சைப் பற்றி அவருக்கு நினைவு வந்தது. பல மாதங்களாக நிலுவையிலிருந்தது. ஆப்கானிஸ்தானை விட்டு வெளியே சென்றுதான் அந்த சிகிச்சையைப் பெற முடியும். எந்த சந்தேகமும் வராதபடி அங்கிருந்து வெளியேற இந்த ஒரு காரணம் போதும். டிச - 1998, அப்பாஸ் ஆப்கானிஸ்தானை விட்டு வெளியேறினார்.

டிசம்பர் - 1998.

பாகிஸ்தானிலிருந்து கத்தாருக்குச் செல்லும் விமானத்தில் ஏறினார் அப்பாஸ். பயணம் முழுக்க அவர் அல் கொய்தாவுக்குச் செய்து கொடுத்திருந்த சத்தியப் பிரமாணம் மட்டுமே ஞாபகம் வந்தது. முட்டியில் நின்று புனித குரான் மீது செய்து கொடுத்த சத்தியம். ஒவ்வொரு வரியாக மனதிற்குள் திரும்பச் சொல்லி அந்த சத்தியத்தைக் கைவிட்டார். மருத்துவ சிகிச்சை என்ற பெயரில் அல் கொய்தாவின் முகாமிலிருந்து வெளியே வந்திருந்தார். அங்கு திரும்பப்போவதில்லை என்று முடிவுசெய்தார்.

கத்தார் விமான நிலையத்தில் அவரை காவலில் வைத்தார்கள். அப்பாஸ் எதையும் மறைக்கவில்லை. இத்தனை வருடங்கள் அவர் செய்த தவறுகளையும் அதிலிருந்து விடுபட நினைப்பதையும் விளக்கிக் கூறினார். வரலாற்றில் மேற்படிப்பு முடிக்க வேண்டும். மாணவர்களுக்குக் கற்றுத்தர வேண்டுமென்ற தனது எதிர்கால ஆசைகளைக் கூறினார். கத்தார் அதிகாரிகளுக்கு அப்பாஸின் நிலைமை புரிந்தது. அவர்களும் பதிலுக்கு உண்மையை விளக்கிச் சொன்னார்கள்.

கத்தார் ஒரு சிறிய நாடு. அப்பாஸால் அவ்வளவு சீக்கிரம் அவரது கடந்த காலத்திலிருந்து ஓடி ஒளிந்துவிட முடியாது. தொழுகைக் கூடங்களிலோ கடைகளிலோ அல் கொய்தாவின் நண்பர்கள் நிச்சயம் அவரைத் தொடர்பு கொள்வார்கள். அவர் ரகசியமாக விலகுவதெல்லாம் சாத்தியமே இல்லை. உயிருக்கு உத்தரவாதம் வேண்டுமென்றால் ஒரே ஒரு வழிதான் இருக்கிறது.

அப்பாஸ் லண்டனுக்குச் சென்று பிரிட்டன் உளவு அமைப்பான *MI6* இடம் சரணடைந்துவிடுவது. அதையும் அவர் அன்றே முடிவு செய்ய வேண்டும். அப்பாஸுக்கும் வேறெங்கு போவதற்கும் வழியில்லை. எப்படியாவது அல் கொய்தாவிலிருந்து தப்பித்தால் போதும் என்று ஒப்புக்கொண்டார். அடுத்த ஒரு மணிநேரத்தில் லண்டன் செல்லும் விமானத்தில் ஏறினார்.

அடுத்த ஏழு மாதங்கள் தனக்குத் தெரிந்த தகவல்கள் அனைத்தையும் *MI6* குழுவினருக்குத் தெரிவித்தார். ஆனால் ஒருமுறை கூட அதன் தலைமையகத்துக்குச் சென்றதில்லை. அல் கொய்தாவைப் பொறுத்தவரை அப்பாஸ் மருத்துவ சிகிச்சை எடுத்துக்கொண்டிருந்தார். பிறகுதான் அப்பாஸிடம் அந்தக் கேள்வி கேட்கப்பட்டது. அன்று அவர் எடுத்த முடிவே அவரை இன்றும் வாழ வைக்கிறது.

21. உயிருடன் திரும்புவதும் வெற்றிதான்

MI6 குழுவினர் அப்பாஸிடம் கேட்டது இதுதான்.

'களத்திலிறங்கி வேலை செய்யத் தயாரா?'

அப்பாஸ் உடனே ஒப்புக்கொண்டார். எதற்காக வெளியேற வேண்டுமென்று நினைத்தாரோ அந்த வேலையை இப்போது அல் கொய்தாவின் உள்ளிருந்தே அவரால் தடுக்க முடியும். அல்லது அதற்கான முயற்சிகளையாவது செய்ய முடியும். அதற்கான தகுந்த தயாரிப்புடன் ஆப்கானிஸ்தான் திரும்பினார் அப்பாஸ்.

அவர் முன்னர் கொண்டிருந்த அதே உத்வேகத்துடன் அல் கொய்தாவினரிடம் நடந்துகொள்ள வேண்டும். மேற்குலகை எதிர்த்து கொள்கைக்காக ரத்தம் சிந்தவும் தயாராக இருக்கும் அப்பாஸாக மாறினார். தடுக்கும் எவரையும் கொன்றுபோடவும் தயங்கக்கூடாது. ஏனெனில் சந்தேகத்துக்கு இடம் கொடுக்க முடியாது. ஒருமுறை சந்தேகம் வந்துவிட்டால் மறுமுறை அதைச் சரிசெய்ய அவர் உயிருடன் இருக்கப்போவதில்லை.

அப்பாஸின் வேலை பலதரப்பட்டது. *MI6* ஒட்டுக்கேட்க ஏதுவான ரேடியோக்களையும் தொலைபேசிகளையும் அல் கொய்தாவினரிடம் கொண்டு சேர்க்க வேண்டும். அல் கொய்தா முகாம்களின் இருப்பிடங்களைத் தெரிவிப்பது; புதிய பயிற்சி முறைகள், உறுப்பினர்கள் யார் எந்த நாட்டுக்குச் செல்கிறார்கள்,

திரும்புகிறார்கள் போன்றவை; புதிதாக எந்த நாட்டிலிருந்து யார் யார் வந்து போகிறார்கள், அவர்களது அடையாளங்கள் எனப் பலவற்றையும் பிரிட்டனுக்குத் தெரிவிக்க வேண்டும்.

இந்தத் தகவல்கள் எதையும் எங்கும் குறித்து வைத்துக்கொள்ள முடியாது. கிடைக்கும்போதெல்லாம் மூளைக்குள் செலுத்தி சேமித்துவிட்டு, எப்போது வெளியிடும் நேரம் வருகிறதோ அப்போது மீண்டும் நினைவுபடுத்தித் தெரிவிக்கவேண்டும். பிரிட்டன் அமெரிக்காவோடும் இந்தத் தகவல்களைப் பகிர்ந்து கொள்வார்கள். கூடவே அல் கொய்தாவின் ஆயுதத் துறையிலும் அப்பாஸ் சந்தேகமின்றி வேலைகளை முடிக்கவேண்டும்.

ஒருமுறை கிச்சனில் வேலைசெய்துகொண்டிருந்த அப்பாஸைத் தனிமையில் விட்டுவிட்டு அனைவரும் சத்தமின்றி வெளியே சென்றார்கள். அவர் திரும்பிப் பார்ப்பதற்குள் அவரது முதுகெலும்பில் துப்பாக்கி வைத்து அழுத்தியபடி ஒருவன் நின்றிருந்தான். அந்த முகாமில் அவர்கூடவே இருந்தவன்.

'எல்லாம் முடிந்துவிட்டது. நீயே உண்மையை ஒப்புக்கொள்ள. நீ யாருக்கு வேலை பார்க்கிறாய் என்று எங்களுக்குத் தெரிந்துவிட்டது. சத்தம் போடாமல் என்னோடு வந்து 'உண்மையை ஒப்புக்கொள்' என்றான்.

'துப்பாக்கியைக் கீழே இறக்கு. ஒரு போராளியை நோக்கி ஆயுதத்தை நீட்டுவது நம் கொள்கையில் தடைசெய்யப்பட்ட ஒன்று. இதையெல்லாம் பார்த்துக்கொண்டு நான் சும்மா இருக்க மாட்டேன்' என்று பதிலளித்தார் அப்பாஸ்.

கோபத்துடன் கடுமையாக வெளிவந்த அப்பாஸின் வார்த்தைகள் துப்பாக்கி வைத்திருந்தவனை மிரளச் செய்தது. உடனே அப்பாஸிடம் மன்னிப்பு கேட்டான். இது புதியதல்ல. வழக்கமான சோதனை என்பது அப்பாஸுக்கும் தெரியும். அமைப்பில் உள்ளவர்கள் யார் வேண்டுமானாலும் தேர்வு செய்யப்பட்டு இதுபோன்ற திடீர் பரிசோதனைக்கு உட்படுத்தப்படுவர்.

அன்று துப்பாக்கி ஏந்தியவன் 'நீ யாருக்கு வேலை பார்க்கிறாய்' என்பதைக் கூறாமல் குருட்டாம்போக்கில் 'நீ பிரிட்டனுக்கு வேலை பார்க்கிறாய் என்பது எங்களுக்குத் தெரிந்துவிட்டது' என்று கூறியிருந்தால் அப்பாஸ் நிச்சயம் கதிகலங்கிப் போயிருப்பார்.

அவன் பொதுவாகச் சொன்னதால் மட்டுமே அப்பாஸ் இது சோதனை என்பதைப் புரிந்து சுதாரித்துக் கொண்டார்.

அல் கொய்தாவுக்குள் இருந்துகொண்டே உளவு பார்ப்பது அவ்வளவு சுலபமான காரியம் இல்லை. தகவல் சாதனங்கள் எதுவும் இல்லாத இடம் ஆப்கானிஸ்தான். வடகொரியாவை விட மோசமான தகவல்தொடர்பைக் கொண்டிருக்கும். அதனால் இருந்த இடத்திலிருந்து எதுவும் செய்ய முடியாது. எந்தத் தகவலையும் வெளியே சென்று நேரில்தான் மற்றவரிடம் ரகசியமாகத் தெரிவிக்கவேண்டும்.

ஜோர்டான் மற்றும் எகிப்தின் உளவு அமைப்புகளுக்கு வேலை பார்த்த ஐந்து பேரை, பொதுமக்கள் முன்னிலையில் தலையைத் துண்டித்துக் கொன்றது அல் கொய்தா. இவர்கள் ஐந்து பேரும் வயதிலும் அனுபவத்திலும் பயிற்சியிலும் அப்பாஸை விடச் சிறந்தவர்கள். இதற்குப்பின் இவ்வாறான நிகழ்வுகளுக்குச் செல்வதைத் தவிர்த்தார் அப்பாஸ். பிரிட்டனின் உளவுத்துறைப் பயிற்சியின் போது அப்பாஸுக்கு அளித்திருந்த முதல் அறிவுரையே இதுதான்.

'உன்னால் எந்தத் தகவலையும் எங்களுக்குச் சொல்ல முடியா விட்டாலும் பரவாயில்லை. உன்னை நாங்கள் ஏளனமாக நினைக்க மாட்டோம். அதனால் உன்னை மீறித் தகவல் சேகரிப்பதில் கவனம் செலுத்தாதே. எந்தவித மன அழுத்தத்திற்கும் ஆளாகிவிடாதே. நீ முழுவதுமாக உயிருடன் திரும்பி வருவதே ஒருவகையில் வெற்றிதான்.'

இரட்டைக் கோபுரத் தாக்குதலுக்கு முன் அப்பாஸ் ஆப்கானிஸ்தானில்தான் இருந்தார். ஏதோ பெரிதாக திட்டம் போடுகிறார்கள் என்று தெரிந்ததேயொழிய என்னவென்று கொஞ்சம்கூடத் தகவல் கசியவில்லை. அத்தனை பெரிய அமைப்பு அல் கொய்தாவுடையது. இந்தத் தாக்குதலைப் பற்றி உளவுத்தகவல் கிடைக்கக் குறைந்தது அப்பாஸைப் போன்ற பன்னிரண்டு உளவாளிகள் உள்ளே இருந்திருந்தால் மட்டுமேத் தெரிந்துகொண்டிருக்க முடியும் என்றார். அங்கிருந்த ஒவ்வொரு அமைப்பும் அவரவர் எல்லைக்குள் மட்டுமே இயங்கிக்கொண்டிருந்தன. ஆயுதத் துறையிலிருந்த அப்பாஸால் ஊகிக்க முடியவில்லை. ஒருவேளை நிதித்துறையில் இருந்திருந்தால்

அந்த விமானங்களைக் கடத்தியவர்களுக்குச் செய்யப்பட்ட வர்த்தக நடவடிக்கைகள் வழியாகத் தெரிய வந்திருக்கலாம்.

செப்டெம்பர் தாக்குதலுக்கு மூன்று மாதங்களுக்கு முன்னரே ஆப்கானிஸ்தான் முகாம்களிலிருந்த ஆயுதங்களைப் பெருமளவு இடமாற்றம் செய்தார்கள். தகவல் தொடர்பு சாதனங்களைக் கூடப் பத்திரப்படுத்தினார்கள். அப்போதுதான் அப்பாஸும் லண்டனுக்கு அனுப்பப்பட்டார்.

அல் கொய்தா அமைப்பு அப்பாஸை எதற்காக லண்டனுக்கு அனுப்பியது? ஒருவேளை அவரது உண்மை முதலாளியைத் தெரிந்துகொண்டு அப்பாஸின் தலையைத் துண்டிக்கவா என்பது அவருக்கும் தெரியவில்லை.

22. வெளியான புத்தகமும் தயாரான ஃபத்வாவும்

ஜூன் - 2001.

லண்டனுக்குக் கிளம்பும் முன் அப்பாஸ், அல் கொய்தாவின் துணைத் தலைவர் அபு ஹஃப்ஸல் மிசிறியைச் சந்தித்தார். லண்டனிலிருக்கும் நான்கு தோழர்களிடம், அப்பாஸ் ஒரு முக்கிய செய்தியைத் தெரிவிக்க வேண்டும் என்ற பொறுப்பை ஒப்படைத்தார். ஆகஸ்ட் மாத இறுதிக்குள் அவர்கள் லண்டனை விட்டுக் கிளம்பிவிட வேண்டும். அப்பாஸுக்கும் ஒரு கட்டளைக் கொடுக்கப்பட்டது. அமெரிக்காவிலிருந்து கூடிய விரைவில் நல்ல செய்தி வரும். அதைக் கேட்டவுடன் ஆப்கானிஸ்தானுக்குத் திரும்பிவிடக் கூடாது. புனிதப்போர் எப்படியும் தொடரும். அதனால் அப்பாஸ் லண்டனிலேயேத் தங்கியிருக்க வேண்டும். அவரது அடுத்த பணிகளை அவர்களே தொடர்புகொண்டு தெரிவிப்பார்கள்.

கட்டளையை ஏற்றுக்கொண்டு லண்டனுக்குப் புறப்பட்டார் அப்பாஸ். இந்தத் தகவல்கள் அனைத்தும் பிரிட்டன், அமெரிக்க உளவு அமைப்புகளுக்கும் தெரியப்படுத்தப்பட்டன. ஏதோ பெரிய திட்டம் என்பது மட்டும் புரிந்தது. ஆனால் தெளிவாக எதுவும் தெரியாததால் அதற்குமேல் ஊகிக்க முடியவில்லை.

இன்னும் முயற்சி செய்திருந்தால் இரட்டைக் கோபுரத் தாக்குதல் தடுக்கப்பட்டிருக்கலாமோ என்னவோ?

லண்டனில் அப்பாஸின் பணி மசூதிகளிலும் இஸ்லாமியச் சமூகங்களிலும் மத போதனைகள் செய்வது. அங்கு வருபவர்களிடம் பேச்சுக்கொடுத்து புனிதப் போருக்குத் தயாராக இருப்பவர்களை அடையாளம் காண்பது. இதையும் கவனமாகச் செய்ய வேண்டியிருந்தது. அப்பாஸுக்குப் புதிய போராளிகளை உருவாவதில் விருப்பமில்லைதான். ஆனாலும் கொடுக்கப்பட்ட பணியைச் செய்தாக வேண்டும். நிதானமாகத் தேவையானவற்றை மட்டும் எடுத்துரைத்தார்.

இன்னொரு சிக்கலும் இருந்தது. அவர் உளவாளி என்பது பிரிட்டன் உளவுத்துறைக்கு மட்டுமே தெரியும். இஸ்லாமிய மத போதகரான அவரை பிரிட்டனின் காவலர்கள் தீவிரமாகக் கண்காணித்து வந்தனர். மேற்குலகின் செயல்களை எவ்வளவு வேண்டுமானாலும் விமர்சிக்கலாம். ஆனால் அவர்களை எதிர்க்கலாம் வாருங்கள், கொள்கைக்காகத் தியாகம் செய்யுங்கள் என்றெல்லாம் வெளிப்படையாகக் கூற முடியாது. அளந்து பேசி இருபக்கத்தையும் திருப்திப்படுத்தினார் அப்பாஸ். இரட்டைக் கோபுரத் தாக்குதலுக்குப் பிறகும் லண்டனுக்கும் ஆப்கானிஸ்தானுக்கும் பயணம் செய்து சந்தேகம் வராதவாறு தனது கடமையைத் தொடர்ந்தார் அப்பாஸ்.

2003.

எது நடக்கக் கூடாதென்று பயந்தாரோ அது நெருங்கியது. இதோ இவர் உருவாக்கிய குண்டுகளால் அப்பாவி மக்கள் இறக்கப் போகிறார்கள். நியூயார்க் நகரிலிருக்கும் ஒரு சுரங்கப்பாதையில் இவர் தயாரித்திருந்த விஷவாயுவைப் பரப்பப் போகிறார்கள். ஆயிரக்கணக்கில் மக்கள் சுருண்டு விழுந்து இறக்க போகிறார்கள். இதெல்லாம் நடக்கக் கூடாதென்று தான் அல் கொய்தாவிலிருந்து முன்னர் விலக முடிவெடுத்திருந்தார். இப்போது தடுப்பது ஒன்றே வழி. எங்கு எப்படி நடக்கப்போகிறது என்ற விவரங்களைச் சேகரித்தார். அப்போதுதான் விஷவாயு சரியாக வேலை செய்வதை உறுதிப்படுத்த முடியும் என்றார்.

பேச்சுவாக்கில் இஸ்லாமிய நாடுகளில் இதை உபயோகிப்பதில் தனக்கு விருப்பமில்லை என்பதைத் தெரிவித்தார். இல்லை பயப்பட வேண்டாம் என்றார்கள். இதேபோன்ற கேள்விகளும் பதில்களும் அப்பாஸுக்குப் போதுமானதாக இருந்தது. நடக்கப்போவது நியூயார்க் நகரத்தில் என்று பிரிட்டனுக்குத் தகவல் தெரிவித்தார் அப்பாஸ். திட்டத்தை உறுதிசெய்து அதற்கான ஃபத்வாவை (இஸ்லாமியச் சட்டப்படி இந்தக் காரியத்தை நிறைவேற்றத் தீர்ப்பு எழுதுவது) தயாரித்தனர் அல் கொய்தாவினர். தாக்குதலை நடத்த அல் கொய்தாவும், அதைத் தடுக்க அமெரிக்காவும் தயாராக இருந்தார்கள்.

யாரும் எதிர்பாராமல் ஒசாமா பின் லேடனின் உதவியாளர் அல் ஸவாஹிரி தாக்குதலை நிறுத்தச் சொன்னார். தாக்குதலைத் திட்டமிட்ட குழு தீர்க்கமாகச் சொன்னது. நம்மிடம் தேவையான ஆயுதங்கள் உள்ளன. காரியத்தை எப்படி எங்கு செய்ய வேண்டும் என்று ஆராய்ந்த பின்னரே இடத்தையும் நேரத்தையும் தேர்ந்தெடுத்துள்ளோம். நியூயார்க் நகரின் இந்தச் சுரங்கப்பாதையில் விஷவாயுவைச் செலுத்தினால் அதன் காற்றோட்ட இயக்கம் அதை இன்னும் பலமடங்கு தூரத்துக்குப் பரப்பி, ஆயிரக்கணக்கில் உயிர்ப்பலியை ஏற்படுத்தும். இதில் தவறு நடக்க வாய்ப்பே இல்லை என்று எடுத்துச் சொன்னார்கள்.

ஆனால் ஸவாஹிரி ஏற்கெனவே முடிவு செய்திருந்தார். ‘வேண்டாம். இதற்காக அவர்கள் பழிவாங்க ஆரம்பித்தால் நிலைமை நம் கட்டுப்பாட்டை மீறிப் போய்விடும்’ என்றார். இன்னொரு முக்கிய காரணமும் இருந்தது. ஈராக் மீது படையெடுக்கத் திட்டமிட்டிருந்தது மேற்குலகம். விஷவாயுத் தாக்குதல் இந்த நேரத்தில் நடந்தால், ஈராக்கை அழிக்க அமெரிக்காவுக்கு அதுவே போதுமான காரணமாக அமைந்துவிடும். ஏனெனில் ஈராக்கிடம் ரசாயன ஆயுதங்கள் இருப்பதை மீண்டும் மீண்டும் பிரசாரம் செய்துகொண்டிருந்தது அமெரிக்கா. ஈராக்கின் ஆயுதங்களை வாங்கித்தான் அல் கொய்தா இதை நடத்தியது என்று உலகையே நம்ப வைத்துவிடுவார்கள். அதனால் தாக்குதல் நிறுத்திவைக்கப்பட்டது. அப்பாஸுக்கும் மன நிம்மதி கிடைத்தது.

ஜூன் - 2006.

பாரிஸ்.

முதல்முறையாக விடுப்பு எடுத்துக்கொண்டு பாரிஸுக்கு வந்திருந்தார் அப்பாஸ். படகுச் சவாரியிலிருந்தவருக்கு தொலைபேசி அழைப்பு வந்தது. கத்தாரிலிருந்து அழைத்த நண்பர், உடனே அன்றைய டைம்ஸ் நாளிதழின் இணையதளத்தை வாசிக்கச் சொன்னார். நமக்குள் ஒரு துரோகி இருக்கிறான். நீ தலைமறைவாகிவிடு என்று எச்சரித்தான்.

டைம்ஸ் நாளிதழில் வெளிவரப்போகும் புத்தகத்தின் முன்னோட்டம் வெளியாகியிருந்தது. ரான் சுஸ்கின் எனும் புலிட்சர் விருதுபெற்ற எழுத்தாளரின் புத்தகம் அது. அல் கொய்தாவில் இருந்துகொண்டே பிரிட்டனுக்கு உளவுபார்த்த உளவாளியின் நாற்பது பக்க அறிக்கையைக் கொண்ட புத்தகம் என்று வெளியிடப்பட்டிருந்தது. உளவாளியின் பெயர் அலி, அப்பாஸின் பிறப்புச் சான்றிதழில் இருக்கும் அதே பெயர். பிரிட்டனுக்கும் செய்தி எட்டியது. அப்பாஸ் லண்டனுக்கு ரயிலேறி MI6ன் பாதுகாப்புக்குள் நுழைந்தார்.

உளவாளியான ஏழரை வருடங்களுக்குப் பிறகு MI6 அலுவலகத்துக்குள் முதல் முறையாக நுழைந்தார் அப்பாஸ். அமெரிக்கத் துணை அதிபர் வழியாக அப்பாஸைப் பற்றிய தகவல்கள் கசிந்திருப்பது தெரிய வந்தது. வெளியான புத்தகம் அப்பாஸின் கதையைத் தெளிவாகச் சொன்னது. இனி என்ன செய்ய? என்றாவது நடக்கும் என்று எதிர்பார்த்ததுதான் என்றாலும் இப்படி எதிர்பார்க்கவில்லை.

அல் கொய்தா இவரைக் கொல்வதற்கு ஃபத்வாவைத் தயார் செய்தது. இரண்டு முறை அப்பாஸ் மீது கொலை முயற்சிகள் நடந்தன. அதிர்ஷ்டவசமாக உயிர் தப்பினார். அவரது மரணம் என்று குறிக்கப்பட்டிருக்கிறதோ அன்று அதை ஏற்றுக்கொள்ளத் தயாராக இருக்கிறார் அப்பாஸ். இல்லை இல்லை. இப்போது அவரது பெயர் ஏமன் டீன்.

'நைன் லைவ்ஸ்' என்ற புத்தகத்தின் மூலம் தனது கதையை உலகுக்குச் சொல்லியிருக்கிறார் அப்பாஸ் எனும் ஏமன் டீன். துபாயிலிருக்கும் ஒரு நிறுவனத்தின் நிர்வாக இயக்குநராக

பணிபுரிந்து வருகிறார். சர்வதேச நிதி நிறுவனங்களுக்கும் அரசாங்கங்களுக்கும் தீவிரவாத நிதியுதவிகள் பற்றிய ஆராய்ச்சியைச் செய்து தரும் நிறுவனம் இது. இன்னும் பல நிறுவனங்களுக்கு ஆலோசகராகப் பணிபுரிகிறார். பல்கலைக்கழக மாணவர்களுடன் உரையாடி தீவிரவாத அமைப்புகளைப் பற்றிய விழிப்புணர்வை ஏற்படுத்தி அவரது பணியைத் தொடர்ந்து வருகிறார். எப்போதும் எச்சரிக்கையுடன்.

23. களங்கமில்லாத குரு

11 - ஜனவரி - 1963
பெய்ரூட் நகரம்,
லெபனான்.

பெய்ரூட்டிலிருந்த பிரிட்டன் தூதரகத் தலைவர் கிளென்கெய்ன் பவுல் வீட்டில் அன்றிரவு விருந்து ஏற்பாடு செய்யப்பட்டிருந்தது. அலுவலக வேலைகளை முடித்துவிட்டு அங்கு வந்துவிடுவதாக கிம் ஃபில்பி, தனது மனைவியிடம் சொல்லியிருந்தார். தனது நண்பர் எலியட்டையும் சந்திப்பதாக வாக்குக் கொடுத்திருந்தார்.

அதே சமயம் டோல்மோடோ எனும் சரக்குக் கப்பல் பெய்ரூட்டிலிருந்து கிளம்பியது. அதன் சரக்குகள் முழுமையாகக் கப்பலில் ஏற்றப்படாமல் அங்குமிங்கும் சிதறிக் கிடந்தன. திட்டமிட்டதை விட கப்பல் நகரைவிட்டு முன்னரே கிளம்பியது. சரக்குகளை விட முக்கியமான ஒன்றை ஏற்றிக்கொண்டு செல்ல வேண்டியிருந்ததால் இந்த அவசரம். பெய்ரூட்டிலிருந்து உக்ரைன் துறைமுகமான ஒடேசா வழியாக சோவியத்துக்குச் செல்லும் சரக்குக் கப்பல் அது. தனது மனைவிக்கும் நண்பருக்கும் கொடுத்த வாக்குகளை மறந்துவிட்டு கிம் ஃபில்பி டோல்மோடோவா கப்பலில் ஏறியிருந்தார். அவருக்காகவே கப்பல் சீக்கிரம் கிளம்பியிருந்தது.

எப்போதும் குடிபோதையிலிருக்கும் கிம் அன்று மிகத் தெளிவாக நிதானத்துடன் இருந்தார். உற்சாகத்துடன் காணப்பட்டார். அவரே தட்டச்சு செய்த வாக்குமூலத்துடன் தனது நண்பர் எலியட்டைச் சந்திக்க, காலையில் அலுவலகத்துக்கு வந்திருந்தார். 'முழுதாக முடிக்கவில்லை, இரவு விருந்துக்கு வரும்போது நிச்சயம் முடித்துக் கொண்டு வருகிறேன். விருந்து நடக்கும்போது அங்கிருக்கும் ஆண்கள் கழிப்பறையில் சந்திப்போம். அங்கு முழு ஆவணத்தையும் கொடுத்து விடுகிறேன்' என்று எலியட்டிடம் கூறியினார். அதற்கு மேலும் அவரிடம் கேட்க கேள்விகள் இருந்தால், லண்டன் சென்றபின் பதிலளிக்கிறேன் என்றும் வாக்களித்தார்.

இரண்டு நாள்களுக்கு முன்னர் தொடங்கியது இந்த விசாரணை. விசாரித்த எலியட்டும், விசாரிக்கப்பட்ட கிம்மும் பிரிட்டன் உளவாளிகள். கிம் சோவியத்தின் உளவாளி என்று பிரிட்டன் தலைமையிடம் சந்தேகப்பட்டது. பிரிட்டன் உளவு அமைப்பின் *(MI6)* தலைமை பதவிக்குத் தகுந்தவர்களில் ஒருவராகக் கருதப்பட்டவர் கிம். வாட்டசாட்டமான உடல்வாகு, நேர்மையான கண்கள். பெரிய மூக்கு இருந்தாலும் ஏமாற்றத் தெரியாத முகம். தலைவராகும் சர்வ லட்சணங்களையும் பெற்றிருந்தார்.அதனால் அவர்மீது எழுந்திருக்கும் சந்தேகத்தை அவரது நண்பரான எலியட்டை வைத்தே விசாரிக்கலாம் என்கிற முடிவுக்கு வந்திருந்தார்கள். எலியட் கிம்மின் நண்பர் மட்டுமல்ல. கிம்மைத் தனது குருவாக நினைத்தவர். அவர் மீது களங்கமில்லை என்றே கடைசிவரை நம்பினார்.

'1946 ஆம் ஆண்டு முதல் ரஷ்யர்களுடன் உங்களுக்கு எந்தத் தொடர்பும் இல்லை என்று தலைமையிடத்துக்குத் தகவலனுப்பி விடட்டுமா? உங்கள் வாக்குமூலத்தை நாங்கள் மரியாதையுடன் அணுகுவோம். உண்மையை மட்டும் என்னிடம் சொல்லுங்கள்' என்றார் எலியட்.

கிம் எலியட்டிடம் பொய் சொல்லவில்லை. உண்மையையும் தெளிவாகச் சொல்லவில்லை. நடந்தது இதுதான். 1945 ஆம் ஆண்டு விசாரணை செய்யப்பட்ட கூசென்கோ வழக்கில்தான் இதெல்லாம் தொடங்கியது. கனடாவில் செயல்பட்டுவந்த சோவியத் உளவாளிகளைக் காட்டிக்கொடுத்தவர் பிரிட்டனின் கூசென்கோ. இரண்டாம் உலகப்போர் முடிந்தவுடன் வெளியான

இந்தச் செய்தி, பனிப்போரின் தொடக்கமாகவும் அமைந்தது. பிரிட்டனுக்கு இந்த வழக்கில் கிடைத்த ஆவணங்கள் அனைத்தும் சோவியத்தின் உளவு அமைப்புக்கும் அனுப்பப்பட்டது. இதை அனுப்பியவர் கிம். அப்போதைய பிரிட்டன் உளவு அமைப்பின் மதிக்கத்தக்க அதிகாரி.

01 - ஜனவரி - 1912 அன்று இந்தியாவில் பிறந்தவர் ஹரோல்ட் ஃபில்பி. மத்திய கிழக்கிலும் தெற்காசியாவிலும் ஆராய்ச்சி பயணங்களில் ஈடுபட்டுக்கொண்டிருந்தார் தந்தை. அவரது இந்தியப் பயணத்தின்போது ஹரியானாவின் அம்பாலா நகரில் பிறந்தார் ஹரோல்ட். தந்தை பிரபல எழுத்தாளர் ருட்யார்ட் கிப்ளிங்கின் தீவிர ரசிகர். அதனால் கிப்ளிங்கின் உளவு நாவலில் வரும் கதாநாயகனின் பெயர் கிம்மையே, மகன் ஹரோல்ட் ஃபில்பிக்கும் வைத்துவிட்டார். வருங்காலத்தில் கிம் ஃபில்பியும் உளவாளியாக மாறுவார் என்றெல்லாம் யாரும் எதிர்பார்க்கவில்லை.எல்லாம் தற்செயலாக நடந்த சங்கல்பம்.

ஆடம்பரமான பிரிட்டன் குடும்பத்தில் வளர்ந்தார் கிம். படித்தது வெஸ்ட்மின்ஸ்டர் பள்ளியில். மேற்படிப்பு கேம்பிரிட்ஜ் பல்கலைக்கழகத்தில். படிப்பில் மட்டுமல்லாமல் ஊர் சுற்றுவதிலும் வல்லவர். நண்பர்கள் டொனால்ட், பர்ஜஸ் இருவருடனும் சேர்ந்து ஐரோப்பாவையே தமது மோட்டார் சைக்கிளில் சுற்றிவர வேண்டுமென்பதே அவரது இலக்காக இருந்தது.

வரலாறும் பொருளியலும் படித்து கிம் கல்லூரிப் படிப்பை முடித்தபிறகே, வாழ்க்கையைப் புரிந்துகொள்ளும் சந்தர்ப்பம் அமைந்தது. அவரது வாழ்வில் உண்டான திருப்பங்கள் அந்த நாவலோடும் தற்செயலாகப் பொருந்தியதுதான் ஆச்சரியம்.

ஜெர்மனியில் நாஜிக்களின் ஆட்சி தொடங்கியது (1933). ஆட்சிக்கு வந்தவுடனே ஒரு இனத்தை அழிப்பதற்கான வேலைகளைத் தொடங்கியிருந்தார் ஹிட்லர். உலகையே நடுங்கவைக்கும் படுகொலைகள் தடையின்றி அரங்கேறின. மற்ற நாடுகள் செய்ய முடிந்தது ஒன்றுதான். ஜெர்மனியிலிருந்து உயிருடன் தப்பித்தவர்களுக்கு அடைக்கலம் தருவது. அவர்களது உடல் ரணங்களுக்குச் சிகிச்சையளிப்பது.

ஜெர்மனியின் எல்லையிலிருந்த ஆஸ்திரிய நாட்டுக்குத் தப்பி வந்தவர்களுக்கான நிவாரணக் குழுவில், தனது முதல் வேலையைத் தொடங்கினார் கிம். பிரிட்டனின் செல்வச் சீமானாக வளர்ந்திருந்த அவர் இப்படிப்பட்ட நிலையில் மனிதர்களைச் சந்தித்ததில்லை. வாழ்வின் யதார்த்தத்தை அவரால் தாங்கிக்கொள்ள முடியவில்லை. சர்வாதிகாரம் என்னவெல்லாம் செய்யமுடியுமென்று நேரில் கண்டார். முதலாளித்துவம் எதையும் செய்துவிட முடியாது என்பதையும் புரிந்துகொண்டார்.

இதற்கு கம்யூனிசம் ஒன்றுதான் மாற்றாகத் தோன்றியது. முதலில் சக மனிதனைச் சமமாக மதிப்பது முக்கியம். இது நிறைவேறிவிட்டால் அவனை துன்புறுத்துவதும் ஏமாற்றுவதும் நிகழாது என்று நம்பினார். இதே நம்பிக்கையுடைய லிட்ஸி ஃபிரீட்மனையும் அங்கு சந்தித்தார். தீவிர கம்யூனிசவாதியான லிட்ஸி அவரது மனைவியானார். இந்தப் பாசிச அடிமைத்தனத்தை முடிவுக்குக் கொண்டுவர வேண்டுமென்பதில் இருவருக்கும் மாற்றுக்கருத்து இருந்ததில்லை. என்ன செய்ய வேண்டுமென்பதை லிட்ஸி ஏற்கெனவே தீர்மானித்திருந்தார்.

24. உலக சமாதானத்துக்காக உழைத்தவர்கள்

உலகில் சமாதானம் நிலைக்க போர் உருவாவதை முதலில் தடுக்க வேண்டும். அதற்கு போர்தொடுக்கச் சாத்தியமானவர்களின் அருகில் இருக்க வேண்டும். அப்படியென்றால் சோவியத்தின் உளவாளியாக வேண்டும் என்ற சித்தாந்தத்தை கிம்முக்குப் போதித்தார் லிட்ஸி. ஆதாமுக்கு ஏவாள் செய்ததைப் போல. கிம் முழுமனதுடன் ஒப்புக்கொண்டார். நாஜிப்படைகள் இவர்கள் பணியாற்றிய ஆஸ்திரியாவுக்கும் முன்னேறி வந்தது (1934). அதற்கு மேல் தீவிர கம்யூனிச ஆதரவாளர்கள் அங்கிருப்பது ஆபத்தானது. கிம்மின் பிரிட்டன் குடியுரிமையை உபயோகித்து, மனைவி லிட்ஸியுடன் லண்டனுக்குத் தப்பி வந்தார் கிம்.

சமூகத்துக்குச் சந்தேகம் வராதபடி ரகசியமாக உளவுபார்க்க எந்த வேலையைத் தேர்ந்தெடுப்பது? பத்திரிகைத் துறையைத்தான். கிம்மின் தந்தை ஹாரி, ஏற்கெனவே பிரிட்டன் உளவுத்துறையைச் சேர்ந்தவர். ஆராய்ச்சிப் பயணங்கள் என்ற பெயரில் அவரது உளவு வேலைகளைப் பாதுகாப்பாகச் செய்து வந்தார். இப்போது கிம்முக்கும் அதே நிலை. பிரிட்டனின் வலதுசாரி பத்திரிகை ஒன்றில் நிருபரானார்.

ஸ்பெயின் நாட்டில் நடைபெற்று வந்த உள்நாட்டுப் போரின் விவரங்களை நேரில் சென்று செய்தி சேகரித்து வெளியிட்டார்.

வலதுசாரிகளும் இடதுசாரிகளும் பிரிந்து ஆட்சியைக் கைப்பற்றப் போராடிக்கொண்டிருந்தார்கள். பொதுமக்களிடம் பாசிசக் கொள்கையைப் பரப்புவதே நிருபராகப் பணியாற்றிய கிம்மின் முதல் வேலையாக இருந்தது. பாசிசமா? ஆம். ஜெர்மனியைக் கவர வேறென்ன செய்ய முடியும்?

கிம் இப்போதும் சோவியத்தின் உளவாளிதான். ஆனாலும் பாசிசப் பரப்புரையை நல்லதொரு சந்தர்ப்பமாக மாற்றிக்கொண்டார் கிம். ஜெர்மனியின் உயர்மட்ட அதிகாரிகளை நெருங்கவும் தகவல்களைச் சேகரிக்கவும் இது பெரிதும் உதவியது. 1937 ஆம் ஆண்டு பாசிசப் பத்திரிகையாளர்கள் சென்ற கார் மீது படுகொலைத் தாக்குதல் நடத்தப்பட்டது. அதில் உயிர் பிழைத்த ஒரே நிருபர் கிம் மட்டுமே.

இந்தத் தாக்குதல் ஸ்பெயினின் பாசிசக் கட்சிக்கு அனுதாப ஓட்டுகளைக் குவித்தது. கிம்மின் மதிப்பை ஸ்பெயின், பிரிட்டன் என இரண்டு இடங்களிலும் கூட்டியது. இடதுசாரிகளைத் தோற்கடித்து ஸ்பெயினின் சர்வாதிகாரியாகப் பதவியேற்றார் பிரான்சிஸ்கோ பிரான்க்கோ. இவருக்கு முழு ஆதரவு கொடுத்து இதை நிகழ்த்தியது கிம்மின் பத்திரிகைப் பரப்புரை. வெற்றிப் பெருமிதத்துடன் கிம் லண்டன் திரும்பினார் (1939).

உலகில் நிலவிவந்த பொருளாதார மந்தநிலை (1929-1939) பலருக்கும் கம்யூனிசத்தைத் தழுவச் சந்தர்ப்பம் அளித்திருந்தது. பணக்கார நாடுகளில் வாழ்ந்த அடித்தட்டு மக்களுக்கு அவர்கள் சுரண்டப்படுவது உறைத்தது. இதற்கு மாற்று ஏதும் இல்லையா என்று பார்த்தபோது கண்ணுக்குத் தெரிந்தது கம்யூனிசம் ஒன்றே. அப்போது உருவாகியிருந்த சோவியத்தின் கம்யூனிச ஆட்சி நம்பிக்கை தருவதாக இருந்தது.

கிம்மின் நெருங்கிய கல்லூரி நண்பர்கள் பலரும் உலக சமாதானத்துக்காக உழைப்பதை அப்போதுதான் அவர் தெரிந்துகொண்டார். கய் பர்ஜஸும் டொனால்ட் மிக்ளேனும் இவரைப் போலவே கம்யூனிச உளவாளிகளாக இருந்தார்கள். அதற்காகவே பிரிட்டன் உளவுத்துறையிலும் இணைந்திருந்தார்கள். தந்தையின் செல்வாக்கும், கிம் ஸ்பெயினில் சேர்த்துக்கொண்ட பாசிச செல்வாக்கும் அவரது உளவு வேலையை எளிதாக்கியது. பிரிட்டன் உளவுத்துறையான MI6 க்கு வரவேற்கப்பட்டார் கிம்.

இரண்டாம் உலகப்போருக்கு முன்னர் மிகச்சிறிய அளவில் உருவாக்கப்பட்டது *MI6* உளவு அமைப்பு. பிரிட்டனுக்கு வெளியே நடப்பதைக் கண்காணிப்பதே இவர்களது வேலை. இந்த *MI6* அமைப்பு சேகரிக்கும் தகவல்கள் வெளிவராமல் பார்த்துக்கொள்வதே கிம்மின் முக்கிய வேலை. அதாவது பிரிட்டன் உளவுத்துறை சேர்ந்திருந்த தகவல்கள் வேறு எந்த நாட்டு உளவாளியின் கைகளுக்கும் சென்றுவிடாமல் பாதுகாப்பது. திருடனிடமே சாவி கொடுக்கப்பட்டது. இதை வெகு சாமர்த்தியமாகக் கையாண்டார் கிம். உலக சமாதானத்துக்கு உழைப்பது சுலபமாகியது.

இரண்டாம் உலகப்போர் தொடங்கியிருந்த காலம் அது. பல்லாயிரக்கணக்கான யூதர்கள் படுகொலை செய்யப்பட்டுக் கொண்டிருந்தார்கள். இதைத் தடுக்க வேண்டும். ஹிட்லரை நெருங்க முடியாது. அதனால் யூதர்களைத்தான் எச்சரிக்க வேண்டும். எப்படிச் செய்வது?

ஓர் அகலமான கணினி கீபோர்டில் இரண்டு செட் ஆங்கில எழுத்துகள் *(A-Z)* அடங்கியிருக்கும். இதன் பெயர் எனிக்மா கருவி. நம் பக்கமாக இருக்கும் கீபோர்டில் டைப் செய்தால் மேலிருக்கும் இன்னொரு செட் எழுத்துகள் ஒளிரும். *A* என்று டைப் செய்தால் மேலிருக்கும் செட்டிலிருக்கும் *C* ஒளிரும். *D* என்றால் *K* ஒளிரும். நாம் டைப் செய்யும் எழுத்துடன் எந்த எழுத்துக்கான மின் இணைப்பு கொடுக்கப்பட்டிருக்கிறதோ அந்த எழுத்து ஒளிரும். இப்படி நாம் டைப் செய்யும் ஒவ்வொரு எழுத்தும் அதற்கேற்ற ஒளிரும் எழுத்துகளாகத் தட்டச்சு செய்யப்பட்டு அனுப்புவதைத்தான் மறையீடு (encryption) செய்யப்பட்ட தகவல் என்பார்கள்.

இதைக்கொண்டு நாம் அனுப்பும் தகவலை மற்றவர்களிடமிருந்து மறைக்க முடியும். இதை நீக்கிவிட்டுப் படிக்கத் தெரிந்தவர்கள் மட்டுமே நமது தகவல்களைப் புரிந்துகொள்ள முடியும். மற்றவர்களுக்கு வெறும் அர்த்தமற்ற ஆங்கில எழுத்துகளின் குவியலாகத்தானிருக்கும். தகவல் சென்று சேருமிடத்திலும் எனிக்மா கருவியைக் கொண்டு டைப் செய்தால், எதெல்லாம் ஒளிர்கிறதோ அதுவே நாம் டைப் செய்த மூலத்தகவல். இந்த முறையைத்தான் எனிக்மா கோடிங் என்கிறார்கள்.

இரண்டாம் உலகப்போரின் போது ஜெர்மனியின் நாஜிப்படைகள் இதன் மூலமாக மட்டுமே முக்கியத் தகவல்களைப் பரிமாறிக் கொண்டன. அமெரிக்காவும், பிரிட்டனும் இந்த மறையீட்டைப் புரிந்துகொள்ள முயன்றன. எனிக்மா கருவியில்லாமல் மூலத்தகவலைப் படிக்கத் தனிக்குழு அமைத்தார்கள்.

பிரிட்டனின் உளவு அமைப்பான *MI6*ன் ரகசிய ப்ளெச்லீ பாக் மாளிகையிலிருந்து செயல்பட்டது இக்குழு. இதற்குத் தலைமை வகித்த ஆலன் டூரிங் என்பவர்தான் இன்றைய நவீன கணினியியல், செயற்கை நுண்ணறிவு, மறையீட்டுப் பகுப்பாய்வுத் துறை போன்றவற்றின் முன்னோடியாகக் கருதப்படுகிறார். எனிக்மா கோடிங் செய்யப்பட்ட தகவல்களை இவர் உருவாக்கிய கருவிமூலம் புரிந்துகொள்ள முடிந்தது. பிறகென்ன? நாஜிக்களின் தகவல்களை ஒட்டுக் கேட்டார்கள்.

அமெரிக்காவும் பிரிட்டனும் நாஜிப்படையின் ராணுவத் திட்டங்களை முன்னரே அறிந்து முறியடித்தன. பல்லாயிரக்கணக்கான யூதர்களை முன்கூட்டியே எச்சரித்துப் படுகொலையிலிருந்து காப்பாற்றினார்கள். ஜெர்மனியின் படைகளுக்குத் தவறான தகவல்களைப் பரப்பி போரைத் திசைதிருப்பினார்கள். இவ்வளவு முக்கியமான இடத்தில கிம் இல்லாமலா? அவரும் இதில் பங்காற்றினார்.

பிரிட்டனுக்கு மட்டுமல்ல, சோவியத்தின் உளவுத்துறையான கேஜிபிக்கும் இந்தத் தகவல்களை ரகசியமாக அனுப்பி வைத்தார். கிம்முக்கு எனிக்மாவை முறியடிக்கத் தெரியாது. ஆனால் பிரிட்டன் விஞ்ஞானிகளால் முறியடிக்கப்பட்ட தகவல்களை அவரது ஆளுமையைக் கொண்டு சுலபமாகப் பெற்றுக்கொள்ளத் தெரிந்தது. அவர்மேல் சந்தேகம் வரவிடமாட்டார். அதே சமயம் சக பணியாளர்களையும் தனக்கு விசுவாசமிக்க நண்பர்களாக சம்பாதித்துக்கொள்வதிலும் கைதேர்ந்தவர் கிம்.

25. பதற்றப்படாமல் நிலைமையைச் சமாளி

எனிக்மாவை முறியடிப்பதில் பிரிட்டன் உளவுத்துறை அடைந்த வெற்றி உலகெங்கும் கொண்டாடப்பட்டது. இதுபோன்ற ஓர் அமைப்பை ஏற்படுத்த அமெரிக்காவையும் தூண்டியது. அமெரிக்க அதிபர் ரூஸ்வெல்ட் இப்பணியை மேஜர் வில்லியம் டோனோவன்னிடம் ஒப்படைத்தார். Office of Strategic Services (OSS) தொடங்கப்பட்டது *(1942)*. இன்றைய CIA அமைப்பின் முன்னோடி இது. இப்புதிய அமைப்புக்குத் தேர்ந்தெடுக்கப்பட்ட அதிகாரிகளுக்குப் பயிற்சியளிக்கும் பணி, பிரிட்டனின் உளவு நிபுணர் கிம்மிடம் ஒப்படைக்கப்பட்டது.

ப்ளெச்லீ பாக் மாளிகையில் தொடங்கியது அந்த இருபது வருட நட்பு. அங்குதான் கிம், ஜேம்ஸ் ஆங்கிள்டனை முதல்முறையாகச் சந்தித்தார். இருபத்தாறு வயதில் பலவற்றையும் கற்றுத் தேர்ந்திருந்தார் ஆங்கிள்டன். OSS உளவு அமைப்பின் சிறந்த இளைஞனை கிம்மிடம் பயிற்சிபெற அனுப்பியிருந்தார்கள். உளவாளிகளின் தகவல்கள் நாட்டைவிட்டு வெளியேறிவிடாமல் பாதுகாப்பது எப்படி என்பதைக் கற்றுக்கொடுத்தார் கிம். முப்பத்து இரண்டு வயதேயான கிம்மின் சீடரானார் ஜேம்ஸ் ஆங்கிள்டன்.

இரண்டாம் உலகப்போரில் கிம்மின் சாதனைகளைப் பாராட்டி Order of the British Empire (OBE) எனும் விருது வழங்கப்பட்டது. பிரிட்டன் அரச குடும்பத்தினரால் சமூகத்துக்குப்

பங்களிப்பவர்களுக்கு வழங்கப்படும் விருது இது. கிம்மின் அந்தஸ்தை உளவுத்துறையிலும் இது வெகுவாக உயர்த்தியது. ஆனால் அவருடைய வெற்றியைக் கூட சேர்ந்து கொண்டாடத்தான் யாருமில்லை. பிரிட்டன் உளவுத்துறையில் சேர்ந்தது முதலே கிம், மனைவி லிட்ஸியிடமிருந்து விலகினார். பாசிச ஆதரவாளன் எப்படி தீவிரமாகக் கம்யூனிசத்தைத் தழுவியிருக்கும் மனைவியோடு வாழ முடியும்? சந்தேகங்களுக்கு இடங்கொடுக்கக் கூடாதென்று திருமணத்தையும் முறித்துக்கொண்டார். அவரது நண்பர்களை மட்டுமே வாழ்நாள் முழுக்கத் தக்கவைத்துக் கொண்டார்.

இரண்டாம் உலகப்போருக்குப் பிறகு பனிப்போர் தொடங்கியிருந்தது. சோவியத்தின் ஒவ்வொரு அசைவும் மேற்குலகால் கவனத்துடன் கண்காணிக்கப்பட்டது. அமெரிக்காவும் பிரிட்டனும் இதில் ஒருசேரப் பணிபுரிந்தார்கள். ஸ்பெயின், போர்ச்சுகல், இத்தாலி நாடுகளில் தொடங்கி மத்தியத் தரைக்கடல் நாடுகள் அனைத்திலும் அமெரிக்க உளவுப்படையை விரிவுபடுத்தினார் ஆங்கிள்டன். இஸ்ரேலின் மொஸாட் உளவு அமைப்பு இத்தாலியில் ஊடுருவ வழிவகுத்தார். அப்போது கிம் துருக்கியில் பணி செய்து கொண்டிருந்தார்.

எங்கிருந்தாலும் பிரிட்டனின் கிம்மும், அமெரிக்காவின் ஆங்கிள்டனும் பரஸ்பரம் எல்லாத் தகவல்களையும் பகிர்ந்து கொண்டார்கள். ஒவ்வொரு சூழலிலும் அடுத்து என்ன செய்ய வேண்டும், எப்படி அதைக் கையாள வேண்டுமென்று தொடர்ந்து கிம்மிடம் பயிற்சிபெற்று வந்தார் ஆங்கிள்டன். கிம்முக்குத் தெரியாத அமெரிக்க, பிரிட்டன் உளவுத் தகவல்களே இல்லை எனலாம். அத்தனையும் சோவியத் உளவுத்துறையான கேஜிபிக்கு கிம் வழியாக ரகசியமாகச் சென்று சேர்ந்தது.

இரண்டாம் உலகப்போரின் முடிவில் அல்பேனியாவில் கம்யூனிச ஆட்சியை ஏற்படுத்தியிருந்தது சோவியத். ஐரோப்பாவில் கம்யூனிசம் பரவுவது அமெரிக்காவுக்கும் பிரிட்டனுக்கும் பொறுக்கவில்லை. இதனால் அங்கு உள்நாட்டுப் புரட்சி ஏற்படுத்த திட்டம் தீட்டினார்கள். அல்பேனியாவிலிருந்து வெளியேறும் அகதிகளுக்குப் பயிற்சி கொடுத்து மீண்டும் நாட்டுக்குள் அனுப்பினார்கள். படகுகள், பாராசூட்கள் மூலம் இந்தப் புரட்சியாளர்கள், மக்களோடு மக்களாக ஊடுருவுவதே திட்டம்.

ஆனால் அல்பேனியாவுக்குள் தரையிறங்கும் ஒவ்வொருவரும் பிடிபட்டார்கள். எத்தனை விதமான வழிகளில் அனுப்பினாலும் தவறாமல் பிடிபட்டுக் கொல்லப்பட்டார்கள். கொன்றது சோவியத் படை. தகவல் கொடுத்தது கிம். பிரிட்டனின் திட்டத்தை அடியோடு அழித்தது சோவியத். இந்தமுறை மேற்குலகை நிறுத்தவில்லை என்றால், இதே போல மற்ற கம்யூனிச நாடுகளான பல்கேரியா, ருமேனியா, ஹங்கேரியிலும் இதையே பின்பற்றுவார்கள். இது சோவியத்தைக் கோபமுறச் செய்து மூன்றாம் உலகப்போருக்கு வழிவகுக்கும். இதை மனதில் கொண்டு, அல்பேனியா மற்றும் போலந்தின் கம்யூனிச ஆட்சிகளைக் கலைக்கும் பிரிட்டனின் திட்டங்களை முறியடித்தார் கிம்.

பாசிச, கம்யூனிசச் சித்தாந்தங்களை ஒன்றும் செய்ய முடியாது. ஆனால் இவற்றைப் பின்பற்றும் மேற்குலகும் சோவியத்தும் முட்டிக்கொள்ளாமல் தடுக்க முடியும். அதைத்தான் கிம் செய்து வந்தார். போரைத் தடுக்க அவரால் செய்ய முடிந்தது இதுவொன்றே. அது பலனும் தந்தது.

பிரிட்டனின் MI6, அமெரிக்காவின் OSS உளவு அமைப்புகளில் பணியாற்றிய ஒவ்வொரு நபரின் அடையாளமும் பின்னணியும் கிம்முக்குத் தெரிந்திருந்தது. இவர்களில் யாரெல்லாம் சோவியத்தை உளவுபார்க்க முற்படுகிறார்களோ அவர்களை சோவியத் உளவு அமைப்பான கேஜிபியிடம் காட்டிக்கொடுத்தார். அடுத்து மரணம்தான். விசாரணைக்கு எல்லாம் கேஜிபியில் இடமில்லை.

இவ்வளவு உளவாளிகளின் மரணம் MI6க்கு சந்தேகம் ஏற்படுத்தாமல் இல்லை. நிச்சயம் அவர்களுள் ஒரு துரோகி இருக்கிறான். பிரிட்டனிடம் பணிபுரிந்துகொண்டு சோவியத்துக்குத் தகவல் சொல்கிறான் என்பது அவர்களுக்கும் புரிந்தது. இதற்கெனத் தனிப்படை அமைக்கப்பட்டுத் தேடுதல் வேட்டையும் தொடங்கியது. இந்தத் தனிப்படையின் தலைவராக நியமிக்கப்பட்டவர் யார் தெரியுமா? சந்தேகமின்றி கிம்மேதான். இது போதாதா? சாட்சிகள் அனைத்தும் காணாமல் போயின. அதைக் கண்டுபிடித்தவர்களே தேடுமளவு அனைத்தும் காணாமல் போயின.

'மாட்டிக்கொண்டோம். இனி வேறு வழியில்லை என்று ஒவ்வொரு சிக்கலிலும் தோன்றும். சரியாக அந்நேரம் ஒரு அதிர்ஷ்டமடிக்கும். என்னை அந்தச் சிக்கலிலிருந்து வெளியேற்றும்

வழியைக் காண்பிக்கும். பதற்றப்படாமல், அதை வெளியே காட்டிக்கொள்ளாமல் அந்தச் சூழ்நிலையை நான் சமாளித்து விட்டாலே போதும். என்னுடைய பழைய நம்பிக்கையையும் அந்தஸ்தையும் நான் பெற்றுவிடுவேன். வாழ்க்கை முழுவதும் தொடர்ந்த இப்படிப்பட்ட அதிர்ஷ்டங்களால்தான் என்னால் முப்பது வருடங்கள் இரட்டை வேடம் போட முடிந்தது' என்று எளிமையாகச் சொல்லிவிட்டுச் செல்கிறார் கிம்.

அவர் நம்பியது அதிர்ஷ்டத்தை மட்டுமல்ல. அதற்குத் தேவையான உத்திகளையும் உழைப்பையுமே. அது மட்டுமே இத்தகைய நீடித்த தன்னம்பிக்கையைத் தர முடியும்.

26. ரகசியம் காத்த இரட்டையர்கள்

இப்போது நாம் உபயோகிக்கும் OTP (One Time Password) முறையை 1928 ஆம் ஆண்டு முதலே உபயோகித்து வந்தது சோவியத்தின் உளவு அமைப்பான கேஜிபி. தொலைபேசி, மின்னஞ்சல் என்று எதுவும் இல்லாத காலத்தில் இது One Time Pad எனப்பட்டது. ரகசியத் தகவல்களில் பயன்படுத்தும் ஒவ்வொரு வார்த்தைக்கும் ஒரு தற்போக்கு எண் (random number) உருவாக்கப்படும். ஒவ்வொரு முறையும் இந்தத் தற்போக்கு எண்கள் அடங்கிய இரண்டு சிறிய அட்டைகள் அச்சடிக்கப்படும். ஒன்று தகவல் அனுப்புபவரிடமும் மற்றொன்று அதைப் பெறுபவரிடமும் இருக்கும். இதை ஒருமுறை பயன்படுத்திவிட்டு அட்டைகளை அழித்துவிடுவார்கள். அடுத்தடுத்த தகவல்களுக்கு வரிசையாக அச்சிடப்பட்ட அட்டைகளைப் பயன்படுத்துவார்கள்.

முன்பு எழுத்துகளுக்குப் பார்த்த எனிக்மா மறையீடு போலத்தான். இங்கு வார்த்தைகளுக்கு மறையீடு. ஆனால் இவை யாராலும் ஊகிக்க முடியாதவை. எந்தக் கருவியையும் சார்ந்து இயங்காதவை. ஒவ்வொரு முறையும் தற்போக்கு எண்களே உருவாக்கப்படுவதால் இதை உருவாக்குபவரால் கூட இதன் போக்கைக் கண்டறிய முடியாது. ஒருமுறை மட்டுமே பயன்படுத்துவதால் இதைப் புரிந்துகொள்ளும் முயற்சியும் வீணே.

இதனாலேயே அமெரிக்காவிலிருந்து சோவியத்துக்கு அனுப்பப்பட்ட உளவுத் தகவல்களில் ஒரு சதவீதத்தைக் கூட அவர்களால் கண்டுபிடிக்க முடிந்ததில்லை. தகவல்கள் முழுக்க எண்கள். எதைக்கொண்டு அவற்றை வார்த்தைகளாக மாற்றுவது? சோவியத் உளவாளிகள் தகவல் அனுப்பிய ஒவ்வொரு முறையும் அதற்குரிய குறியீட்டு அட்டையை (OTP) கவனமாக அழித்து வந்தார்கள். இதனால் ரகசியம் கசிகிறது என்று தெரிந்தும் அதைப் புரிந்துகொள்ள முடியாத நிலையிலிருந்தது அமெரிக்கா. இதைக் கண்டுபிடித்தே தீரவேண்டுமென்று உருவாக்கப்பட்டது வெனோனா திட்டம்.

எப்பேர்ப்பட்ட ரகசியமும் ஒருநாள் வெளிவருமல்லவா? உலகப்போர் சமயத்தில் ஜெர்மனியின் படைகள் சோவியத்தைச் சூழ்ந்திருந்த அவசர நிலையில், ஒருசில OTP அட்டைகளை விநியோகிப்பதில் குழப்பம் ஏற்பட்டது. இதனால் அச்சமயத்தில் பிரிட்டனுக்கு வெளியேறிய உளவாளிகளில் சிலர் அட்டைகளை மறுபடியும் உபயோகிக்கும் நிலை ஏற்பட்டது. ரகசியம் இதன் மூலமாக வெளியேறுவதை அறிந்த அமெரிக்கா, அர்த்தம் புரியாவிட்டாலும் இந்த அட்டைகளை பத்திரமாகச் சேகரித்து வைத்திருந்தது.

வெனோனா திட்டமும் தொடங்கப்படவும் இந்த அட்டைகளின் ரகசியங்கள் கொஞ்சம் கொஞ்சமாகப் பிடிபடத் தொடங்கின. இதைப்போல ஐந்து விதமான மறையீடுகள் இருந்தன. உளவு அமைப்பான கேஜிபிக்கென்று தனி மறையீடு; சோவியத்தின் ராணுவ அதிகாரிகளுக்கென ஒன்று, கடற்படை அதிகாரிகளுக்கு வேறு. இவற்றைப் புரிந்துகொள்ளவும் கடினமான முயற்சி தேவைப்பட்டது. இந்தத் தகவல்களில் குறிப்பிடப்படுவது பட்டப்பெயர்கள் மட்டுமே. அதிபர் ரூஸ்வெல்ட்டை கபித்தான் என்றும் சான் பிரான்சிஸ்கோ நகரை பாபிலோன் என்றும் குறிப்பிட்டிருப்பார்கள். இந்த மறையீட்டை முறிக்கும் முயற்சிகள் நடந்தபோதே, தகவல்களின் பிறப்பிடமும் கண்டறியப்பட்டது *(1949)*.

நியூயார்க்கிலிருந்த பிரிட்டன் தூதரகத்திலிருந்து ஹோமர் என்ற பட்டப்பெயர் கொண்ட ஒருவர் சோவியத்துக்குத் தகவலனுப்பி வருகிறார் என்று தெரிந்தது. மூன்று பேர் ஹோமராக இருக்கலாம்

என்ற சந்தேகம் எழுந்தது. அதில் ஒருவர் கிம்மின் கல்லூரி நண்பர் டொனால்ட் மிக்ளேன். கிம்மைப் போலவே உலக சமாதானத்துக்காக உழைக்கும் சோவியத் விசுவாசி, பிரிட்டன் உளவாளி. இந்தத் தகவல்களை அனுப்புவதற்காகவே அடிக்கடி நியூயார்க் வந்துபோனவர். டொனால்ட் மாட்டிக்கொண்டால் சோவியத் விசுவாசிகள் அனைவருக்கும் ஆபத்து. கல்லூரி நண்பர்கள் என்ற ஒரு விஷயம் போதாதா, கிம்மை சந்தேகப்படுவதற்கு?

லண்டனிலிருக்கும் டொனால்டுக்கு இதைத் தெரியப்படுத்திவிட்டால் அடுத்தடுத்த காரியங்களை அவர் பார்த்துக்கொள்வார். நேரில் மட்டுமே தகவலைத் தெரிவிப்பது நல்லது. இவர்கள் இருவருக்கும் கல்லூரி காலத்திலிருந்தே நண்பராக இருந்த கய் பர்ஜஸ், கிம்முடன் வாஷிங்டனில் ஒரே அடுக்குமாடியில் வசித்து வந்தார். இவரும் சோவியத் விசுவாசி. குடிபோதைக்கு அடிமையானதால் கிம்மின் கண்காணிப்பில் இருந்தார். வாஷிங்டனிலிருந்து இவரை டொனால்டு தங்கியிருக்கும் லண்டனுக்கு அனுப்பித் தகவலைத் தெரிவிக்கலாம் என்று முடிவு செய்தார் கிம். வேறு வழியில்லை.

குடிபோதையில் அதிவேகமாகக் காரை ஓட்டிச் சென்றார் பர்ஜஸ். தடுத்து நிறுத்திய போலீசிடமெல்லாம் தனது பிரிட்டன் உளவு அமைப்பின் அடையாள அட்டையைக் காட்டி விடுவித்துக்கொண்டார். ஒரே நாளில் பலமுறை கைது செய்யப்படவும் லண்டனிலிருந்த தலைமையகத்துக்கு அழைக்கப்பட்டார் பர்ஜஸ். இதுதானே அவருக்கும் வேண்டும். அப்போதுதானே அங்கிருக்கும் டொனால்டை எச்சரிக்க முடியும். விஷயம் தெரிந்தவுடன் டொனால்ட் சோவியத்துக்குத் தப்பிச் செல்வது. பர்ஜஸ் பழையபடி கிம்மிடம் திரும்பிவிடுவது. இது தான் கிம் போட்டுக்கொடுத்த திட்டம்.

திட்டமிட்டபடி டொனால்ட் பிரான்ஸுக்குச் செல்லும் கப்பலில் ஏறி சோவியத்துக்குத் தப்பிச் சென்றார். விசாரணைக்கு இரண்டு நாள்கள் முன்னரே அவர் தப்பித்துவிட்டார். ஆனால் கூடவே பர்ஜஸும் சென்றுவிட்டார். இது திட்டத்திலேயே இல்லை. இது கிம்முக்கு பெரும் ஆபத்தை ஏற்படுத்தக்கூடியது. ஒரே கல்லூரியில் படித்த நண்பர்கள், இப்போதும் ஒரே குடியிருப்பில் வசிப்பவர்கள் என்று பர்ஜஸால் கிம் மீதும் தீவிர சந்தேகம் எழுந்தது.

அமெரிக்க, பிரிட்டன் உளவுத்துறைகள் ஒருங்கிணைந்து பணியாற்றுவதற்கான பயிற்சி அளிப்பதற்காக, கிம் அப்போது வாஷிங்டனுக்கு அனுப்பப்பட்டிருந்தார். பிரிட்டன் உளவுத்துறையான *MI6*ன் அடுத்த தலைவராக கிம் பொறுப்பேற்கப் போகிறார் என்றும் சொல்லப்பட்டது.

ஆனால் பர்ஜஸ் செய்த காரியத்தால் சந்தேகம் ஏற்பட, கிம் லண்டனுக்கு அழைக்கப்பட்டார். இம்முறையும் முடிந்து விட்டதென்றே நினைத்தார். இருந்தபோதும் வெளியே காட்டிக்கொள்ளவில்லை. கிம் மீது சந்தேகப்பட ஆதாரங்கள் வலுவற்றதாக இருந்தது. கல்லூரி நண்பர்கள் எனினும், அப்போதிருந்த மேல்மட்ட வர்க்க இளைஞர்கள் பெரும்பாலும் படிக்கத் தேர்ந்தெடுத்தது கேம்பிரிட்ஜ் பல்கலைக்கழகத்தைத் தானே? ஒன்றாகப் படித்ததாலேயே துரோகத்திலும் கூட்டாளிகள் ஆகிவிட வேண்டியதில்லையே? கிம்மின் தந்தைக்கு பிரிட்டன் உளவுத் துறையிலிருந்த மரியாதையும் இவர் மீதிருந்த சந்தேகத்தைப் புறக்கணிக்க இன்னொரு காரணமாக இருந்தது.

இவற்றையெல்லாம் விட கிம் சம்பாதித்திருந்த நம்பிக்கை அவரை யாரும் சந்தேகிக்கவிடவில்லை. பிரிட்டன், அமெரிக்கா என இரு நாடுகளின் அதிகாரிகளிடம் மட்டுமல்ல அலுவலகங்களில் பணிபுரியும் ஊழியர்கள் வரை அனைவருக்கும் கிம்மைப் பிடித்திருந்தது. அவ்வளவு வசீகரமானவர். பாகுபாடில்லாமல் அனைவரிடமும் சமமாகப் பழகக்கூடிய மனிதர். கேட்காமலேயே உதவி செய்யக்கூடியவர். அவரது உதவிகளுக்குச் சான்றாக அமெரிக்க உளவுத்துறையில் உயர்ந்திருந்த ஜேம்ஸ் ஆங்கிள்டன் தனது ஒவ்வொரு வெற்றியையும் கிம்முக்கே அர்ப்பணித்திருந்தார். இது அனைத்தும் அவரது நடிப்பல்ல, உண்மை குணம்.

விசாரணை என்று லண்டனுக்கு அழைக்கப்பட்டிருந்த கிம்மை, எவ்வளவு சீக்கிரம் இதிலிருந்து விடுவிப்பது என்றே அனைவரும் வழிதேடினார்கள். போதிய ஆதாரங்களும் இல்லை. இருப்பதையும் யாரும் நம்பத் தயாராக இல்லை. இந்த இக்கட்டான சூழலைத் தவிர்க்க கிம், பிரிட்டன் உளவு அமைப்பான *MI6*லிருந்து ராஜினாமா செய்தார் (1951). இதோடு கிம் தனது உலக சமாதானப் பணிகளை முடித்துக்கொண்டாரா?

27. இவர் சாஷாவாக இருக்க முடியாது

பிரிட்டன் உளவுத்துறையிலிருந்து *(MI6)* ராஜினாமா செய்த கிம், ஒரு பத்திரிகையாளராக பெய்ரூட் அனுப்பப்பட்டார்*(1956)*. உண்மையில் இது *MI6*ன் திட்டமே. *MI6* அதிகாரியாக இல்லாமல் சாதாரணப் பத்திரிகை நிருபராக உளவுபார்க்க, கிம்மை அனுப்பினார்கள். ஆனால் சந்தேகத்தின் அடிப்படையில் கிம்மையும் அங்கு கண்காணித்தார்கள்.

பெய்ரூட் வாழ்க்கை கிம்மை குடிப்பழக்கத்திற்கு அடிமையாக்கியது. எந்நேரமும் பாரிலிருந்தவர் அமைதியாக அங்கு நடப்பவற்றைக் கண்காணித்து வந்தார். ஒருபோதும் வாய்திறந்து உளறியதில்லை. ஆனால் வெகுநாள்கள் இந்த இரட்டை வேடத்தில் தாக்குப்பிடிக்க முடியாது என்பதை உணர்ந்தவர் மன அழுத்தத்திற்கு ஆளானார். இவரைப் பற்றிய ஆதாரங்களைத் திரட்ட, அவரது நெருங்கிய நண்பர் நிக்கோலஸ் எலியட் பெய்ரூட் உளவு அமைப்பின் தலைமை அதிகாரியாக அனுப்பப்பட்டார். கிம்மின் சீடரான எலியட் அவர் மீதிருக்கும் பழியைத் துடைக்கவே இந்தப் பணியை ஏற்றுக்கொண்டு அங்கு சென்றார்.

கிம்மைப் போன்ற விசுவாசிகள் சோவியத்துக்கு இருக்கும்போது, அமெரிக்காவுக்கும் இப்படிப்பட்டவர்கள் இருக்க மாட்டார்களா என்ன? சோவியத் உளவு அமைப்பான கேஜிபியின் அதிகாரி அனதோலி கலிச் அமெரிக்காவில் தஞ்சம் புகுந்தார் *(1961)*. இவர்

அமெரிக்க விசுவாசி, சோவியத் உளவாளி. சோவியத்துக்கு உளவுபார்த்த அமெரிக்க, பிரிட்டன் உளவாளிகளைப் பட்டியலிட்டார். பட்டியலில் ஒருவரது இயற்பெயர் மட்டும் தெரியவில்லை. சாஷா என்ற பட்டப்பெயர் மட்டும்தான் தெரிந்திருந்தது. ஆனால் நிச்சயமாக சாஷா பல வருடங்களாக சோவியத்துக்கு முக்கியத் தகவல்களைக் கொடுத்து வருகிறார் என்றார்.

ஒருவேளை அமெரிக்காவின் ஜேம்ஸ் ஆங்கிள்டன், இந்த சாஷாவாக இருக்குமோ என்ற சந்தேகம் எழுந்தது. இதைப் பொய் என்று நிரூபிக்க ஆங்கிள்டனே சாஷாவைக் கண்டுபிடிக்கும் பணிகளில் இறங்கினார். அப்போதுதான் தனது நண்பரும் குருவுமான கிம்மின் உண்மையான விசுவாசத்தைக் கண்டுபிடித்தார். இருப்பினும் அவரால் நம்ப முடியவில்லை. ஆதங்கமும் ஆத்திரமும் ஒருசேர அவரைப் பாதித்தது. மீண்டும் அவரது கண்டுபிடிப்பை உறுதிப்படுத்த, இவர்தான் நிக்கோலஸ் எலியட்டை பெய்ரூட்டுக்கு அனுப்பினார்.

இதுபோக இஸ்ரேல் தலைநகரில் ஓர் ஆதாரம் சிக்கியது. கிம் ஃபில்பி என்று பெயரைக் குறிப்பிட்டுச் சொன்னது அந்த சாட்சி. ரஷ்யாவுக்காக உளவுபார்க்க கிம் தன்னை அணுகியதாகச் சொன்னார். கிம்மை விசாரிக்கப் போதுமான ஆதாரம் கிடைத்துவிட்டது. பெய்ரூட்டிலிருந்த கிம்மிடம் வாக்குமூலம் பெறுவதுதான் அடுத்து செய்ய வேண்டியது. நிக்கோலஸ் எலியட் அவரை விசாரித்தார். ஆதாரங்களை கிம்மிடம் தெரிவித்தார். அப்போதும் கிம் சாஷாவாக இருக்கமாட்டார் என்றே நம்பினார் எலியட்.

ஆனால் கிம் எதையும் மறுக்கவில்லை. முழுதாக வாய்திறந்து சொல்லவுமில்லை. தட்டச்சு செய்து தனது வாக்குமூலத்தை அன்றிரவு விருந்தின்போது சமர்ப்பிப்பதாகச் சொன்னார். நண்பரை ஏமாற்றிவிட்டு டோல்மோடோ சரக்குக்கப்பலில் சோவியத்துக்குச் சென்று சேர்ந்தார். அவரிடமிருந்து எந்த வாக்குமூலத்தையும் பெற முடியவில்லை. விசாரணையின் போது அவர் பேசிய ஆடியோக்களும் பயன்படவில்லை. ட்ராஃபிக் சத்தம் அதிகமாக இருந்தபோது மட்டுமே அவர் பேசியிருந்தார். முப்பது வருட அனுபவமல்லவா?

கிம் சோவியத்தில் தஞ்சமடைந்து விட்டார் என்று தெரியவே ஆறு மாதங்களாயின (30-ஜூலை-1963). பிரிட்டன் உளவு அமைப்பான MI6ன் தலைவராகியிருக்க வேண்டியவர் சோவியத்தின் நீண்டகால உளவாளி என்பது பெரும் அதிர்ச்சியை ஏற்படுத்தியது. நிரூபிக்கப் போதிய ஆதாரங்கள் கூட இல்லை. அவருக்குக் கொடுக்கப்பட்டிருந்த Order of the British Empire (OBE) விருது பறிக்கப்பட்டதாக அறிவித்தார்கள். இவரோடு கேம்பிரிட்ஜில் படித்த ஐந்து கல்லூரி நண்பர்களும் சோவியத் உளவாளிகள் என்பதையும் அறிந்தார்கள். முப்பது வருடங்களாக தங்களைக் காட்டிக்கொடுத்து வந்தது கிம் என்பதை அப்போதும் அவர்களால் நம்ப முடியவில்லை.

சோவியத்துக்குத் திரும்பிய கிம் கேஜிபியால் வீட்டுக்காவலில் வைக்கப்பட்டார். இத்தனை வருடங்கள் பிரிட்டன் உளவுத்துறையில் பணியாற்றிய கிம்மை, அவ்வளவு சீக்கிரம் நம்பிவிடவில்லை கேஜிபி. பத்து வருடங்களுக்குப் பிறகே அவரது உளவுத் திறமைகளைப் பயன்படுத்த ஆரம்பித்தார்கள். மீண்டும் இளம் உளவாளிகளுக்குப் பயிற்சியளித்தார் கிம். இம்முறை சோவியத் உளவாளிகள் எப்படி லண்டனில் உளவுபார்க்க வேண்டுமென்று பயிற்சியளித்தார்.

அவரது கல்லூரி நண்பரான டொனால்ட் மிக்ளேனும் கேஜிபியில் பணிபுரிந்தார். தனது சொல்பேச்சுக் கேளாமல் ஏமாற்றிய இன்னொரு நண்பரான பர்ஜஸை மட்டும் கிம் மன்னிக்கவே இல்லை. ‘மை சைலன்ட் வார்’ என்ற தலைப்பில் தனது சுயசரிதையை எழுதினார் கிம். நான் துரோகி அல்ல. எனது விசுவாசம் எப்போதும் சோவியத்துக்கே இருந்தது. அதற்காக பிரிட்டனில் ஊடுருவி நான் பணிபுரிந்தேன் என்பதே அவர் தரப்பு விளக்கமாக இருந்தது.

பெருங்கனவுகளுடனும் பெருமிதத்துடனும் சோவியத்துக்குத் திரும்பியிருந்தார் கிம். தான் கற்றுக்கொண்டதைப் பகிர ஆர்வத்துடன் இருந்தார். ஆனால் சோவியத்தில் அவருக்கான மரியாதை கிடைக்கவில்லை. அவரது திறமைகளை யாரும் புரிந்துகொள்ளவில்லை. அவரை நம்ப மறுத்தார்கள். எந்நேரமும் அவர் லண்டனுக்குத் தப்பிவிடலாமென்று அவரைக் காவலில் வைத்திருந்தார்கள். தனிமை அவரது மன அழுத்தத்தை அதிகரித்தது. மறுமணம் செய்துகொண்ட அவர் எப்போதும்

மனைவி அவருடனேயே இருக்க வேண்டுமென விரும்பினார். அவர் வெளியில் எங்கும் சென்றுவிடக் கூடாதென்று அவரது காலணிகளைக் கூட ஒளித்து வைத்திருந்ததாக அவரது மனைவியே நினைவுகூர்கிறார்.

சோவியத்தின் அடித்தட்டு மக்களின் நிலை அவரை இன்னும் கவலைப்பட வைத்தது. கம்யூனிசக் கொள்கை சரியானது தான். ஆனால் அதை நடைமுறைப்படுத்தும் அதிகாரிகளின் தவறுதான் இத்தனைக்கும் காரணம் என்று நம்பினார். இவையெல்லாம் சேர்த்து அவரைக் குடிக்கு அடிமையாக்கியது. தற்கொலை செய்துகொள்வதற்குக் குடியை வழியாகத் தேர்ந்தெடுத்தார். தனது எழுபத்து ஆறாவது வயதில் *(11-மே - 1988)* உயிர் நீத்தார்.

அவரது பிரிட்டன் காலங்கள் மட்டுமே அவருக்குரிய மரியாதையைக் கொடுத்தது. ஆனால் அதுவும் சோவியத்துக்குத் திரும்பியதால், பிரிட்டனால் அவரது கடந்தகாலம் இகழப்பட்டது. சோவியத் அவரது நிகழ்காலத்தைச் சந்தேகப்பட்டது. இறந்தபின் அவருக்கு விருதுகள் வழங்கப்பட்டாலும் வாழும்போது அவர் மதிக்கப்படவில்லை. தன்னையும் காத்து, தனது நண்பர்களையும் காத்த தலைசிறந்த உளவாளிக்கு நேர்ந்த முடிவு உளவாளிகளுக்கே உரிய சாபம் என்றல்லாமல் வேறு என்ன சொல்வது?

28. நிம்மதிக்குத் தேவை ஒரு மில்லியன் பிராங்க்குகள்

1916

விட்டல்,

பிரான்ஸ்.

இயற்கையான வெந்நீரூற்றுகளோடு பிரான்ஸின் வடகிழக்குப் பகுதியில் அமைந்திருக்கும் சிறிய நகரம் விட்டல். ஜெர்மனியின் எல்லைக்கருகே அமைந்திருக்கும் இந்நகரில், முதல் உலகப்போர் சமயத்தில் ராணுவத் தளவாடங்கள் குவிக்கப்பட்டிருந்தன. பிரெஞ்சுப் படைகளுக்கு உதவியாக ரஷ்யப் படையும் அங்கு குவிந்திருந்தன.

ராணுவம் சூழ்ந்திருந்த இப்பகுதியில் மக்கள் நுழையச் சிறப்பு அனுமதி தேவை. அங்கிருக்கும் ஆடம்பரமான ஸ்பாவுக்கு பாரிஸிலிருந்து வந்திருந்தார் மார்கரெட். சிகிச்சை என்ற பெயரில் அவரது காதலர் வதீம் டி மீயஸ்லோஃப்பைச் சந்திப்பதே அவரது திட்டம். ரஷ்யப் படையில் லெப்டினன்டாக இருந்தார் வதீம். நாற்பது வயதான மார்கரெட், தனது மீதி வாழ்க்கையை இவருடன் மட்டுமே வாழ்வது என்று முடிவெடுத்திருந்தார்.

ராணுவப் பகுதிக்குள் நுழைய பிரெஞ்சு ராணுவ கேப்டன் ஜார்ஜ் லடூவிடம் அனுமதி வாங்கச் சென்றார் மார்கரெட். இவரைப் பார்த்தவுடன் லடூவிற்கு ஆச்சரியம் தாங்கவில்லை. ஆச்சரியத்தை

வெளிக்காட்டாமல் மிகுந்த அக்கறையோடு சிறப்பு அனுமதிக்கான கையெழுத்தை உடனடியாகப் போட்டுக்கொடுத்தார் லடூ. திரும்பும்போது ஒரு முக்கிய உதவிக்காக அவரைக் கண்டிப்பாக வந்து சந்திக்கச் சொன்னார். அனுமதி கிடைத்த சந்தோஷத்துடன் மார்கரெட்டும் ஒப்புக்கொண்டார்.

காதலர்களான வதீமும் மார்கரெட்டும் சந்தித்தனர். முதல் உலகப் போர் முடிந்தவுடன் திருமணம் என்று முடிவு செய்தார்கள். ராணுவத்தில் கிடைக்கும் ஊதியம் எதிர்காலத்துக்குப் போதாது என்பது புரிந்தது. பணத்திற்கான ஏற்பாடுகளை மார்கரெட்டே பார்த்துக்கொள்வதாகச் சொல்லி விடைபெற்றார். அவருக்குத் தேவைப்பட்டதெல்லாம் நிம்மதியான ஓர் வாழ்க்கை. இந்த வயதிலும் தன்னை அன்பு செய்யும் ஒரு உள்ளம். இவை இரண்டு மட்டுமே. வதீம் அவரது ஒரே நம்பிக்கை.

வாக்குக் கொடுத்தபடியே லடூவைச் சந்திக்கச் சென்றார் மார்கரெட். தன்னிடம் எதையோ எதிர்பார்க்கிறார் என்பது அவருக்குப் புரிந்தது. இத்தனை வருடங்களில் ஆண்களின் பார்வையிலிருந்தே அவர்களது எண்ணங்களைப் புரிந்துகொள்ளப் பழகியிருந்தார். பிரெஞ்சு உளவாளியாக மார்கரெட் பெல்ஜியத்துக்குச் செல்ல வேண்டும் என்று கேட்டுக்கொண்டார் லடூ. சம்மதித்துச் சம்பளத்தை முடிவு செய்தார் மார்கரெட். ஒரு மில்லியன் பிராங்க்குகள் (பிரான்ஸ் நாட்டு நாணயம்). அதிகம்தான். ஆனால் நடப்பது உலகப்போர். எதிரியிடமிருந்து உளவுத் தகவலுக்காக என்ன விலை கொடுக்கவும் அரசாங்கம் தயாராக இருக்குமென்பதும் மார்கரெட்டுக்குத் தெரியும். வதீமுடன் நிம்மதியாக வாழ இந்தப் பணம் அவசியம். ஒப்புக்கொள்வதைத் தவிர லடூவுக்கும் வேறு வழியில்லை. ஆனால் முதலில் வேலையை முடிக்க வேண்டும். பிறகு முழுச் சம்பளமும் கைக்கு வந்துவிடும் என்றார். ஒப்பந்தம் முடிவானது.

மார்கரெட் பாரிஸிலிருந்து பெல்ஜியத்துக்குச் சென்று ஒரு வங்கியாளருடன் நெருங்கிப் பழக வேண்டும். அது ஒன்றும் அவருக்குப் புதிதில்லையே. அதனால் தான் இம்மாதிரியான வேலைக்குத் தேர்வு செய்யப்பட்டிருந்தார். அந்த வங்கியாளருக்கு ஜெர்மனியுடன் நிறையத் தொடர்புகள் இருந்தன. இவர் மூலம் கிடைக்கும் தகவல்களை ரகசியமாக மார்கரெட், லடூவுக்குத்

தெரியப்படுத்த வேண்டும். அடுத்தடுத்த நகர்வுகள் அவருக்குப் பின்னர் தெரிவிக்கப்படும். இதுதான் கட்டளை.

பெல்ஜியத்துக்குப் படகில் கிளம்பினார் மார்கரெட். பிரிட்டன் பகுதியைக் கடக்கும்போது விசாரணைக்காக அவரை நிறுத்தினார்கள். ஜெர்மனியின் உளவாளி என்று முதலில் சந்தேகப்பட்டவர்கள் பிறகு அவரது ஆவணங்களைப் பார்த்துவிட்டு மன்னிப்பு கேட்டார்கள். ஆனால் அவர் ஸ்பெயினுக்குச் செல்ல மட்டுமே அனுமதிக்க முடியும் என்றார்கள். பிரான்ஸின் வடக்கிலிருக்கிறது பெல்ஜியம். ஸ்பெயின் இருப்பதோ தெற்கில். எரிச்சலடைந்தார் மார்கரெட். ஆனால் வேறு வழியில்லை. எப்படியும் ஒரு மில்லியன் பிராங்க்குகள் வேண்டும்.

லடூவுக்குத் தேவை ஜெர்மனியைப் பற்றிய தகவல்கள். அது பெல்ஜியத்திலிருந்து கிடைத்தால் என்ன? ஸ்பெயினிலிருந்து கிடைத்தால் என்ன? போரில் பங்கெடுக்கவில்லை என்றாலும் ஸ்பெயினில் ஜெர்மனி அதிகாரிகள் அதிகம் பேர் இருந்தார்கள். அதனால் ஜெர்மனி ராணுவத்தைச் சேர்ந்த மேஜர் காலாவுடன் பழக ஆரம்பித்தார் மார்கரெட். நாற்பது வயதிலும் பார்த்தவுடன் மயங்கும் தோற்றத்தைப் பெற்றிருந்தவருக்கு, ஆண்களை வசியப்படுத்துவது சர்வ சாதாரணமான விஷயம். இருந்தாலும் அழகு மட்டும் போதாது.

பிரெஞ்சுக்காக உளவு பார்க்க வந்துள்ளேன் என்று உண்மையையா சொல்ல முடியும்? ஜெர்மனியின் உளவாளி என்று தன்னை மேஜர் காலாவிடம் அறிமுகப்படுத்திக் கொண்டார். நம்புவதற்குத் தகவல்கள் வேண்டுமே? லடூ மேலோட்டமாகச் சொல்லியிருந்த சில பிரெஞ்சு மேல்மட்டத் தகவல்களைக் காலாவுடன் பகிர்ந்தார். நம்பிக்கை பிறந்தது. பதிலுக்குக் காலாவும் மொராக்கோவில் நிறுத்தப்பட்டிருந்த ஜெர்மனியின் நீர்மூழ்கிக் கப்பல்களைப் பற்றி மார்கரெட்டிடம் பெருமையுடன் விவாதித்தார். பார்சிலோனாவில் பணிபுரியும் ஜெர்மனியின் உளவுத்துறைத் தலைவர் பற்றிக் கூட இருவரும் பேசிக்கொண்டார்கள்.

இதுவரை கிடைத்த தகவல்களை மார்கரெட் லடூவுக்குத் தெரியப்படுத்த வேண்டும். இவற்றைக் கடிதத்தில் எழுதி லடூவின் பாரிஸ் அலுவலக முகவரிக்கு அனுப்பினார். தகவலை அனுப்ப,

அவருக்குத் தெரிந்தது அவ்வளவுதான். சீக்கிரமே அனுப்பிவிட வேண்டும் என்பது மட்டுமே அவரது மனதில் ஓடிக்கொண்டிருந்தது.

அதிர்ஷ்டவசமாக மார்கரெட்டுக்கு பிரெஞ்சு கர்னல் டென்வீனைச் சந்திக்கும் வாய்ப்பும் கிடைத்தது. லடூவுக்கு அனுப்பிய கடிதமும் சம்பளமும் ஞாபகம் வந்தது. அனுப்பிய கடிதங்களுக்குப் பதில் வரவில்லை என்றாலென்ன? இதோ டென்வீன் நேரடியாக இங்கே தானே இருக்கிறார். இவர் மூலமாகவே தகவல் சொல்லிவிடலாம் என்று அப்பாவியாக நினைத்தார் மார்கரெட். லடூவை அவரது அலுவலகத்தில் சந்தித்தது முதல் அன்று சேர்த்து வைத்திருந்த ஜெர்மனியின் தகவல் வரை ஒன்றுவிடாமல் டென்வீனிடம் ஒப்பித்தார்.

இதே நேரத்தில் மார்கரெட் தெரிவித்த பிரெஞ்சு ரகசியங்களை ஜெர்மனியின் மேலிடத்துக்குத் தந்தியின் மூலம் அனுப்பி வைத்தார் காலா. அவை அனைத்தும் ஏஜென்ட் *H21* அவருக்குத் தெரியப்படுத்தியதாகக் குறிப்பிட்டார். தந்தியை ஜெர்மனியின் உளவாளிகள் பயன்படுத்தும் மறைமுகக் குறியீட்டுடன் பாதுகாப்பாக அனுப்பினார். இருப்பினும் இந்தக் குறியீட்டை பிரெஞ்சு அதிகாரிகள் ஏற்கெனவே கண்டுபிடித்துவிட்டார்கள். அதனால் இதைப் படித்துப் புரிந்துகொள்வதில் அவர்களுக்குச் சிரமம் இருக்கவில்லை. போதிய ஆதாரம் கிடைத்துவிட்டது. இனி மார்கரெட்டைக் கைது செய்வதே பாக்கி.

தகவல்களை அனுப்பிவிட்டோம் என்று நிம்மதியாக பாரிஸுக்குக் கிளம்பினார் மார்கரெட். வேறெதைப் பற்றியும் அவருக்குத் தெரியவில்லை. பணத்தைப் பெற்ற கையோடு திருமண வேலைகளைத் தொடங்க வேண்டும். இதுவரை அணிந்திராத அழகிய வேலைப்பாடுகளுடைய கிரீடம் ஒன்றைத் தனது திருமணத்துக்கு அணியும் கனவுகளோடு பாரிஸை அடைந்தார் மார்கரெட்.

29. வெல்வெட் உடையணிந்த ஆர்க்கிட் மலர்

13-பிப்ரவரி-1917

பாரிஸுக்குத் திரும்பிய மார்கரெட், லடூவைச் சந்திக்கப் பலமுறை முயற்சி செய்தார். நேராக அவரது அலுவலகத்துக்குச் சென்று காத்திருந்தும் பார்த்தார். ஒன்றும் பலனளிக்கவில்லை. ஜெர்மனியைப் பற்றிய இத்தனை உளவுத் தகவல்களை பிரெஞ்சு அரசாங்கத்துக்குக் கொடுத்திருக்கிறோம். லடூ வாக்களித்த ஒரு மில்லியன் பிராங்க்ஸ் நிச்சயம் கிடைக்கும் என்று நம்பிக்கொண்டிருந்தார்.

அவர் கைது செய்யப்பட்ட போதுதான் இதெல்லாம் நாடகம் என்பது புரிந்தது. லடூ அவரை பிரான்ஸுக்காக உளவுபார்க்கச் சொன்னது. பணம் தருவதாக வாக்குக் கொடுத்தது எல்லாமே நாடகம். மார்கரெட் ஜெர்மனிக்காக உளவு பார்க்கிறார் என்று பிரெஞ்சு அரசாங்கத்துக்கு எப்போதோ சந்தேகம் வந்துவிட்டது. அவர் தனது கடைசிக் கலை நிகழ்ச்சிக்காக ஜெர்மனி சென்று வந்ததிலிருந்தே அவரைப் பின்தொடர்ந்திருக்கிறார்கள். அவருக்கு எதிராகப் போதிய ஆதாரங்களைத் திரட்டவே லடூவின் இந்த நாடகம் அரங்கேறியுள்ளது.

ஜெர்மனி உளவாளி மேஜர் காலா, மார்கரெட்டுக்குச் சொன்னவை எதுவுமே ரகசியத் தகவல்கள் அல்ல. பிரெஞ்சு அதிகாரிகளுக்கு ஏற்கெனவே தெரிந்தவை. உதாரணத்துக்கு ஜெர்மனியின் உளவாளிகள் கண்ணுக்குத் தெரியாத மையைச் சிறுசிறு உருண்டைகளாகத் தங்கள் விரல் நகங்களுக்கு அடியில் எப்போதும் வைத்திருப்பார்கள். இந்த மையால் அனுப்பும் தகவல்கள் மற்றவர் கண்களுக்குத் தெரியாது. ரசாயனங்களோ புற ஊதாக் கதிர்களோ பாய்ச்சினால் மட்டுமே இவற்றைப் படிக்க முடியும்.

இப்படிப்பட்ட தகவல்களை ஜெர்மனி வேண்டுமென்றே பரப்புவதும் உண்டு. எதிரிநாட்டு உளவாளிகளைக் கண்டுபிடிக்க உண்மையை விட நிறையப் பொய்களையே பரப்ப வேண்டியிருந்தது. இதைப் பற்றி எதுவுமே தெரியாத மார்கரெட் இவற்றைத்தான் கடிதம் மூலமாக லடூவுக்கும், நேரடியாக பிரெஞ்சு கர்னல் டென்வீனிடமும் தெரிவித்திருந்தார். இது போதாதென்று மேஜர் காலா எழுதிய கடிதமும் ஆதாரமானது. மார்கரெட்டை ஏஜென்ட் *H21* என்று குறிப்பிட்டிருந்த கடிதம், பிரெஞ்சு அரசாங்கம் அவரைக் கைதுசெய்யப் போதுமானதாக இருந்தது.

காதலித்தவரைத் திருமணம் செய்ய ஆசைப்பட்டது ஒன்றே இதில் மார்கரெட் செய்த தவறு. உளவாளிகளைப் பற்றி எல்லாம் அவர் நினைத்துக் கூடப் பார்த்ததில்லை. அவரது நினைவெல்லாம் தாம் ஒரு உயிருள்ள கலைச் சிற்பம் என்பது மட்டுமே. பிறந்தது முதலே அவர் அப்படி வளர்க்கப்பட்டிருந்தார்.

07-ஆகஸ்ட்-1876

நெதர்லாந்தின் லீவர்டென் நகரத்தில் பிறந்த செல்வச் சீமாட்டி மார்கரீத்தா ஸெல்லா. அரச பரம்பரையில் பிறந்ததாகச் சொல்லிக் கொண்டு சமூகத்தில் ஆடம்பரமாக வலம் வரும் அப்பா ஆடம் ஸெல்லாவின் செல்லக் குழந்தை. துணிக்கடை, பங்கு வர்த்தகம் என்று செல்வத்துக்குக் குறைவில்லை. அக்காலத்தில் பணக்கார வீட்டுப் பெண் குழந்தைகளுக்குத் தேவையான இசை, அலங்காரம், பிரெஞ்சு மொழி போன்றவற்றை மட்டும் கற்றுக்கொடுத்து வளர்த்தார் அம்மா. கண்ணைப் பறிக்கும் பட்டு, வெல்வெட் ஆடைகளில் தனக்கென்ற சிறிய வண்டியில் அழகான ஆர்க்கிட் மலரைப் போல நகரை வலம் வந்தார் மார்கரீத்தா.

இளம் வயதிலேயே வாழ்க்கை தலைகீழானது. அப்பாவின் தொழில் நஷ்டமடைய அம்மாவையும் இழந்து அனாதையானார் மார்கரீத்தா. உறவினர்கள் அவரை ஹாஸ்டலில் சேர்த்தார்கள். ஏழைகளின் உலகத்தில் மௌனமாகக் கடக்கப்படும் பாலியல் குற்றத்தின் பிடியில் சிக்கினார். ஐம்பது வயது தலைமை ஆசிரியர் பதினாறு வயது மார்கரீத்தாவைச் சீரழித்தார். உண்மையோ கட்டுக்கதையோ, தண்டனை பெண்ணுக்கு மட்டுமே. அங்கிருந்து வெளியேற்றப்பட்டார். உறவினர்களுக்கும் வேண்டாதவரானார். பெற்றோர்கள் இல்லாத அனாதைகளின் உலகம் எப்படிப்பட்டது என்பது அவருக்குப் புரிய ஆரம்பித்தது.

தனக்கென எதுவுமில்லாத பதினெட்டு வயதுப் பெண்ணுக்குத் திருமணம் ஒன்றே வழி. செய்தித்தாள்களில் வந்த திருமண விளம்பரத்தின் மூலம் ருடோல்ஃப் எனும் அதிகாரியைக் காதலித்தார். ராணுவத்திலிருந்து விடுமுறைக்கு வந்திருந்த ருடோல்ஃப் அழகியான மார்கரீத்தாவைத் திருமணம் செய்துகொண்டார். அவரை வெறும் அழகி என்று சொல்ல முடியாது. மாநிறம் என்றாலும் அவரது கருங்கூந்தலும் மெலிந்த தேகமுமாக வசீகரமான அழகுக்குச் சொந்தமானவர்.

இந்த நிறமே அவருக்கு எதிரியானது. ருடோல்ஃபின் பணி தற்போதைய இந்தோனேசிய நாட்டில். அந்நாட்டுப் பாரம்பரிய நிறத்தில் இல்லாத மார்கரீத்தாவை கணவரின் சொந்தங்கள் ஒதுக்கி வைத்தார்கள். கணவர் ருடோல்ஃபும் ஒதுக்கப்பட்டார். இது இருவருக்குமிடையே இருந்த காதலைப் பாதித்தது. தனது சமூக அந்தஸ்தை இழக்கக் காரணமான மார்கரீத்தாவைத் தொடர்ந்து சித்திரவதை செய்ய ஆரம்பித்தார் ருடோல்ஃப். மகன், மகள் என இரு குழந்தைகள் இருந்தாலும் தான் கனவுகண்ட நிம்மதியான குடும்ப வாழ்வு மார்கரீத்தாவுக்கு வாய்க்கவில்லை.

சந்தேகம் ஒருபுறம் நோய் மறுபுறம். ருடோல்ஃப் திருமணத்துக்கு முன்பே சிஃபிலிஸ் எனும் நோயால் பாதிக்கப்பட்டிருந்தார். அவரிடமிருந்து மார்கரீத்தா வழியாகக் குழந்தைகளுக்கும் அது பரவியிருந்தது. இதனால் மூத்த மகனை இழந்தார்கள். ஒருவரையொருவர் குற்றஞ்சாட்டத் தொடங்கினார்கள். நாளுக்கு நாள் வாழ்க்கை நரகமானது. ருடோல்ஃப் பலமுறை தன்னைக் கொல்லப் பார்த்ததாக பொதுவில் முறையிட்டார் மார்கரீத்தா.

இதற்கு மேலும் சேர்ந்து வாழ என்ன இருக்கிறது? பிரிவதே நல்லது என்று விவாகரத்து செய்து கொண்டார்கள். வாழ ஆதாரமில்லாத தாயுடன் நோய்வாய்ப்பட்ட மகளை அனுப்ப நீதிமன்றம் சம்மதிக்கவில்லை. இனி மகளைப் பார்க்கவே கூடாதென்று கையெழுத்து வாங்கிக் கொண்டார் ருடோல்ஃப். தனது இருபத்தைந்தாம் வயதில் மீண்டும் அனாதையானார் மார்கரீத்தா. நெதர்லாந்து திரும்பிய மார்கரீத்தாவுக்கு அங்கும் பிழைக்க வழியில்லை.

பிரெஞ்சு மொழி தெரிந்திருந்ததால் பாரிஸ் செல்ல முடிவெடுத்தார் மார்கரீத்தா. பாரிஸ் தன்னைக் கைவிடாது என்று நம்பினார். ஒரு சர்க்கஸில் குதிரையேற்ற வீராங்கனையாக வலம்வர விண்ணப்பித்தார். வேலை கிடைத்தது. மார்கரீத்தாவை நேரில் பார்த்தவர்கள் அவரது வசீகர அழகை வியாபாரமாக்க முடிவு செய்தார்கள். அவரை நடனமாடச் சொன்னார்கள். இனி இழப்பதற்கு ஒன்றுமில்லை. மார்கரீத்தாவும் சம்மதித்தார்.

அவருக்கென ஒரு கற்பனை மேடை ஆளுமையை உருவாக்கினார். கீழை நாடுகளில் பணியாற்றிய கணவர் ராணுவத்தில் இறந்துபோய்விட விதவையான கிரெஷா உருவானார். தென்கிழக்கு ஆசியாவின் புனிதத் தலங்களில் அரங்கேற்றப்படும் நடனக்கலையைக் கற்றுத் தேர்ந்தவர் இந்த கிரெஷா. இதில் எல்லாமே பொய் என்றாலும் கனவில் உருவாக்கிய ஆளுமையைக் கச்சிதமாக மேடையேற்றினார் கிரெஷா எனும் மார்கரீத்தா.

அவர் எதிர்பாராத புகழும் பழியும் அவருக்காகக் காத்திருந்தன.

30. ரத்தினங்களால் மூடப்பட்ட சிற்பம்

13-மார்ச்-1905

கீமே கலைக்கூடம்,

பாரிஸ்.

ஆசிய கலைப் பொருள்களின் முழுமையான தொகுப்பைக் கொண்டிருந்தது பாரிஸின் கீமே கலைக்கூடம். புதுமைகளை வரவேற்கும் பிரெஞ்சுக் குடிமக்களுக்கு அன்று எதிர்பாராத இன்ப அதிர்ச்சி காத்திருந்தது. இதுவரை கண்டிராத கலையின் உச்சம்.

கிழக்காசிய நாடுகளின் கோயிலைப் போல அந்தக் கலைக்கூடம் அலங்கரிக்கப்பட்டிருந்தது. பூந்தொட்டிகளில் வளர்ந்திருந்த பனை மரங்களும் பூச்செடிகளும் இனம்புரியாத குளுமையை அறை முழுவதும் நிரப்பின. நறுமணம் கமழும் சாம்பிராணி அறையை தெய்வீகமாக்கியது. வட்ட வடிவிலிருந்த அந்தப் பெரிய உலோகத் தட்டினைச் சுத்தியலால் அடிக்க, கட்டடம் முழுவதும் அதிலிருந்து எழுந்த ஓசையால் அதிர்ந்தது.

மெல்லிய வலை போன்ற துணியால் மூடப்பட்ட ஒரு பெண் சிற்பம் அறைக்குள் நுழைந்தது. அந்த நடையிலிருந்த நளினமும் நேர்த்தியும் அவள் அழகிற்கெல்லாம் அப்பாற்பட்டவள் என்பதை உணர்த்தியது. மேலிருந்த மெல்லிய துணி மெதுவாக நீக்கப்பட்டது.

விலையுயர்ந்த ரத்தினங்கள் பாதிக்கப்பட்ட ஓர் அழகிய கிரீடம் தெரிந்தது. இன்னும் துணி விலக கிரீடத்தின் கீழிருந்த முகம் தெரிந்தது. கிரீடம் இப்போது அழகிழந்து போனது.

அவளது கண்கள் பார்ப்பவரின் உணர்ச்சியைப் பிரதிபலித்தது. புருவங்கள் வேலிபோல் அதைக் காத்தன. நீண்டிருந்த மூக்கின் கீழ் மதுரம் ஊற்றிய சிவப்பு இதழ்கள். அவளது முகம் மட்டுமே மொத்த அழகையும் சேர்த்து வைத்திருக்கவில்லை. இன்னும் சில ரத்தினங்கள் அவளது கழுத்தையும் மார்புகளையும் தேவைக்கேற்ப நிறைத்தன. மற்ற பாகங்களின் அழகை அவை மறைக்கவில்லை. இடுப்பின் கீழ்ப்பகுதி நீளமான மெல்லிய துணியால் சூழப்பட்டிருந்தது.

மெதுவாக வளைந்து நெளிந்து ஓர் உணர்ச்சிபூர்வமான நடனமொன்று அங்கு அரங்கேறியது. காண்பவர்களின் கண்கள் முழுக்கத் தாபத்தால் நிறைந்திருந்தன. இச்சையைத் தூண்டும் ஒரு நளினம் அந்த நடனத்தில் தொடர்ந்தது. மூடிவைத்த மர்மங்கள் ஒவ்வொன்றாக விலகின. மெல்லிய துணி விலக்கப்பட்ட அந்த சிற்பத்தின் உடலில் ரத்தினங்கள் மட்டுமே மீதமிருந்தன. ஒருக்களித்து அமர்ந்தவாறே, கண்கள் மட்டும் தீரா தாபத்தோடு தரையில் எதையோ தேடிக்கொண்டிருந்தன. அதுவே அந்த நடனத்துக்கும் பார்ப்பவர்களுக்கும் உச்சகட்டமாக அமைந்தது. அரங்கிலிருந்த அத்தனை பேரும் இன்ப அதிர்ச்சியில் திளைத்தார்கள்.

இதை என்னவென்று சொல்வது? துகிலுரியும் நடனமென்றா? சேச்சே இல்லவே இல்லை. இது ஒரு புதுமையான கலை வடிவின் உச்சம். இப்படிச் சொல்லியபடியே பாரிஸின் உயர்மட்டத்திலிருந்த ஆண்கள் அனைவரும் கிரெஷா எனும் மார்கரீத்தாவின் நடனத்தைக் காண வந்தார்கள். மத்தா ஹரி என்ற புனைபெயருடன் உதயமானார். மலாய் மொழியில் சூரியனைக் குறிக்கும் சொல். விடியலின் கண்கள் என்ற அந்தப் பெயரின் பொருள் அவருக்கும் பொருந்தியது.

பாரிஸில் தொடங்கி பிரான்ஸ் முழுவதும் பிரபலமானார் மத்தா ஹரி. அவரது துணிச்சலான கலைநயமிக்க நடனத்தை ஒருவரும் தவறவிடவில்லை. 'மத்தா ஹரியைக் கண்டது வாழ்வின் மறக்க முடியாத ஒரு காட்சி. சொர்க்கத்தை அடைந்த ஓர் உணர்வு' என்று அவரது நடன நிகழ்ச்சியை விமர்சித்தார் ஒரு பத்திரிகையாளர்.

பிரான்ஸ் முழுவதும் இந்த சொர்க்கத்தைக் கொண்டு சேர்த்தார் மத்தா ஹரி. அவர் ஆடாத பிரெஞ்சு சபையே இல்லை எனும் நிலை உண்டானது. மத்தா ஹரியின் கனவு நிறைவேறியது. ஒவ்வொரு மனிதனுக்கும் தனது கனவுலக வாழ்வை நிஜத்தில் வாழவேண்டுமென்ற ஆசை இருக்கும். புகழ் பெற்றதும்மத்தா ஹரி அதை நிறைவேற்றிக்கொண்டார்.

பிரான்ஸில் செல்வாக்குப் பெற்றிருந்த அத்தனை ஆண்களும் மத்தா ஹரியிடம் சரணடைந்தார்கள். யார் இவர்? எங்கிருந்து வந்திருக்கிறார் என்று ஒவ்வொரு பத்திரிகையும் அவரது பூர்வீகத்தை அறிந்துகொள்ள ஆர்வமுடன் பேட்டி எடுத்தார்கள். ஒவ்வொரு பேட்டிக்கும் சிறுசிறு மாற்றங்களுடன் ஒரு புதிய கதையைச் சொன்னார். ஒருமுறை அவர் இந்திய நடனக் கலைஞரின் மகள் என்றார். இன்னொருமுறை கிழக்காசியாவுக்குச் சென்று இந்த நடனத்தைக் கற்றுக்கொண்டதாகச் சொன்னார். அவர் எந்த நாட்டைச் சேர்ந்தவர் என்பதைக்கூட மாற்றி மாற்றிச் சொன்னார். அதனால் என்ன? அவரது பூர்வீகமா முக்கியம்? அவரது நளினத்தில் தங்களையும் மறந்து ஆண்கள்அவரை மானசீகமாகக் காதலித்தார்கள்.

‘முதன்முதலில் என் நிர்வாணத்தைப் பொதுவில் காட்டத் துணிந்ததாலேயே மக்கள் என் நிகழ்ச்சிக்கு வருகிறார்கள்’ என்று யதார்த்த உண்மையைப் புரிந்து வைத்திருந்தார் மத்தா ஹரி. இதன்பின் பணத்துக்கு பிரச்னை ஏற்படவில்லை. பிரான்ஸ் மேல்மட்டத்திலிருந்த எந்த ஆணோடும் வெகு சுலபமாகப் பழக முடிந்தது. தினம் ஒரு காதலன். அரசாங்க அதிகாரியோ தொழிலதிபரோ யாராக இருந்தால் என்ன? அவரது அழகை ஆராதித்தால் போதும். அவருக்காகும் ஆடம்பரச் செலவுகளை அவர்கள் பார்த்துக்கொண்டார்கள். தந்தையின் செல்ல மகளாகச் சிறுவயதில் அனுபவித்த ஆடம்பரங்கள் திரும்பக் கிடைத்தன. ஆர்க்கிட் மலரைப் போன்ற அவரது அழகு அப்போதும் குறையவில்லை.

பிரான்ஸ் நடன அரங்கங்கள் முடிந்தவுடன் அவரது சேவையை ஐரோப்பா முழுவதும் வழங்கினார் மத்தா ஹரி. அவருக்குத்தான் டச்சு, ஜெர்மன், ஆங்கிலம், பிரெஞ்சு, மலாய், ரஷ்யன் என்று பல மொழிகள் தெரியுமே. அதைவிட மனிதர்களைத் தன்பக்கம்

ஈர்க்கும் மொழியறிந்தவருக்கு எங்கு பயணிப்பதும் தடையாக இருக்கவில்லை. அவருக்கு ரசிகர்களும் அதிகரித்துக்கொண்டே போனார்கள். இரண்டே வருடங்களில் லட்சாதிபதி ஆனார். அவரது அட்டைப்படங்கள் அலங்கரிக்காத பத்திரிகைகளே இல்லை. எங்கு சென்றாலும் பத்திரிகையாளர்களும் அவரது ரசிகர்களும் அவரைச் சூழ்ந்துகொண்டார்கள். சிகரெட், மதுபானங்கள் என்று சந்தையில் வெளிவந்த பல பொருள்களின் விளம்பரங்களில் நடித்தார் மத்தா ஹரி. அவரது அட்டைப்படங்களைக் கொண்டிருந்தவை நன்கு வியாபாரமாகின.

அவருக்கென்று தனிச் சந்தையை உருவாக்கியிருந்தார். நடனத்தின்போது உபயோகித்த அழகிய வேலைப்பாடுகள் நிறைந்த கிரீடங்களும் உள்ளாடைகளும் வலைபோன்ற மெல்லிய துணிகளும் அவரது அடையாளமாகின. ஒரு நிகழ்ச்சிக்குப் பத்தாயிரம் பிராங்க்குகள் (பிரெஞ்சுப் பணம்) வாங்கினார். அவரது காதலர் அவருக்காக ஒரு மாளிகையை வாடகைக்கு எடுத்துக் கொடுத்தார். குதிரை வண்டிகள், பணியாளர்கள் என ஒரு ராணியைப் போல வாழ்ந்தார். மற்ற காதலர்களும் விலையுயர்ந்த பரிசுகளைக் கொடுத்தார்கள். ஒரு ஜெர்மானியர் விடைபெறும் போது மூன்று லட்சம் ஜெர்மன் பணத்தை அவருக்குப் பரிசளித்தார். வந்த பணத்தையெல்லாம் மத்தா ஹரி பெரிதாகச் சேர்த்து வைக்கவில்லை. இவையெல்லாம் அவரது ஆடம்பரத்தையும் இளமையையும் தக்கவைத்துக்கொள்ள ஆகும் செலவுகளுக்கு உதவியது.

புகழின் உச்சத்திலிருந்த மத்தா ஹரியின் வாழ்வை இன்னொரு பேரழிவு சிதைத்தது.

31. பறிபோன கிரீடங்கள்

ஜூலை - 1914.

முதல் உலகப்போர் தொடங்கியபோது மத்தா ஹரி ஜெர்மனியிலிருந்தார். நடன நிகழ்ச்சிகளுக்காக ஆறு மாதங்கள் ஒப்பந்தம் செய்யப்பட்டு தலைநகர் பெர்லினில் தங்க வைக்கப்பட்டிருந்தார். போர் தொடங்கியவுடன் நிகழ்ச்சிகள் அனைத்தும் ரத்து செய்யப்பட்டன. ஒப்பந்தப்படி அவருக்கு பணம் கொடுக்கப்படவில்லை. ஜெர்மனியிலிருந்த அவரது வங்கிக் கணக்கும் முடக்கப்பட்டது. அவரது விலையுயர்ந்த கிரீடங்கள், ஆடைகள், பொருள்கள் என எல்லாவற்றையும் சோதனை என்ற பெயரில் பறித்துக்கொண்டார்கள்.

ஏனெனில் மத்தா ஹரி பிரெஞ்சுக் குடிமகள். போரில் ஜெர்மனியின் எதிரி நாடான பிரான்ஸைச் சேர்ந்தவர். ஜெர்மனியில் மாட்டிக்கொண்ட பிரெஞ்சுக் குடிமக்கள் அனைவரும் கடும் சோதனைக்கு ஆளானார்கள். மத்தா ஹரியிடம் நெதர்லாந்து குடியுரிமையும் இருந்ததால் அங்கு செல்ல அனுமதிக்கப்பட்டார். அதற்கான ரயில் பயணச்சீட்டை வாங்குவதற்குக் கூட இன்னொருவரிடம் கடன் வாங்க வேண்டியிருந்தது. செல்வம் நிரந்தரமானது இல்லை என்பது அவருக்குப் புரிந்தது.

ஏறக்குறைய ஒரு வருடம் நெதர்லாந்தின் தலைநகர் ஆம்ஸ்டர்டாமில் தங்கியிருந்தார் மத்தா ஹரி. காதலர்கள் தயவில் மட்டுமே வாழ்ந்தார். நிகழ்ச்சிகளும் நடக்கவில்லை, இருந்த

பணத்தையும் ஜெர்மனியின் அரசாங்கம் கைப்பற்றிவிட்டது. அப்போது ஜெர்மனியின் தூதரக அதிகாரி கார்ல் க்ரோமர் அவரைச் சந்தித்தார். மத்தா ஹரியிடம் பணம் இல்லாததும் அவர் எப்படியும் பாரிஸுக்குத் திரும்பிவிடுவார் என்பதையும் நன்கு தெரிந்து வைத்திருந்தார். கிடைத்த சந்தர்ப்பத்தை நழுவ விடுவாரா?

இருபதாயிரம் பிராங்க்குகள் (பிரான்ஸ் பணம்) கொடுத்து மத்தா ஹரியை ஜெர்மனிக்காக உளவு பார்க்கச் சொன்னார். H21 என்ற சங்கேதப் பெயரும் விரல் நகங்களுக்கு அடியில் ஒளித்து வைக்கும் கண்ணுக்குத் தெரியாத மையும் கொடுக்கப்பட்டன. சம்மதித்துப் பணத்தைப் பெற்றுக்கொண்டார் மத்தா ஹரி. தன்னிடமிருந்து ஜெர்மனி அரசாங்கம் அபகரித்தவற்றுக்கு இது சரியாகப் போயிற்று என நினைத்துக் கொண்டார். அந்த ரகசிய மையெல்லாம் எதற்கு? நாம் என்ன உளவு பார்க்கவா போகிறோம் என்று அதையெல்லாம் தூக்கி எறிந்தார். தனக்குப் பிடித்த பாரிஸுக்குத் திரும்பினார்.

இம்முறையும் படகுப் பயணத்தில் பிரிட்டன் அதிகாரிகளால் சோதனை செய்யப்பட்டார். அவர் மத்தா ஹரியாக இருந்தது ஒன்றே பிரச்னை. போர் வந்தால் பெண்கள் எப்படி இருக்க வேண்டும்? தேசபக்தியுடன் அடங்கி ஒடுங்கி வீட்டிலிருந்தபடி மட்டுமே போருக்கு உதவ வேண்டுமல்லவா? ஆனால் மத்தா ஹரியிடம் இவை எதுவும் இல்லை. கலை என்ற பெயரில் ஊர் ஊராகச் சுற்றி ஆண்களை மயக்கி சம்பாதித்துக் கொண்டிருக்கிறார். ஆணுக்கு அடங்காமல் தனித்திருக்கும் ஒரு பெண் இவ்வளவு பிரபலமாகிச் சம்பாதிப்பதை எந்த ஆண் அதிகாரி பொறுத்துக் கொள்வார்? ஆனால் அப்போதைக்கு அவரைக் கைது செய்ய ஆதாரம் எதுவும் இல்லை. அதனால் பிரிட்டன் மற்றும் பிரெஞ்சு உளவாளிகளின் கண்காணிப்பில் வந்தார் மத்தா ஹரி. சில காலம் ஜெர்மனியில் தங்கியிருந்த ஒரு காரணம் போதுமே?

பாரிஸுக்குத் திரும்ப வேண்டும். பழையபடி தனது ஆடம்பர வாழ்வுக்கு மீண்டுவிட வேண்டும் என்பது மட்டுமே மத்தா ஹரியின் இலக்காக இருந்தது. ஆனால் இதை அடைவது சுலபமான காரியமாக இல்லை. அவரது மேல்மட்ட ரசிகர்கள் அனைவரும் போர்க்களத்தில் சண்டையிட்டுக் கொண்டிருந்தார்கள். அல்லது அங்கு அடிபட்டுத் திரும்பியிருந்தார்கள். இவரிடம் வர யாருக்கும் நேரமில்லை.

கலை நிகழ்ச்சிகள் அவ்வப்போது நடந்தாலும் முன்புபோல வருமானம் வரவில்லை. போட்டி அதிகமாகிவிட்டது. இவர் ஆரம்பித்து வைத்த பாணியில் இப்போது இளம் கலைஞர்கள் கோலோச்சத் தொடங்கிவிட்டார்கள். அவர்களுக்கு ஈடாக இவரது வயதை மறைப்பது சிரமமாக இருந்தது. அதற்காகவும் நிறையப் பணம் தேவைப்பட்டது. எல்லா பிரச்னைகளும் பணம் என்ற ஒற்றைப் புள்ளியில் வந்து நின்றன.

போதும். இதற்கு மேல் மத்தா ஹரி எனும் அழகியின் பிம்பம் தேவையில்லை. அதைக் கட்டிக்காக்க மிகவும் சிரமப்பட வேண்டியிருக்கிறது. சாதாரணப் பெண்ணாக சராசரி வாழ்வுக்குத் திரும்ப முடிவெடுத்தார். திருமணம் செய்துகொண்டு நிம்மதியாக இனி காலத்தைக் கழித்துவிடலாம். முதல் காதலும் திருமணமும் தான் ஏமாற்றிவிட்டது. இப்போது காதலிக்கும் வதீம் அவ்வாறு ஏமாற்ற மாட்டார். எத்தனையோ ஆண்களுடன் பழகியிருந்த மத்தா ஹரிக்கு வதீம் ஆருயிர் காதலனாகத் தோன்றினார்.

இந்நிலையில்தான் விட்டல் ராணுவப் பகுதிக்குச் செல்ல சிறப்பு அனுமதி பெற்று, வதீமைச் சந்திக்கச் சென்றார். கேப்டன் லடூவின் வேண்டுகோளை மறுக்க முடியாமல் உளவு பார்க்கச் சம்மதித்தார். சம்பளமாக ஒரு மில்லியன் பிராங்க்ஸ் கிடைக்கும் என்ற ஆசை அவரை வேறெதைப் பற்றியும் சிந்திக்க விடவில்லை. நாட்டுக்காகக் கடைசியாகச் செய்யப்போகும் ஒரு வேலை, அவருக்கான நிம்மதியான வாழ்வைப் பெற்றுத்தரும் என குழந்தையைப் போல நம்பினார்.

இப்படி அவர் நம்பும் சூழ்நிலையில் அப்போது உலகம் இருக்கவில்லை. உலகப்போர் நடந்தது ஒருபுறம். புகழின் உச்சிக்குச் சென்றிருந்த பெண்ணைப் பழிவாங்கக் கிடைத்த சந்தர்ப்பம் மறுபுறம். இரண்டும் மத்தா ஹரிக்குள் மறைந்திருந்த மார்கரெட் எனும் பெண்ணின் மேல் கருணை காட்டுவதை மறக்கப் போதுமானதாக இருந்தது.

32. மரணம் கேள்விகளுக்கு விடையளிக்காது

உளவு பார்த்த ஆதாரங்களுடன் கைது செய்யப்பட்டார் மத்தா ஹரி. அவரைப் பொறுத்தவரை லடூ தன்னிடம் ஒப்படைத்த வேலையைச் செய்து முடித்திருக்கிறார். அவ்வளவுதான். பிரெஞ்சு நாட்டுக்குச் சேவை செய்திருக்கும் அவரை எதற்குச் சிறையில் வைத்திருக்கிறார்கள் என்பதே அவருக்குப் புரியவில்லை. லடூ இதையெல்லாம் தெளிவுபடுத்திவிட்டால் விடுதலை கிடைத்துவிடும் என்று நம்பினார். அதனால் அவர் தரப்பில் ஒரு வக்கீலை வைத்துக்கொள்ளக்கூட அவர் மறுத்துவிட்டார். தான் நிரபராதி அதனால் தண்டிக்கப்பட மாட்டோம் என்று முழுமையாக நம்பினார்.

சிறையிலிருந்த மத்தா ஹரியிடம் விசாரணை தொடங்கியது. முதல் சந்திப்பின் போதே உயர்மட்ட விசாரணை அதிகாரி பியரி அவரை ஜெர்மனியின் உளவாளி என்றே முடிவு செய்திருந்தார். அதை நிரூபிக்கப் போதுமான ஆதாரங்களைத் தேடினார். உலகப்போர் சமயத்தில் எள்ளளவு சந்தேகமும் ஒருவரைக் கைதுசெய்து தூக்கிலிடப் போதுமானதாக இருந்தது. ஆனால் இதைக்கூட ஊகிக்க முடியாமலிருந்தார் மத்தா ஹரி.

அவரால் சிறைவாசத்தைத் தாங்கிக்கொள்ள முடியவில்லை. இருட்டு, அழுக்கு, பூச்சிகள், எலிகள், குமட்டும் கழிவறை, மோசமான உணவு இதில் எதையுமே மத்தா ஹரியால் சகித்துக்கொள்ள முடியவில்லை.

ஆடம்பர மாளிகையில் ராணி போல வாழ்ந்தவர் அல்லவா? சிறையிலிருந்தபோது எழுதிய கடிதங்களில் அவர் இப்படிக் குறிப்பிட்டிருந்தார். 'நீங்கள் என்னை விசாரிக்கலாம். ஆனால் நான் ஒரு பெண் என்பதை உங்களுக்கு நினைவுபடுத்துகிறேன்.' அடிப்படை மனித உரிமைகள் கூட எவ்வளவு கேட்டும் கிடைக்கப் பெறாத நிலையில் கடும் மன உளைச்சலுக்கு ஆளானார் மத்தா ஹரி. அது படிப்படியாக வளர்ந்து அவரை மனநோயாளி ஆக்கியது. எவ்வளவு மாதங்கள் விசாரித்தும் அவர் குற்றவாளி என்பதை அவர் ஒப்புக்கொள்ளவில்லை. குற்றம் செய்திருந்தால்தானே?

அதிகாரி பியரியும் அவருக்கு எதிராக ஒரு வலுவான சாட்சியைத் தேடிக்கொண்டிருந்தார். அவர் பல நாடுகளுக்குப் பயணம் செய்திருந்தார். பணப்புழக்கம் அதிகமாகவே இருந்தது. உயர்மட்ட அதிகாரிகள் பலரோடும் உல்லாசமாக இருந்துள்ளார். இவை எல்லாமே சந்தேகத்துக்குரியவை. ஆனால் அவர் சந்தித்த எந்த ஆணும் ராணுவ ரகசியங்களையோ, நாட்டின் அரசாங்க விஷயங்களையோ பற்றி மத்தா ஹரியுடன் பேசியதாக வாக்குமூலம் அளிக்கவில்லை.

உளவுத் தகவல்களைச் சேகரித்ததற்கான எந்த ஆதாரமும் அகப்படவில்லை. அவர் வீட்டிலிருந்த மேக்கப் பொருள்கள், வாசனைத் திரவியங்கள், சோப்பு என ஒன்றுவிடாமல் சோதனை செய்து பார்த்தார்கள். அப்படியாவது ஜெர்மனியின் உளவாளிகள் பயன்படுத்தும் ரகசிய மை கிடைத்துவிடாதா என்று தீவிரமாக சோதனை செய்தார்கள். ஒன்றும் பயனில்லை. அவர் அந்த மையைத் தன்னுடன் வைத்திருந்தால்தானே கிடைப்பதற்கு? அவர்தான் அதைப் பயன்படுத்தும் உத்தேசத்திலேயே இல்லையே?

முதல் உலகப் போரின் தீவிரம் அதிகரித்துக் கொண்டே போனது. பிரெஞ்சுப் படைகள் தொடர் தோல்விகளைச் சந்தித்து வந்தார்கள். நம்பிக்கை, துரோகமானது. எந்த ஜெர்மன் அதிகாரி லடூ உண்மையைக் கூறித் தன்னைச் சிறையிலிருந்து காப்பாற்றுவார் என்று மத்தா ஹரி நம்பியிருந்தாரோ, அவரேதான் கடைசியில் அவருக்கெதிரான ஆதாரத்தைச் சமர்ப்பித்தார்.

ஜெர்மனியின் மேஜர் காலா, உளவாளி *H21* தனக்கு அளித்த உளவுத்தகவல்கள் என்று உயரதிகாரிக்கு அனுப்பிய தந்திகள். இந்த *H21* யாரென்ற விரிவான தகவல்கள் இன்னும் சேகரிக்கப்படவில்லை.

ஆனால் அன்னா எனும் பெயர் அடிபட்டது. மத்தா ஹரியின் பணியாளரின் பெயர் அன்னா. இது போதுமே. பிரெஞ்சு அதிகாரிகள் போரில் தோல்வியைத் தழுவி வருவதற்கு மத்தா ஹரியின் துரோகமே காரணம் என்று உயரதிகாரிகளுக்குச் சொல்லப்பட்டது.

ஜெர்மனிக்காக இவ்வளவு சாமர்த்தியமாக உளவு பார்த்த மத்தா ஹரி, பிரெஞ்சு உளவுத்துறையுடன் ஏன் அவ்வாறு நடந்துகொள்ளவில்லை என்று யாரும் கேள்வி எழுப்பவில்லை. சாதாரண கடிதங்களில் உளவுத் தகவல்களை எழுதி அஞ்சலில் அனுப்பியது; அதிகாரி டென்வீனிடம் எல்லா தகவல்களையும் முதல் சந்திப்பிலேயே ஒப்பித்தது; தனக்கு ஜெர்மனியின் அதிகாரி உளவுபார்க்க இருபதாயிரம் கொடுத்தது என்று எல்லா உண்மைகளையும் ஏன் அவர் சொல்ல வேண்டும் என்ற கேள்வியும் எழவில்லை. அவர்களுக்கு வேண்டியதெல்லாம் போரின் தோல்விகளுக்குக் கைகாட்ட ஒரு பலியாடு. அவ்வளவே.

விசாரணை முடிந்து தீர்ப்பளிக்கப்பட்டது.

‘என் கைகளைக் கட்டவேண்டாம். கண்களைத் துணியால் கட்ட வேண்டாம். என் சாவை நான் தைரியத்துடன் எதிர்கொள்வேன்.’ என்றார் மரண தண்டனை விதிக்கப்பட்டிருந்த மத்தா ஹரி.

15-அக்-1917 அன்று தனது நாற்பத்தியொராம் வயதில் பிரெஞ்சு காவல்துறையால் சுட்டுக் கொல்லப்பட்டார். இறுதிச் சடங்குகளை நடத்துவதற்காக அவரது உடலைப் பெறக்கூட யாரும் முன்வரவில்லை. அனாதையாக இறந்தார். இப்படியொரு நிலை தனக்கு ஏற்படக்கூடாதென்றே அவர் திருமணம் செய்து கொள்ள விரும்பினார். அவரது அழகிய தோற்றமும் அதனால் கிடைத்த சொத்துகளும் இறுதிவரை நிலைத்திருக்காது என்பதை அறிந்திருந்தார். ஆனால் ஒரு நிம்மதியான வாழ்க்கையையோ கண்ணியமான மரணத்தையோ பெற அவருக்குக் கொடுத்து வைக்கவில்லை.

அவர் மீது சந்தேகம் உருவாகக் காரணமாக இருந்தது, அவர் நெதர்லாந்தில் கழித்த ஒரு வருட காலகட்டம் மட்டுமே. அதுவும் அவராகத் தேர்ந்துகொண்டதல்ல. உலகப்போர் தொடங்கியவுடன் ஜெர்மனி அரசாங்கமே அவரை நெதர்லாந்துக்கு

அனுப்பியது. அங்கு அவருக்கு உளவாளிக்கான பயிற்சிகள் அளிக்கப்பட்டதாகக் கூறப்படுகிறது. உளவு பார்க்க ஜெர்மனியிடம் பணம் பெற்றுக்கொண்டாலும், அவரிடமிருந்து எந்த உளவுத் தகவலும் திரும்பக் கிடைக்கவில்லை. இதற்காகப் பழிவாங்க வேண்டுமென்றே ஜெர்மனி, பிரெஞ்சு அதிகாரிகளிடம் மத்தா ஹரியைச் சிக்க வைத்தது என்றும் கூறப்படுகிறது. அதனால் தான் பிரெஞ்சு அதிகாரிகளுக்குப் புரியும்படியான குறியீட்டில் ஏஜெண்ட் *H21* என்று குறிப்பிடப்பட்டு தந்திகள் அனுப்பப்பட்டன என்கின்றன சில ஆதாரங்கள்.

இன்னொரு தரப்பு இது பிரெஞ்சு அதிகாரிகளின் கூட்டுச்செயல் என்கிறது. போரின் இழப்புகளுக்குப் பழிபோடத் தேர்ந்தெடுக்கப்பட்டவர் மத்தா ஹரி. இவரது மரணத்துக்குப் பிறகு அதிகாரி லடூ, ஜெர்மனியின் உளவாளி என்று கைது செய்யப்பட்டிருக்கிறார். பணத்தாசை காட்டி மத்தா ஹரியை உளவுபார்க்கச் சொன்னதும், சிறை விசாரணையின் போது ஆதாரங்களைச் சமர்ப்பித்து அவர் மரணத்துக்குக் காரணமானவரும் இந்த லடூவே. இறுதியில் பிரெஞ்சுக்குத் துரோகம் செய்தாரென விசாரணையில் தெரியவந்து இவரும் சுட்டுக்கொல்லப்பட்டார் என்பதற்கும் ஆதாரங்கள் உண்டு. இவை எல்லாம் வெளிவராமல் இருக்கவே, அவசரமாக மத்தா ஹரியைக் கொன்றுவிட்டார்கள்.

எதுவானாலும் அவர் நிரபராதியாக இருந்து கொல்லப்பட்டிருந்தால் நீதியும் கேள்விக்குறியாகிறது. ஆதாரங்களோடு நிரூபிக்கப்பட்ட உளவாளிகளுக்குக் கூட தஞ்சமடைந்த பின் நிம்மதியான வாழ்க்கை அமைந்தது. இப்படி சந்தேகத்தின் அடிப்படையில் அவசர அவசரமாகக் கொல்லப்படும் நிலை ஏற்படவில்லை. மாட்டிக்கொள்ளாமல் உளவு பார்க்கும் வரைதான் உளவாளிகள் கண்ணியத்தோடு வாழ முடிகிறது.

33. இரண்டு குண்டுகளும் நிறைவேறாத திட்டமும்

30-ஆகஸ்ட்-1918

மாஸ்கோ.

மாஸ்கோவிலிருக்கும் மீக்கேல்சோன் தொழிற்சாலையில் சோவியத் அதிபர் லெனின் உரையாற்றப் போகிறார். அங்கே வைத்துத்தான் சதித்திட்டத்தை அரங்கேற்ற திட்டமிடப்பட்டிருந்தது. அதற்கான நாளும் வந்துவிட்டது.

ஜார் மன்னர்களின் ஆட்சியை முடிவுக்குக் கொண்டு வந்தது ரஷ்யப் புரட்சி. போல்ஷிவிக்குகளை வழிநடத்திய விளாதிமிர் லெனின் சோவியத்தின் அதிபராகப் பொறுப்பேற்றிருந்தார். போல்ஷிவிக்குகளின் ஆட்சியைத் தொடர விடுவது மேற்குலக நாடுகளுக்கு நல்லதல்ல. அதனால் நிலைமையைக் கண்காணிக்க பிரிட்டன் உளவாளி சிட்னி ரைலி சோவியத்துக்கு அனுப்பப்பட்டார். தகவல் சேகரிக்கப் போனவர் ஆட்சியைக் கவிழ்க்கத் திட்டம் போட்டார்.

திட்டம் இதுதான். விளாதிமிர் லெனின், லியன் த்ரோவ்ஸ்கி இரு முக்கியத் தலைவர்களையும் கொன்றுவிட வேண்டும். நிலைமை சீராகும் வரை இடைக்கால அரசாங்கத்தை அமைக்க வேண்டும்.

தகுந்த தலைவர்களைத் தேர்ந்தெடுத்துவிட்டால் அவர்கள் பிரிட்டனின் பினாமியாகச் செயல்படுவார்கள். நினைத்தபடி சோவியத்தைக் கட்டுப்பாட்டுக்குள் கொண்டு வந்துவிட முடியும்.

ஏப்ரல் மாதம் முதலே சோவியத்தில் இதற்கான வேலைகளைத் தொடங்கியிருந்தார் சிட்னி ரைலி. லெனின் ஆட்சியை எதிர்ப்பவர்களை ஒன்றுதிரட்டினார். சோவியத்தின் ரகசிய போலீஸான செக்கா அதிகாரியாகத் தனக்கொரு போலி அடையாளத்தை உருவாக்கிக்கொண்டார். அமெரிக்க, பிரெஞ்சு தூதரக அதிகாரிகளைச் சந்தித்து வேண்டிய ஆதரவைப் பெற்றுக்கொண்டார். லெனினை எதிர்க்கும் செல்வாக்கு மிக்க எதிர்க்கட்சித் தலைவரான போரிஸ் சயின்கோவ்வுடன் இணைந்து லெனினைக் கொல்வதற்குத் திட்டம் தீட்டினார்.

அதிபர் லெனினின் பாதுகாப்புப் படையிலிருந்த லாட்விய அதிகாரிகளை மூளைச்சலவைசெய்தார். மில்லியன் ரூபிள்கள் (ரஷ்யப் பணம்) கைமாறின. இவர்கள் எதிர்பாராத நேரத்தில் லெனினைக் கைது செய்வார்கள். அவரது ஆடைகளைக் களைந்து பொதுமக்கள் முன் இழுத்துச் செல்வார்கள். லெனினைப் போல இனி உருவெடுக்கத் துணிபவர்களுக்கு இதுவொரு பாடமாக அமையும்.

கைதுக்குப்பின் ரகசிய இடத்துக்குக் கூட்டிச்செல்லப்பட்டுக் கொல்லப்படுவார்கள். இதற்குள் ரைலியின் தயாரிப்பிலிருக்கும் மற்ற படைகள் சோவியத்தின் முக்கிய அரசாங்க அலுவலகங்களை முற்றுகையிடும். ஆனாலும் ரைலி இதில் நேரடியாக சம்பந்தப்படப் போவதில்லை. இரண்டு நாள்களுக்கு முன்னரே அவர் செயின்ட் பீட்டர்ஸ்பர்க் சென்றுவிட்டார்.

எல்லாம் திட்டப்படி நடந்துகொண்டிருந்தது. லெனின் தொழிலாளர்களிடம் ஆவேசமாக உரையாற்றினார். 'ஒன்று நாம் வெல்வோம் அல்லது இறப்போம்!' என்று இறுதியாக உரையை முடித்துவிட்டு காரில் ஏறுவதற்காக அங்கிருந்து வெளியேறினார். ஒரு பெண் லெனினின் பெயர் சொல்லி அழைப்பதைக் கேட்டுத் திரும்பினார். அவ்வளவுதான்.

அவளது கைத்துப்பாக்கியிலிருந்து இரண்டு குண்டுகள் வெளியேறின. ஒன்று லெனினின் கழுத்திலும் மற்றொன்று அவரது நுரையீரலிலும்

பாய்ந்தன. லெனின் அவசரமாக மருத்துவமனைக்கு அழைத்துச் செல்லப்பட்டார். நல்லவேளை. உயிருக்கு ஆபத்தில்லை. ஆனால் அவரது உடல்நிலையை இந்தக் குண்டுகள் மிகவும் பாதித்தன. அவர் சோவியத்துக்குச் செய்ய வேண்டியதைச் செய்து முடிக்க முடியாமல் போனதற்கு இச்சம்பவம் முக்கிய காரணமானது.

விசாரணையில் அந்தப் பெண், ஃபேனி கப்ளான் என்பது தெரிய வந்தது. ரைலிக்கும் இவருக்கும் எந்தச் சம்பந்தமும் இல்லை. தனிப்பட்ட விதத்தில் லெனினைப் பழிவாங்கவே அவர் சுட்டிருக்கிறார். இதை அறிந்த செக்கா அதிகாரிகள் ஃபேனி கப்ளானைக் கொலை செய்தார்கள். ஆனால் இந்த விசாரணையின் போது நிறைவேறாத ரைலியின் திட்டமும் வெளிவந்துவிட்டது.

ரைலியின் திட்டம் நிறைவேறாமல் போனது இதுவே முதல்முறை. அதுகூட பரவாயில்லை. திட்டத்துக்கு ஒத்துழைத்த அத்தனை பேரும் மாட்டிக்கொண்டார்கள். ரைலிக்கு இது பெருத்த அவமானம். மாபெரும் உளவாளி என அவர் அதுவரை சேர்த்து வைத்திருந்த பிம்பம் இனி என்னவாகும்? சோவியத்தைப் பழிவாங்கியே தீருவது என்று முடிவெடுத்தார். ஆனால் உளவாளி ஆயிற்றே. அதற்கான தகுந்த தருணத்துக்காகக் காத்திருந்தார்.

ரைலியுடன் கூட்டு சேர்ந்திருந்த ஏறக்குறைய நாற்பது தூதரக அதிகாரிகளும் கேள்வியின்றிக் கைது செய்யப்பட்டார்கள். அடுத்தது ரைலிதான் கைது பட்டியலில் முதலிடம் பிடித்திருந்தார். எல்லா செய்தித்தாள்களிலும் அவரது புகைப்படம் வெளியாகியிருந்தது. புதுப்புது அவதாரங்கள் எடுத்து ரைலி தப்பித்துக் கொண்டிருந்தார். பதற்றப்படாமல் நேரத்துக்கு ஏற்றவாறு செயல்படுவதே அவரது பாணி.

ஒருமுறை அவர் தங்கியிருந்த அறையைச் சோதனையிட செக்கா அதிகாரிகள் வந்தார்கள். ரைலியும் மாடியிலிருந்து தனது அறையை நோக்கி வந்து கொண்டிருந்தார். தனது நீண்ட மேலாடையைத் தலையோடு இழுத்துவிட்டு, இவரும் அதிகாரிகளுள் ஒருவரைப் போல அறைக்குள் நுழைந்துவிட்டார். மற்றவர்கள் இவரைத் தேடிக்கொண்டிருக்க இவர் இன்னொரு அதிகாரியின் உதவியோடு சிகரட் பற்றவைத்துக் கொண்டார். சிகரெட் பிடிக்கும் சாக்கில் அப்படியே சத்தமில்லாமல் கதவின் பின்னால் ஒளித்து வைத்திருந்த கடவுச்சீட்டை எடுத்துக்கொண்டு வெளியேறிவிட்டார். வந்திருந்த

மற்ற அதிகாரிகள் இவரை அறைமுழுக்கத் தேடிப் பார்த்துவிட்டு ஏமாற்றத்துடன் திரும்ப நேர்ந்தது. அதிகாரியைப் போல நுழைந்த இவர்மீது யாருக்கும் சந்தேகம் எழவில்லை.

ரைலி அங்கிருந்து லண்டனுக்குத் தப்பிக்க வேண்டும். பால்டிக் நாடுகளிலிருந்து கிளம்பும் கப்பலில் ஏறிவிட்டால் பிறகு பிரச்னை இல்லை. அதனால் செயின்ட் பீட்டர்ஸ்பர்கிலிருந்து அந்தக் கப்பலுக்குச் செல்ல ஒரு டச்சு படகுக்காரரை அணுகினார். அந்தப் படகை தினமும் ஒரு சோவியத் அதிகாரி வந்து சோதனை செய்தபின்னரே கிளம்ப அனுமதிப்பார்கள். இவரைப் பிடிக்கும் தேடுதல் வேட்டையின் ஒரு பகுதி இது. ஆனாலும் அந்தப் படகின் முதலாளி இவரை ஏற்றிக்கொள்ள ஒப்புக்கொண்டார். ஒரேயொரு நிபந்தனை என்னவென்றால் படகு கிளம்பும் கடைசி நிமிடத்தில்தான் ரைலி படகிலேற வேண்டும். அதுவரை அவர் இருக்குமிடம் யாருக்கும் தெரியக்கூடாது. ரைலியும் ஒப்புக்கொண்டார். அங்கிருந்து தப்பிக்க இது ஒன்றே வழி.

அன்றும் அந்த சோவியத் அதிகாரி படகைச் சோதனை செய்ய வந்தார். எப்போதையும் விட அவருக்கு அன்று சிறப்பானதொரு வோட்கா கொடுக்கப்பட்டது. தினமும் அளவாகக் குடித்துவிட்டு படகு கிளம்பலாம் என்று அனுமதிப்பவர், அன்று வோட்காவுக்கு மயங்கி வெகுநேரம் குடித்துக்கொண்டிருந்தார். கடைசியில் அவரைக் கைத்தாங்கலாகப் படகிலிருந்து காரில் ஏற்றி அனுப்பினார்கள். அதன் பின்னர் படகிலேறினார் ரைலி.

‘என் கண்முன்னே லண்டனின் பரந்த கடல் தெரிகிறது. காலைத் தென்றல் மேகங்களை விரட்டிவிட, கிழக்குத் தொடுவானத்தின் விடியல் என் கண்களுக்குத் தெரிந்தது’ என்று அந்தப் படகுப் பயணத்தை ரசித்தார் ரைலி. அன்று அவர் உயிருடன் தப்பித்ததை அதிர்ஷ்டம் என்று அழைக்க முடியுமா?

34. மரண அரங்கேற்றம்

24-மார்ச்-1874

ஒடேஸா நகரம்,

ரஷ்ய சாம்ராஜ்யம்.

யூதர்கள் அதிகம் வசித்த ஒடேஸா நகரத்தில் பிறந்தார் சிக்மண்ட் ரசன்ப்ளூம். தந்தை ரஷ்யப் படையில் கர்னலாகப் பணியாற்றினார். தாய் யூத வழிமரபில் வந்தவர். கருங்கடலை ஒட்டிய துறைமுக நகரமான ஒடேஸாவில் வளர்ந்ததால் ஜெர்மன், ஆங்கிலம், பிரெஞ்சு என்று எல்லா மொழிகளையும், தாய்மொழியான ரஷ்யனைப் போலவே சரளமாகப் பேசத்தெரிந்து வைத்திருந்தார் சிக்மண்ட். நீளமான முகம், பெரிய காதுகள், அடர்ந்த புருவங்களோடு கனிவான பார்வையைக் கொண்டிருந்தார். வியன்னா பல்கலைக்கழகத்தில் வேதியியல் படித்துக்கொண்டிருந்தார்.

சோசியலிசப் பிரசாரங்களின் மீது ஏற்பட்ட இளம் வயதுக்குரிய ஈர்ப்பால், புரட்சிக் குழுவில் சேர்ந்தார். ரஷ்ய மன்னரின் ரகசியக் காவல்படை அவரைக் கைது செய்து சிறையிலடைத்தது. குடும்ப செல்வாக்கின் பின்னணியில் வெளிவந்தவருக்குத் தாயின் மரணச் செய்தி காத்திருந்தது. மிகுந்த அதிர்ச்சியும் குழப்பமும் அடைந்தார். தனது உண்மையான தந்தை ஒரு யூத மருத்துவர்

என்பதும் அப்போதுதான் தெரிய வந்தது. தாயின் இழப்பும் தனது அடையாளத்தைப் பற்றிய குழப்பங்களும் சிக்மண்டின் வாழ்வில் பெரும் திருப்பத்தை ஏற்படுத்தின.

ரஷ்யாவை விட்டு வெளியேற முடிவெடுத்தார். அதுவும் நிரந்தரமாக. அவர் மரணமடைந்து விட்டதாக நம்பவைக்க ஏற்பாடுகளைச் செய்துவிட்டு, ஒடேஸா துறைமுகத்திலிருந்து கப்பலேறி பிரேசிலுக்குத் தப்பிச் சென்றார். சிக்மண்ட் என்ற தனது பெயர் முதற்கொண்டு அவர் உபயோகிக்க விரும்பவில்லை. ஜார்ஜ் என்று தனது உண்மையான அப்பாவின் பெயரை வைத்துக்கொண்டார். பல்வேறு வேலைகளைச் செய்தார்.

பிரிட்டன் ராணுவ அதிகாரிகளுக்குச் சமையல் செய்து வந்தார். ஒருமுறை அவர்களுடன் அமேசான் காட்டைச் சுற்றிப்பார்க்கச் சென்றார். அங்கிருந்த பழங்குடியினரிடம் மாட்டிக்கொண்டவர்களைச் சமயோசிதமாகச் செயல்பட்டு உயிருடன் காப்பாற்றினார். அதற்குக் கைம்மாறாக பிரிட்டன் கடவுச்சீட்டும் பணமும் கிடைத்தது. அங்கிருந்து பத்திரமாக அவரை பிரிட்டனுக்கு அனுப்பி வைத்தார்கள்.

லண்டனுக்குச் சென்றவர் அங்கு தன்னை வேதியியல் வல்லுநராக நிறுவிக்கொண்டார். கல்லூரிப் படிப்பை முடிக்காத நிலையிலும் திபெத்திய மருத்துவமுறை என்ற பெயரில் ஆயுர்வேத மருந்துகளைப் பரிந்துரைத்தார். அறுபது வயதான மதகுரு தாமஸுக்குச் சிறுநீரகக் கோளாறுக்காக சிகிச்சையளித்தவர் அவரது குடும்பத்துடனும் நெருக்கமானார். அவரது இளம் மனைவி மார்கரெட்டின் பெயரில் எட்டு லட்சம் பவுண்டு மதிப்புடைய சொத்துகளை உயிலெழுதி வைத்தார் தாமஸ்.

அடுத்த வாரமே இறந்துபோனார். கடுமையான சளிக்காய்ச்சலால் இறந்ததாகச் சடலத்தைப் பரிசோதித்து ஆங்கில மருத்துவர் ஒருவர் சான்றிதழ் வழங்கினார். தாமஸ் அடக்கம் செய்யப்பட்டார். இப்படியொரு மருத்துவரே இல்லை என்பது பின்னாளில் நடத்தப்பட்ட விசாரணையில்தான் தெரியவந்தது. எல்லாம் ஏற்பாடு. காவல் துறைக்குச் சந்தேகம் வராதபடி அவர்களையும் கவனித்துக் கொண்டார்கள்.

ஆறு மாதங்களுக்குப் பிறகு மார்கரெட் மறுமணம் செய்துகொண்டார். வேறு யாருமல்ல, வேதியியல் வல்லுநரைத்தான்.

1898 ஆம் ஆண்டு சிட்னி ரைலி என்று அதிகார பூர்வமாகத் தனது பெயரைப் பதிவு செய்து கொண்டார், ஜார்ஜ் என்று வலம்வந்த சிக்மண்ட். அயர்லாந்தில் பிறந்தவர் என்ற அடையாளத்தோடு புதிய பிரிட்டன் கடவுச்சீட்டையும் பெற்றுக்கொண்டார். அதன்பின் அவர் சிட்னி ரைலியாக மட்டுமே அறியப்பட்டார்.

ஸ்காட்லாந்து காவல்துறைக்கு ரகசியமாக வேலைசெய்தார் ரைலி. ரஷ்யாவின் கொள்கைகளைத் தெரிந்துகொள்ள ஒரு உளவாளிகளின் அமைப்பை உருவாக்க வேண்டிய கட்டாயம் ஏற்பட்டது. ஆங்கிலமும், ரஷ்யன் மொழியும் சரளமாகத் தெரிந்த ரைலியை விட வேறு யார் பொருத்தமானவராக இருக்க முடியும்? செல்வச் சீமானாக ஸ்பெயின், இத்தாலி என்று ஐரோப்பா முழுவதும் வியாபாரியாக வலம் வந்தார் ரைலி. வியாபாரம் என்ற பெயரில் ரஷ்யாவின் தொலைநோக்குத் திட்டங்களை அறிந்து கொண்டார்.

1901 ஆம் ஆண்டு ரஷ்யாவின் கட்டுப்பாட்டிலிருந்த ஆர்தர் துறைமுகத்துக்கு இடம்பெயர்ந்தார் ரைலி. அங்கிருந்த மர நிறுவனத்தைச் சொந்தமாக்கினார். அப்போது தானே வர்த்தக முதலாளி என்ற போர்வையில் ரஷ்யாவுக்கும் ஜப்பானுக்கும் உளவுபார்க்க முடியும்? ஆம். ஜப்பானிய மேஜர் ஆக்காஷி மோட்டோஸீரோவுக்கும் உளவு பார்த்தார் ரைலி. ரஷ்யப் பேரரசுடன் போருக்குத் தயாராகி வந்த ஜப்பானுக்கு, ரைலியின் தகவல்கள் தக்க சமயத்தில் உதவின.

08-பிப்ரவரி-1904.

அன்றைய இரவு ஆர்தர் துறைமுகத்திலிருந்த விளக்குகள் காரணமின்றி அணைக்கப்பட்டன. தொலைதூரம் ஒளி பாய்ச்சக்கூடிய ரஷ்யாவின் பாதுகாப்பு ஏற்பாடுகள் இவை. இருட்டில் ஜப்பானியப்படை துறைமுகத்துக்குள் நுழைந்து போரைத் தொடங்கியது. இத்துறைமுகத்தைக் கைப்பற்றுவது ஜப்பானின் வணிகத்துக்கு மிகவும் முக்கியமான இலக்காக இருந்தது. ரஷ்யாவின் ராணுவ வரைபடங்களும் திருடப்பட்டு ஜப்பான் படைகளுக்கு அனுப்பப்பட்டன. இவை அனைத்தையும் திட்டமிட்டு நிறைவேற்றியவர் சிட்னி ரைலி. ஜப்பான் வெற்றி பெற்ற பிறகு தனது மர நிறுவனத்தை விற்றுவிட்டு, சத்தமில்லாமல் லண்டனுக்குத் திரும்பினார் ரைலி.

பல்வேறு நாடுகளுக்கும் சந்தேகமின்றிப் பயணம் செய்ய மட்டுமே ரைலி வர்த்தகர் என்ற வேடமணிந்திருந்தார். அங்கு சென்றவுடன் காரியத்தை முடிக்கத் தேவையான கதாபாத்திரமாக மாறிவிடுவது அவரது இயல்பு. மருத்துவர், பாதிரியார் என்று எதையும் கச்சிதமாக ஏற்று நடிக்குமளவு பல துறைகள் குறித்து அவருக்குத் தெரிந்திருந்தது. அல்லது வெகு விரைவில் வேண்டியவற்றைக் கற்றுக்கொண்டார். அவரது இந்தத் திறமையால் மட்டுமே அவரால் சந்தேகமின்றி எங்கும் நுழைய முடிந்தது.

35. ரோமன் காலரும் எண்ணெய் வர்த்தகமும்

1905

கேன்ஸ் துறைமுகம்,

பிரான்ஸ்.

கேன்ஸ் நதியிலிருந்த ஓர் அழகிய உல்லாசக் கப்பலை நோக்கி ஒரு சிறிய படகு வந்தது. படகின் துடுப்பைச் செலுத்தியவர் கழுத்தில் நீண்டதொரு செபமாலை இருந்தது. கறுப்பு நிற காலர் வைத்த சட்டை அணிந்திருந்தார். காலரின் நடுவே செவ்வக வடிவில் உள்ளிருக்கும் வெள்ளை காலர் தெரிந்தது. கிறிஸ்தவ பாதிரியார்கள் மட்டுமே இதுபோன்ற ரோமன் காலரை அணிந்திருப்பார்கள். ‘சிறிய அனாதைகள்’ என்ற அனாதை இல்லத்தின் படம்போட்ட நன்கொடை புத்தகம் ஒன்று அந்தப் படகிலிருந்தது.

அந்த உல்லாசக் கப்பலின் முதலாளியிடம் நன்கொடை வாங்குவதற்காக, அவரது கப்பலுக்கே வந்துவிட்டார் அந்தப் பாதிரியார். அது வெறும் உல்லாசக் கப்பல் மட்டுமல்ல. முதலாளியின் முக்கிய வர்த்தகப் பேச்சுவார்த்தைகளும் நடைபெறும் இடம். வர்த்தக நண்பர்களைத் தவிர வேறு யாருக்கும் அங்கு அனுமதியில்லை. துடுப்பைச் செலுத்தியபடி பாதிரியார் ஏற்கெனவே பாதி தூரம் கப்பலருகே வந்துவிட்டார். திருப்பியனுப்ப மனமில்லாமல் அவரை அதனுள் அனுமதித்தார்கள். மதகுருமார்களுக்கென்ற மரியாதை எல்லாச் சமூகத்திலும் உண்டு. அதுவுமில்லாமல் ஊருக்குள் பெரிய

மனிதர் என்பதை இந்த நன்கொடைகள் வழியாக அவ்வப்போது நிரூபிக்கவும் வேண்டியிருந்தது.

அன்றைய உலகம் முழுவதும் கறுப்புத் தங்கத்தால் இயங்கிக் கொண்டிருந்தது. தொழிற்புரட்சிக்கு தோள் கொடுத்து தொழிற்சாலைகள், கப்பல்கள், ரயில் போக்குவரத்துகள், மின்சார உற்பத்தி என்று சகலமும் நிலக்கரியின் உபயத்தால் இயங்கிக் கொண்டிருந்தன. இந்த என்ஜின்கள் எண்ணெயை ஊற்றினால் ஏற்றுக்கொள்ளுமா என்ற ஆராய்ச்சியில் நிலக்கரியை வென்றது எண்ணெய். நிலக்கரியைவிடச் சிறப்பாக வேலை செய்யவே, கப்பல்கள் எண்ணெயில் இயங்கும் என்ஜின்களைத் தத்தெடுத்துக் கொண்டன.

ஆனால் பிரிட்டனின் ராஜாங்கக் கப்பற்படை உள்பட அனைத்துக் கப்பல்களும் இன்னும் நிலக்கரியையே சார்ந்திருந்தன. எண்ணெய்க்கு எங்கு போவது? இதோ இந்த கப்பலின் முதலாளி டார்சியைத்தான் வளைத்துப்போட வேண்டும். அதற்காகவே அந்தப் பாதிரியாரின் கதாபாத்திரத்தை ஏற்றிருந்தார் ரைலி.

கப்பலின் முதலாளி வில்லியம் நாக்ஸ் டார்சி லண்டனில் பிறந்து ஆஸ்திரேலியாவுக்குக் குடிபெயர்ந்திருந்த பெரிய வணிகர். கடும் நிதி நெருக்கடியிலிருந்த ஈரானின் முஜபர் அ-தின் ஷாவுக்கு உதவிசெய்ய முன்வந்தார். ஷாவின் அரசாங்கம் கடன்வாங்காத நாடே இல்லை எனும் நிலைமை. ஈரானில் எண்ணெய் வளமுள்ளதா எனும் ஆராய்ச்சியையும் எண்ணெய் எடுக்கும் உரிமையையும் வாங்கிக்கொண்டார் டார்சி. இது இவர் மட்டும் தனித்துச் செய்யக்கூடிய காரியம் அல்லவே. எண்ணெய் வளத்தைக் கையாளப் பெரிய நிறுவனங்களின் உதவி தேவை. அதனால் இந்த உரிமையை அதிக விலைக்குக் கேட்கும் நிறுவனத்துக்கு விற்க முடிவு செய்திருந்தார் டார்சி.

அப்போதைய சூழலில் உலகின் நிதி நிறுவனங்களுக்கெல்லாம் கடன் வழங்குமளவு சக்தி படைத்திருந்தது ரூட்சீல்டு என்ற நிறுவனம் மட்டுமே. ஜெர்மனியில் தோன்றிய இந்தப் பணக்கார குடும்பம் தனது ஐந்து மகன்கள் மூலமாக ஐரோப்பா முழுவதும் பரவி உலகெங்கும் வேரூன்றி வளர்ந்தது. இந்த ரூட்சீல்டு நிறுவனத்தின் அதிகாரியுடன்தான் டார்சி அந்தக் கப்பலில் மும்முரமாகப் பேசிக்கொண்டிருந்தார்.

ஆனால் டார்சி ஈரானிடம் வாங்கி வைத்திருக்கும் உரிமை பிரிட்டனுக்கு வேண்டும். ரூட்சீல்டு நிறுவனத்துக்குச் சென்றுவிடக் கூடாது. இதுதான் சிட்னி ரைலிக்குக் கொடுக்கப்பட்டிருந்த வேலை. ஒரு உளவாளி தகவல்களைத்தான் சேகரிக்க முடியும். எப்படி வர்த்தக உரிமைகளில் தலையிட முடியும்? டார்சியின் முடிவுகளை ரைலி எப்படிக் கட்டுப்படுத்த முடியும்?

அப்போதுதான் ரைலிக்கு மதத்தின் வலிமை ஞாபகம் வந்தது. நல்லவர்களை விடுங்கள். தவறான வழியில் சொத்து சேர்த்திருக்கும் எவரும் நிச்சயம் மத நம்பிக்கை கொண்டிருப்பார்கள். டார்சிக்கும் இந்த நம்பிக்கை உண்டு. அதனாலேயே கிறிஸ்தவ பாதிரியார் வேடத்தில் டார்சியைச் சந்திக்க வந்தார் ரைலி. ஆனாலும் அவ்வளவு சீக்கிரம் சந்தர்ப்பம் அமையவில்லை. டார்சியும் ரூட்சீல்டு நிறுவன அதிகாரியும் யாரையும் கண்டுகொள்ளாமல் மும்முரமாகப் பேசிக்கொண்டே இருந்தார்கள்.

ரைலி டார்சியைச் சந்திக்கும் சந்தர்ப்பம் அமையவில்லை. அவர் கையிலிருந்த நன்கொடைப் புத்தகம் தீரும் நிலையிலிருந்தது. கப்பலிலிருந்த அனைவரும் தாராள உள்ளத்தோடு நன்கொடைகளை வாரி வழங்கிக்கொண்டிருந்தார்கள். நல்லதொரு தொகை தேறியது. ஆனால் நன்கொடை வாங்கவா ரைலி அங்கு வந்திருந்தார்? பொறுத்தது போதும் என்று டார்சியின் அருகில் சென்றார். பேசிக் கொண்டிருந்தவர்களை இடைமறித்து, ஏழைக் குழந்தைகளின் எதிர்காலம் குறித்து என்னுடன் இரண்டு நிமிடங்கள் பேச முடியுமா என்று அதட்டலாகவே கேட்டார். கொஞ்சம் அதிர்ந்தாலும் டார்சி ரைலியுடன் கப்பலின் ஓரத்துக்குக் கூட்டி வந்து சொல்லுங்கள் பாதிரியாரே என்று மரியாதையுடன் கேட்டார்.

டார்சி அதிகபட்சம் அங்கு இரண்டு நிமிடங்களே நிற்பார். அதற்குள் பேரம் பேசியாக வேண்டும். நன்கொடை கேட்கும் துண்டுப் பிரசுரம் ஒன்றை டார்சியின் கைகளில் திணித்தார் ரைலி. அதன் இன்னொரு பக்கத்தில் இவர் பிரிட்டனின் அரசாங்கத் தூதர் என்று எழுதியிருந்தது. ரூட்சீல்டு கொடுக்கவிருக்கும் தொகையைவிட இரண்டு மடங்கு அதிகமாகக் கொடுக்க பிரிட்டன் அரசாங்கம் தயாராக இருக்கிறது என்றும் குறிப்பெழுதியிருந்தார். எந்தவித அதிர்ச்சியையும் வெளிக்காட்டாமல் அமைதியாக இதைப் படித்தார் டார்சி. கைகுலுக்கியவாறே அன்று மாலை

தங்கள் அனாதை இல்லத்தைப் பார்வையிட வருமாறு பாதிரியார் டார்சியை அழைத்தார்.

ஒரு பக்கம் மர்மமாக இருந்தாலும் இன்னொரு பக்கம் இருமடங்குத் தொகை டார்சியின் ஆர்வத்தைத் தூண்டியது. பாதிரியார் வேடத்திலிருந்த ரைலியை அவர் மற்றவர்கள் முன்னால் காட்டிக்கொடுக்கவில்லை. பாதிரியாரிடம் பேசுவதைப் போலவே தொடர்ந்தார். அன்று மாலை ரைலியைச் சந்திக்கவும் சம்மதித்தார்.

முதல்படியில் வெற்றி பெற்றாலும் ரைலியால் சந்தோஷப்பட முடியவில்லை. அவர் டார்சியிடம் சொல்லியிருந்த தொகையெல்லாம் பொய். இருமடங்குத் தருவதாக எல்லாம் பிரிட்டன் அரசாங்கம் ரைலியிடம் கூறவில்லை. டார்சியின் கவனத்தை ஈர்க்க இவரே சொன்ன பொய் அது. முதலில் ரூட்சீல்டு நிறுவனம் எவ்வளவு தொகை கொடுத்து இந்த உரிமையைப் பெறப் போகிறது என்பது கூட ரைலிக்குத் தெரியாது. பிரிட்டனுக்கும் தெரியாது. மாலைச் சந்திப்புக்குள் எப்படி இதையெல்லாம் சரிசெய்வது?

உண்மை ஒன்றே வழி. மாலை கேன்ஸிலிருந்த உல்லாச விடுதியில் நடந்த சந்திப்பில் டார்சியிடம் உண்மையைச் சொன்னார் ரைலி. அவரது நேர்மை டார்சிக்குப் பிடித்துவிடவே அப்போதைக்கு ரூட்சீல்டு நிறுவனத்துடன் கையெழுத்திடுவதைத் தள்ளிப்போட்டார். ‘பத்து நாள்கள் உனக்காகக் காத்திருக்கிறேன். பிரிட்டனிடம் பேசி ஒரு நல்ல தொகையை முடிவு செய்துவிட்டு வா’ என்றார் டார்சி. ரைலிக்கு இது போதுமே. இதுகூடத் தெரியாமலா வியாபாரி ஆகியிருப்பார்? உலகின் அடுத்த தொழில்நுட்பத்தைத் தீர்மானிக்கும் இயற்கை வளத்தை விலைக்கு வாங்க பிரிட்டன் யோசிக்கவா போகிறது?

டார்சிக்கும் பிரிட்டன் அரசாங்கத்துக்கும் ஈரானின் எண்ணெய் ஒப்பந்தம் கையெழுத்தானது. ஈரானில் எண்ணெய்க் கிணற்றைத் தோண்டி ஆங்கிலோ-பாரசீக எண்ணெய் நிறுவனம் (APOC) உலகெங்கும் விற்பனை செய்தது. இன்றும் நமக்கு பிரிட்டிஷ் பெட்ரோலியம் (BP) என்ற பெயரில் பெட்ரோல் மற்றும் டீசல் விநியோகம் செய்வது இந்த நிறுவனமே. அன்று ரைலி பிரிட்டனுக்குப் பெற்றுத்தந்த ஒப்பந்தம் நூற்றாண்டுகளைத் தாண்டியும் நிலைத்து நிற்கிறது.

36. சரியான நேரம் அமையட்டும்

கிரப் ஆயுதத் தொழிற்சாலை,
எஸ்ஸன்,
ஜெர்மனி.

அகலமான நெற்றியும் முன்வழுக்கையை மறைக்காமல் பின்னோக்கி வழித்துச் சீவிய முடியும் சிட்னி ரைலியைப் பார்ப்பவர்களை அங்கேயே ஒரு நொடி நிறுத்தும். ஊடுருவும் கண்களுக்குத் துணையாகும் அவரது நீண்ட மூக்கு நாம் மனத்தில் நினைப்பதையும் ஆராயும். ஒரு சாயலில் நமது அணுசக்தி விஞ்ஞானி ஹோமி பாபாவைப்போல இருப்பார். எப்போதும் மிடுக்காக உடையணிந்து தனது வலிமையால் அடுத்தவரின் கவனத்தை ஈர்ப்பவர். எளிதில் அவர்களை கட்டுப்படுத்தவும் கூடியவர். இவரது மரியாதையுடன் கூடிய பழக்கவழக்கங்களும் பல்துறை அறிவாற்றலும் பெண்களை மட்டுமல்ல ஆண்களையும் பல சமயங்களில் இவரது ஆளுமைக்கு அடிமையாக்கியது.

முதல் உலகப்போருக்கு உலகம் தயாராகிக்கொண்டிருந்தது. ஜெர்மனியின் ராணுவத்துக்காக முக்கிய ஆயுதங்களை உருவாக்கும் கிரப் தொழிற்சாலையில், வெல்டிங் வேலைக்குச் சேர்ந்தார் ரைலி. தனக்கு இரவு நேர ஷிஃப்ட்தான் வேண்டுமென்று சந்தேகம் எழாதவாறு கேட்டு வாங்கிக்கொண்டார். அங்கிருந்த ரகசிய ஆவணங்களைக் கைப்பற்ற அதுதான் வசதியாக இருந்தது.

ஜெர்மனியின் ஆயுதங்கள் குறித்த விவரமான தகவல்கள் அனைத்தும் அங்கிருந்து பிரிட்டனுக்கு அனுப்பப்பட்டது.

முதல் உலகப்போருக்காகக் கைகோர்த்திருந்த ரஷ்யாவும் பிரிட்டனும், ஜெர்மனியின் கப்பற்படையின் வலிமையை அறிந்துகொள்ள வேண்டியிருந்தது. இதற்காகத் தேர்ந்தெடுக்கப்பட்ட ரைலி, ரஷ்யாவின் செயின்ட் பீட்டர்ஸ்பர்க் நகருக்கு அனுப்பப்பட்டார். இளம் வயதில் தனது இறப்பைத் தானே ஏற்பாடு செய்துவிட்டு வெளியேறியிருந்த ரைலி, மீண்டும் ரஷ்யாவுக்கு வருவது இப்போதுதான்.

இம்முறை ஆயுதத் தொழிற்சாலை முதலாளியாக கதாபாத்திரம் ஏற்றார் ரைலி. ரஷ்யாவுக்கும் பிரிட்டனுக்கும் தன்னிடமிருந்த ஆயுதங்களை விற்றார். அங்கிருந்த ரஷ்யாவின் உயர்மட்ட அதிகாரி ஒருவர், ஜெர்மனியின் கப்பல் கட்டுமான ஒப்பந்தங்களைக் கவனிக்கும் பொறுப்பிலிருந்தார். இவரது மனைவியைக் கவனித்து தனக்கு ஆக வேண்டியதை சாதித்துக்கொண்டார் ரைலி. உலகப்போர் தொடங்கும் முன்னர் நான்கு வருடங்களாக ஜெர்மனியின் கப்பல்களைக் குறித்தும் ராணுவ ஆயுதங்களைக் குறித்தும் பிரிட்டனுக்குத் தெரியப்படுத்தினார்.

ரைலியிடம் மயங்கிய அந்த ரஷ்ய அதிகாரியின் மனைவி, அவரது கணவரை விவாகரத்து செய்தார். ரைலி தன்னைத் திருமணம் செய்துகொள்ளக் கட்டாயப்படுத்தினார். இதற்குள் ரைலியின் மனைவி மார்கரெட் லண்டனிலிருந்து ரஷ்யாவுக்கு வந்துவிட்டார். இருவரையும் சமாளிக்க முடியாத ரைலி, வேலையைக் காரணம் காட்டி ரஷ்யாவிலிருந்து தப்பிச்சென்றார். நியூயார்க் நகரிலிருந்து பணியைத் தொடர்ந்தார். இந்த வேடம்பெற்றுத்தந்த உரிமையால், ஜெர்மனியின் அதிபர் கலந்துகொண்ட போர் தயாரிப்புகள் குறித்த கூட்டத்தில் கூட ரைலியால் பங்குபெற முடிந்தது. தகவல்களும் அனைத்தும் பிரிட்டனுக்கும் தடையின்றி சென்று சேர்ந்தன.

பிரிட்டன் உளவுத்துறையான *MI6*ல் சிட்னி ரைலி இடம்பெற வேண்டுமென்று பிரிட்டன் பிரதமர் வின்ஸ்டன் சர்ச்சில் பரிந்துரைத்தார். சம்பிரதாயப்படி ஏதேனும் ஒரு பாதுகாப்புத் துறையில் இருப்பவர்களே உளவுத்துறையில் சேர முடியும். இதற்காகப் பிரிட்டனின் விமானப்படையில் பயிற்சி பெற்று பதவியில் சேர்ந்தார் ரைலி. இதன்பிறகே ரஷ்யாவைக்

கண்காணிக்கும் பொறுப்பு ரைலியிடம் ஒப்படைக்கப்பட்டது. மீண்டும் ரஷ்யாவுக்குச் சென்ற ரைலி, இம்முறை கடமையை மீறி அதிபர் லெனினைக் கொல்லத் திட்டம் தீட்டினார். எதிர்பாராமல் அந்தத் திட்டம் தோல்வியடைந்ததை முன்னரே பார்த்தோம்.

ஒரு சரக்குக் கப்பலில் தப்பித்து லண்டன் வந்து சேர்ந்த ரைலிக்கு பிரிட்டன் ராணுவத்தின் உயரிய விருதான 'மிலிட்டரி கிராஸ்' விருது வழங்கப்பட்டது (நவ - 1918). உளவு நடவடிக்கைகளிலிருந்து கொஞ்சம் விலகியே இருந்தார் ரைலி. ஆனாலும் சோவியத்தின் போல்ஷிவிக்குகளை அழிக்க வேண்டுமென்ற இலக்கு தொடர்ந்தது. சரியான நேரம் அமையட்டும் என்று எதிர்பார்த்திருந்தார். அவரது திருமண வாழ்வின் குழப்பங்கள் அப்போதும் தீர்ந்தபாடில்லை. ஏற்கெனவே அதிகாரபூர்வமாக இருவர் இருந்தும் அவருக்கு ஆதரவளிக்க யாருமில்லை. பெர்லினில் சந்தித்த நடிகை பபிதாவிடம் மூன்றாவதாகத் தஞ்சமடைந்தார் ரைலி. வியாபாரத்திலும் கவனம் செலுத்தத் தொடங்கினார்.

ஒரு ரகசிய கடிதம் வந்தது. கலிபோர்னியர்கள் சிலர் ரைலியைச் சந்திக்க விரும்புவதாக அதில் எழுதப்பட்டிருந்தது. ஐரோப்பிய சந்தைகளை மிகப்பெரிய அளவில் பாதிக்கக்கூடிய ஒரு வர்த்தகத்தைப் பற்றி விவாதிக்க ரைலியின் விருப்பப்படுகிறாரா என்று கேட்கப்பட்டிருந்தது. கடிதத்தை எழுதியவர் எர்னஸ்ட் போய்ஸ், மாஸ்கோவிலிருந்த பிரிட்டன் உளவுப்படையின் அதிகாரி.

அந்தக் கடிதத்தில் 'கலிபோர்னியர்கள்' என்பது ரஷ்யர்களைக் குறிக்கும் சொல். 'வர்த்தகம்' என்பது அரசியல் புரட்சி இயக்கத்தை குறிக்கும். கம்யூனிசத்தை ஒழித்துக்கட்டத் துடிக்கும் இயக்க உறுப்பினர்களை ரைலி சந்திக்க விரும்புகிறாரா? அவர்களை வழிநடத்துவாரா? என்பதைத்தான் குறியீட்டுடன் அந்தக் கடிதத்தில் கேட்டிருந்தார் எர்னஸ்ட்.

இதற்கு ரைலி என்ன பதிலளித்தார்?

37. காலார நடப்பது நல்லதல்ல

ரஷ்ய அரசுக்கு எதிராக உள்நாட்டில் உருவாகியிருந்த அமைப்பு 'தி டிரஸ்ட்' எனப்பட்டது. ரைலிக்கு ரகசிய கடிதம் அனுப்பியது இதுவே. ரஷ்யாவின் உளவு அமைப்பான செக்காவுக்குத் தெரியாமல் ஆட்சியைக் கவிழ்க்க ஏற்பாடுகள் நடந்தன. ரைலியால் நம்ப முடியவில்லை. இதைப்பற்றி உளவு வட்டாரத்தில் அவர் விசாரித்த ஒவ்வொன்றும் நம்பகத்தன்மையைக் கூட்டியது. அவரது நெருங்கிய நண்பர்கள் பலரும் அந்த அமைப்பில் இருப்பதாகச் சொன்னார்கள்.

தனது கம்யூனிச எதிர்ப்பு இலக்கு நிறைவேறிவிடும் என்ற நம்பிக்கை ரைலிக்குத் துளிர்விட்டது. இவர்களை நேரடியாகச் சந்திக்க பின்லாந்து சென்றார். ஏனெனில் ரஷ்யாவுக்குள் நுழைந்தால் அவர் கைது செய்யப்படுவார். லெனினின் கொலை முயற்சிக்குப் பிறகு ரைலி, ரஷ்யாவுக்குள் தடைசெய்யப்பட்டிருந்தார்.

பின்லாந்தில் நடைபெற்ற கூட்டத்தின் முடிவில் ஒருவன் குடித்துவிட்டு இவ்வாறு உளறினான். 'எப்படிப்பட்ட அவமானம் இது. எங்களைப் போன்றவர்களின் மானசீக குருவாக விளங்கும் சிட்னி ரைலியை இந்த ரஷ்ய எல்லை தடுத்து வைத்துள்ளது. இன்னும் எத்தனை பேர் இவரைப் பார்க்க மாட்டோமா என்று ரஷ்யாவில் ஏங்கிக்கொண்டிருக்கிறார்கள். ஆனால் இந்த எல்லை, கைது, போன்றவை உங்களைத் தடுப்பதை நாங்கள் மன வேதனையுடன் புரிந்துகொள்கிறோம்' என்றான். ரைலியின்

நிதானத்தை இழக்கச் செய்தன இந்த வார்த்தைகள். இத்தனை வருடங்களாக பயமறியாது சமாளித்தவர் எதிரியைப் பார்த்து இப்படியா ஒளிந்துகொள்வது?

தனது புது மனைவி பபிதாவுக்கு ஒரு கடிதம் எழுதினார் ரைலி. தான் ரஷ்யாவுக்குள் எல்லை தாண்டிச் செல்லப்போவதாகவும், பயப்படும்படி ஒன்றுமில்லை எனவும் குறிப்பிட்டார். ஒருவேளை அவர் கைது செய்யப்பட்டாலும் ஓரிரு நாள்களில் நாடு திரும்பிவிடுவார் என்றும் நம்பிக்கையுடன் எழுதியிருந்தார். அவர் நம்பியவாறே எல்லை தாண்டிச் சென்றபின் ஒரு சில வாரங்கள் அங்கிருந்த டிரஸ்ட் அமைப்பின் உறுப்பினர்களைச் சந்தித்தார். இலக்கை நிறைவேற்றும் வழிமுறைகளை விவாதித்தார்.

ஒருநாள் எதிர்பாராமல் டிரஸ்ட் இயக்கத்தின் உறுப்பினர்கள் கையில் விலங்குடன் இவரைச் சந்திக்க வந்தார்கள். ரைலியின் கைகளில் விலங்கு மாட்டினார்கள். லுப்யன்கா சிறைக்குக் கொண்டுசென்று அவரை விசாரிக்கத் தொடங்கினார்கள்.

டிரஸ்ட் அமைப்பை உருவாக்கியதே ரஷ்ய உளவுத்துறைதான். ரஷ்ய அரசாங்கத்தை எதிர்த்து சூழ்ச்சி செய்பவர்களைக் கண்டுபிடித்து அழிப்பதற்காகவே உருவாக்கப்பட்ட இயக்கம். எதிரிகளை ஏமாற்றி ரஷ்யாவுக்குள் அழைத்து வந்து கைதுசெய்ய உருவாக்கப்பட்ட அமைப்பு. ரைலி மட்டுமல்லாமல் அவரைப்போன்ற அவரது உளவு வட்டத்திலிருந்த பலரும் இதில் சிக்கினார்கள். விசாரணை என்ற பெயரில் சித்திரவதை தொடர்ந்தது. உடல் மற்றும் உளவியல் ரீதியாக அவரது குற்றங்களை ஒப்புவிக்க முடிந்ததையெல்லாம் செய்தார்கள். ஆபத்தோடே வாழ்க்கையைக் கடத்தியவரை இந்த விசாரணை ஒன்றும் செய்ய முடியவில்லை.

05 - நவ - 1925

லுப்யன்கா சிறை.

ரைலியைக் காரில் ஏற்றி மாஸ்கோவுக்கு வெளியே இருந்த காட்டுப்பகுதிக்கு அழைத்துச் சென்றார்கள். சோவியத் உளவுத்துறை அதிகாரிகள் மூன்று பேர் அவருடன் துணைக்குச் சென்றார்கள். அங்கிருந்த ஒரு குளத்தின் அருகே கார் நிறுத்தப்பட்டது. காலார நடந்துவிட்டு வாருங்கள் என்று ரைலியை விடுவித்தார்கள். இது

அடிக்கடி நடக்கும் ஒன்றுதான். நீண்ட விசாரணைக்குப்பின் அவருக்குச் சாதகமாக நடந்து கொள்கிறோம் என்பதைக் காட்ட அவ்வப்போது இதுபோன்ற சிறிய விடுதலைகள் அளிக்கப்படும்.

அதை அனுபவிக்க காரிலிருந்து இறங்கி நடக்கத் தொடங்கினார் ரைலி. அன்று சோவியத் அதிபர் ஸ்டாலினிடமிருந்து இந்த அதிகாரிகளுக்கு ஒரு கட்டளை வந்திருந்தது. கார் ஓட்டுநர் துப்பாக்கியை எடுத்து நடந்து கொண்டிருந்த ரைலியை நோக்கிப் பின்புறமிருந்து சுட்டார். சுருண்டு குளத்துக்குள் விழப்போனவரை நோக்கி இன்னும் சில குண்டுகள் பாய்ந்தன. அதற்குப்பின் ரைலியை யாரும் உயிருடன் பார்க்கவில்லை. இப்படியொரு சம்பவம் நடந்ததாக சோவியத் அரசாங்கமும் ஒப்புக்கொள்ளவில்லை.

சிட்னி ரைலியின் சாகசங்கள் மறக்கக்கூடியவை அல்ல. அதனால் தான் இன்றும் அவரைப் பற்றி எழுதிக்கொண்டிருக்கிறோம். பிரபல பிரிட்டன் எழுத்தாளர் அயன் பிளெமிங், ரைலியுடன் பணிபுரிந்த அதிகாரியின் நண்பராவார். ரைலியின் சொந்த வாழ்க்கையில் நடந்த பல சம்பவங்களையும் அவரது ஜேம்ஸ் பாண்ட் கதையில் பயன்படுத்தியிருக்கிறார். சாகசங்கள் நிறைந்த உளவாளியின் வாழ்க்கை இன்றும் நம்மை ஆச்சரியப்பட வைக்கிறது. அதுவே அவர் விட்டுச்சென்றிருக்கும் அடையாளம்.

38. மில்லியன் டாலர் மருமகன்

1970 - லண்டன்.

லண்டனிலிருந்த இஸ்ரேல் தூதரகத்தின் தொலைபேசிகள் ஒலிப்பதை நிறுத்தவே இல்லை. ஒரே நபர்தான் தொடர்ந்து அழைத்துக்கொண்டே இருந்தார். விஷயமும் ஒன்றுதான். இஸ்ரேல் உளவுத்துறை அதிகாரியிடம் பேச வேண்டும் என்பது. கிடைத்த பதிலும் ஒன்றேதான். அப்படி யாரும் இங்கில்லை. வேண்டுமானால் உங்கள் பெயரையும் முகவரியையும் பதிவு செய்துவிடுங்கள், தேவைப்பட்டால் நாங்களே தொடர்புகொள்கிறோம் என்று சலிக்காமல் பதிலளித்தார்கள்.

அதிர்ஷ்டவசமாக இஸ்ரேல் உளவுத்துறை அமைப்பான மொசாட்டின் தலைவர் ஷ்முயீல் கோரன் அன்று அந்தத் தூதரகத்துக்கு வருகை தந்தார். தற்செயலாக தொலைபேசி பதிவேட்டைப் புரட்டியவர், அந்தப் பெயரையும் முகவரியையும் கவனித்தார். எகிப்திலிருந்த முக்கிய புள்ளியின் பெயர் அது. அவரால் நம்ப முடியவில்லை. விசாரித்ததில் அவர் லண்டனில் இருப்பதும் அடுத்த நாள் எகிப்து கிளம்பத் திட்டமிட்டிருப்பதும் தெரியவந்தது. அன்றே அவரை ஹோட்டலில் சந்திக்க ஏற்பாடானது.

இதில் ஆபத்தும் இருந்தது. அவர் எகிப்தின் உளவாளியாகக் கூட இருக்கலாம். இஸ்ரேலை நம்பவைத்து இஸ்ரேலையே உளவுபார்க்கக் கூட அனுப்பப்பட்டிருக்கலாம். இல்லை அதிரடியாக ஏதாவது செய்து இருநாட்டு அரசாங்கத்துக்கும் இடையே வம்பை உண்டாக்கலாம். எதுவும் நடக்கலாம். எல்லாவற்றையும் எதிர்பார்த்தே அந்தச் சந்திப்பு ஏற்பாடு செய்யப்பட்டது. சந்தேகப்படுவதுதானே உளவாளியின் அடையாளம். அதுவும் தானாக வந்து ஒருவர் உதவி செய்வதாகச் சொன்னால் எப்படி அவரை நம்புவது?

தொலைபேசியில் அழைத்தவர் அஷ்ரஃப் மர்வான், எகிப்து அதிபரின் மருமகன். இந்த வாய்ப்பை மொசாட் நழுவ விட முடியாது. மொசாட்டின் அதிகாரி ஒருவர், அலெக்ஸ் என்ற பெயரில் மர்வானைச் சந்தித்தார். பார்த்தவுடனேயே மிடுக்கான ராணுவ வீரர் என்று சொல்லும் தோற்றம். நல்ல உயரம். அமைதியான முகம். கண்டிப்பானவராக இல்லாமல் எளிதில் அணுகக்கூடியவராக இருந்தார்.

‘இஸ்ரேலுக்காக உளவு பார்க்க நான் தயார். என்னை நம்ப மாட்டீர்கள் என்று தெரியும். அதனால்தான் முதல் சந்திப்பிலேயே நீங்கள் எதிர்பார்க்க முடியாத தகவல்களுடன் வந்திருக்கிறேன்’ என்றபடியே ஒரு கவரை அலெக்ஸின் கையில் திணித்தார் மர்வான்.

எகிப்துக்கும் ரஷ்யாவுக்கும் நல்லுறவு இருந்து வந்தது. எகிப்தின் உயரதிகாரிகள் மாஸ்கோவுக்குச் சென்றபோது நடந்த இருதரப்பு உயர்மட்ட பேச்சுவார்த்தைகளின் முழுத் தகவல்களும் அந்தக் கவரிலிருந்தது. எந்த உளவு அமைப்பும் இப்படிப்பட்ட தகவலை வேண்டாமென்று சொல்ல மாட்டார்கள். மர்வானுடனான சந்திப்பு முடிந்தவுடன் இந்த ஆவணங்கள் தலைமையகத்தில் மீண்டும் மீண்டும் சரிபார்க்கப்பட்டன. நம்பிக்கையானவை. எந்த ஏமாற்று வேலையுமில்லை. இதற்குக் கைம்மாறாக மர்வான் கேட்டதெல்லாம் ஒரு மில்லியன் டாலர்கள் மட்டுமே. தன்னுடன் வேலை செய்வது பிடித்திருந்தால், தன்னை நம்பினால், அடுத்த சந்திப்பில் இந்தத் தொகையை அவரிடம் தருமாறு கேட்டிருந்தார்.

நமக்கே இங்கு எழும் கேள்வி இதுதான். எகிப்து அதிபரின் மருமகனான மர்வான் எதற்காகச் சொந்த நாட்டைக்

காட்டிக்கொடுக்க வேண்டும்? பணத்துக்காகச் செய்கிறார் என்றால், அவரிடம் இல்லாத பணமா? பிறகு எதற்காக? இதே கேள்விகள் தான் மொசாட் அமைப்புக்கும் எழுந்தன. அதற்கு நாம் மர்வானைப் பற்றி முதலில் தெரிந்துகொள்ளவேண்டும்.

02-பிப்-1944

கெய்ரோ,

எகிப்து.

முகமது அஷ்ரஃப் அபு இல் வாஃபா மர்வான், கெய்ரோவில் பிறந்தார். எகிப்து ராணுவத்தில் மேஜரான அவரது தந்தை அதிபரின் பாதுகாப்புப் படையிலிருந்தார். அம்மா எகிப்தின் பிரபல வர்த்தகக் குடும்பத்தைச் சேர்ந்தவர். கெய்ரோ பல்கலைக்கழகத்தில் பொறியியல் படித்த மர்வானும் ராணுவத்தில் சேர்ந்தார். டென்னிஸ் பயிற்சியின் போது மோனா நாசரைச் சந்தித்தவர் காதலில் விழுந்தார். எகிப்து அதிபர் ஜமால் அப்தல் நாசரின் செல்லப் பெண் இவர். இருவருமாகக் காதலித்து அடுத்த வருடமே திருமணம் செய்துகொண்டார்கள். இரண்டு வருடங்கள் ராணுவப் பணியில் தொடர்ந்தவர் அதன்பின் அரசாங்க அதிகாரியானார்.

இவர்களது திருமணத்துக்கு மூன்று ஆண்டுகள் முன்னர் (1967 ஆம் ஆண்டு), இஸ்ரேலுக்கும் அரபுலகுக்குமான மூன்றாவது போர் நடந்திருந்தது. எகிப்து, சிரியா, ஜோர்டான் நாடுகளை எதிர்த்து நடந்த ஆறுநாள் போரில் இஸ்ரேல் பெரும் வெற்றி பெற்றது. முன்னரைவிடப் பலமடங்கு அதன் ஆதிக்கத்தை நிறுவியது. சீனாய் தீபகற்பம், காசா பகுதி, மேற்குக் கரை, பழைய எருசலேம் நகரம் மற்றும் கோலன் ஹைட்ஸ் பகுதிகளைக் கைப்பற்றியது இஸ்ரேல். இந்தத் தோல்விக்குப் பிறகு எகிப்தின் ராணுவம் பலப்படுத்தப்பட்டது. சீனாயை மீட்டெடுப்பதே அவர்களது நாடு இழந்த பெருமையைத் திரும்பப்பெறும் வழி என்று அதற்காக உழைத்தார்கள்.

இப்படிப்பட்ட நேரத்தில் மருமகன் மர்வானுக்கும் இந்த முயற்சியில் பங்கெடுக்க வேண்டுமென்ற ஆசை உருவானது. ஆனால் அதிபர் நாசர் அவருக்கு முக்கியத்துவம் கொடுக்கவில்லை. போதாதத்தற்கு அவரைக் கண்காணிக்குமாறும் தனது அரசாங்க

அதிகாரிகளுக்கு உத்தரவிட்டிருந்தார். இங்கிருந்து இருவருக்கும் பிரச்னை ஆரம்பித்தது.

முதல் குழந்தை பிறந்தபிறகு வேதியியலில் உயர்படிப்பைத் தொடர மர்வான் குடும்பத்துடன் லண்டனுக்குச் சென்றார். மர்வானின் ஆடம்பர வாழ்க்கை அதிபருக்கு மீண்டும் நெருடலை ஏற்படுத்தியது. எகிப்து மக்களின் சிக்கனமான வாழ்க்கைக்கு நேர்மாறாக இருந்தது மர்வானின் ஆடம்பரம். இது அவர்களிடையே மேலும் சிக்கலை ஏற்படுத்தியது.

இதுபோக மர்வானுக்கும் இன்னொரு பெண்ணுக்கும் லண்டனில் தொடர்பு ஏற்பட்டது. பெண்ணைக் கொடுத்தவர் கோபப்பட வேறெதுவும் வேண்டுமா? கவலையுடன் மகள் மோனாவிடம் மார்வனை விவாகரத்து செய்துவிடச் சொன்னார். ஆனால் மர்வான் மேலிருந்த காதலால் மோனா விவகாரத்து செய்ய மறுத்துவிட்டார்.

மேற்படிப்புக்குச் சென்றிருந்த மர்வானை வலுக்கட்டாயமாக எகிப்துக்குத் திரும்ப வைத்தார் அதிபர். தனது உளவுத்துறையின் உதவியுடன் மருமகனைத் தீவிரமாகக் கண்காணித்து வந்தார். மர்வானுக்கு இது பெரும் அவமானமாகப்பட்டது. அன்று தொடங்கியது அவரது பழிவாங்கும் படலம்.

39. புலி வந்ததா?

மாமனாரைப் பழிவாங்க ஏகப்பட்ட வழிகள் இருக்கின்றன. ஆனால் மாமனார் ஒரு நாட்டின் அதிபராக இருக்கும்போது நாட்டைப் பழிவாங்குவதுதானே சிறந்த வழி? அதைத்தான் தேர்வு செய்திருந்தார் மர்வான்.

மூன்றாவது அரபுலகப்போரில் இஸ்ரேல் வெற்றி பெற்றிருந்தாலும் அவ்வப்போது இருபக்கமும் தாக்குதல்கள் நடைபெற்றுவந்தன. இதை முடிவுக்குக் கொண்டுவர தொண்ணூறு நாள் இடைக்காலப் போர் நிறுத்தம் கொண்டுவரப்பட்டது. எந்தவித முடிவும் எட்டப்படாத நிலையில் இது இன்னொரு பெரிய போருக்கான ஆயத்தமாகவே இருந்தது. இந்தச் சமயத்தில் மர்வானின் உதவியை இஸ்ரேல் மறுக்க முடியாது. இதெல்லாம் தெரிந்தே சமயம் பார்த்து அந்தத் தொலைபேசி அழைப்பை அரங்கேற்றினார் மர்வான்.

அமெரிக்காவின் தத்துப்பிள்ளையான இஸ்ரேலிடம் தோல்வியுற்ற அரபுலகுக்கு உதவுவது, சோவியத்தின் கடமையல்லவா? எகிப்தில் சோவியத்தின் கடற்படையும் வான்படையும் பாதுகாப்புக்கு நிறுத்தப்பட்டன. முதலாளித்துவத்தில் நம்பிக்கையுடைய மர்வானுக்கு எகிப்து, பனிப்போரில் பகடைக்காயாக மாற்றப்படுவது வெறுப்பை அதிகரித்தது.

எப்படியாவது சோவியத்தை எகிப்திலிருந்து விரட்டிவிட வேண்டும். அது போதும். இஸ்ரேலின் உதவி இருந்தால் மட்டுமே அதைச்

செய்ய முடியும். ஒருவேளை நடக்காவிட்டாலும் எகிப்தின் கட்டுப்பாட்டிலிருந்து தப்பித்து இவருக்கு லண்டனில் ஒரு பாதுகாப்பான வாழ்க்கையாவது நிச்சயம். எப்படியும் இது மர்வானுக்கு லாபத்தில்தான் முடியப்போகிறது.

ஏதாவது காரணம் சொல்லி அடிக்கடி லண்டனுக்குச் சென்ற மர்வான், இஸ்ரேலுக்குத் தேவையான தகவல்களைக் கொடுத்து வந்தார். ஒவ்வொரு முறையும் மொசாட்டின் அதிகாரியை நேரில் சந்தித்துத்தான் தகவலைச் சொல்வார். அதற்கு முன் தொலைபேசியில் அழைத்து நாளையும் நேரத்தையும் குறித்துக்கொள்வார். வேறெந்தத் தொழில்நுட்பத்தின் வழியாகவும் தகவல்களைத் தெரியப்படுத்த அவர் சம்மதிக்கவில்லை.

தன்னை யாராவது பின்தொடர்கிறாரா என்று கூட மர்வான் கண்டுகொள்ள மாட்டார். எப்போதும் போல ஆவணங்களை ஒரு கவரில் போட்டு மொசாட் அதிகாரியின் கையில் கொடுத்துவிடுவார். அந்தத் தகவல்களின் முக்கியத்துவத்தால் மட்டுமே இப்படி ஓர் உளவாளியை நம்பியிருந்தது மொசாட்.

1970 ஆம் ஆண்டு செப்டம்பர் மாதத்தில் எதிர்பாராத விதமாக மர்வானின் மாமனார் இறந்தார். எகிப்து அதிபர் ஜமால் அப்தல் நாசரின் மறைவுக்குப் பிறகு அடுத்த அதிபரானார் அன்வர் சதாத். மர்வானுக்கு இது இரட்டை லட்டு கிடைத்தது போன்ற தருணம். குடைச்சல் கொடுத்த மாமனார் இறந்துவிட்டார். பதவியேற்றிருக்கும் புதிய அதிபரும் மர்வானைப் போலவே சோவியத்தை வெறுத்தவர். பதவியேற்றதும் மர்வானுக்குப் பிடிக்காத சோவியத்தின் ஆதரவாளர்களைக் கட்சியிலிருந்து நீக்கிவிட்டார். இதற்கு மர்வானும் உதவியாக இருந்தார்.

அதிபரின் முக்கிய அதிகாரியாக, நம்பகமான ஆலோசகராகப் பொறுப்பேற்றுக்கொண்டார் மர்வான். கூடவே எகிப்தின் வெளியுறவுத் துறையையும் கவனித்துக் கொண்டார். சவூதி அரேபியாவுடன் கூட்டுசேர்ந்து மேற்குலகை எதிர்க்கும் நடவடிக்கைகளைத் தொடர்ந்தார். அதிபருக்கு அடுத்து எகிப்தின் நம்பிக்கைக்குரிய அதிகாரியாக மாறினார் மர்வான்.

அதே சமயம் மர்வானால் என்னென்ன தகவல்களைத் தெரிந்துகொள்ள முடியுமோ அத்தனையும் இஸ்ரேலுடன்

பகிரப்பட்டது. எகிப்தின் ராணுவ, அரசியல் வட்டாரங்களில் எடுக்கப்பட்ட எல்லா முடிவுகளும் இஸ்ரேலை அடைந்தன. இழந்த பகுதிகளைத் திரும்பக் கைப்பற்றும் நோக்கத்தில் எகிப்து ராணுவம் வகுத்த ஒவ்வொரு திட்டமும் இஸ்ரேலுக்குத் தெரிந்தது. ராணுவப் பயிற்சிகள், ஆயுதங்கள், எகிப்து ராணுவம் எங்கெல்லாம் குவிக்கப்பட இருக்கிறது என ஒன்றுவிடாமல் இஸ்ரேலுக்குத் தெரிவிக்கப்பட்டது. போருக்குத் தயாராகிக்கொண்டிருக்கும் எதிரி நாட்டுக்கு இதைவிட வேறென்ன வேண்டும்?

இஸ்ரேலின் எல்லா பக்கங்களிலும் ஆபத்து சூழ்ந்திருந்தது. இதனால் படைகளை ஓரிடத்தில் குவிக்க முடியாத நிலையிலிருந்தது. எகிப்தின் படைக்குவிப்பை அறிந்த இஸ்ரேல் அதற்குத் தகுந்தாற்போல தனது ராணுவத்தைத் தயார் செய்தது.

இதுபோக எகிப்து, பிற உலக நாடுகளின் தலைவர்களுடன் நடத்திய பேச்சுவார்த்தைகளின் முடிவுகள் இஸ்ரேலுக்கும் அமெரிக்காவுக்கும் ரகசியமாகத் தெரிவிக்கப்பட்டன. மர்வான் கலந்துகொள்ளாத அரசியல் சந்திப்புகளே இல்லை எனலாம். சோவியத்துடன் நடைபெற்ற சந்திப்புகளின் விவரங்களும் பகிரப்பட்டன. பனிப்போர் காலத்தில் சோவியத்தின் ஒவ்வொரு நகர்வும், மர்வான் மூலம் அமெரிக்காவுக்குத் தெரியவந்தது. இருதரப்பும் போர் ஒன்றே வழி என்று தயாரானார்கள். நான்காவது அரபுலகப்போர் எந்நேரமும் தொடங்கலாம் என்றிருந்த நிலை.

மே - 1973.

எகிப்து அரபுலகுடன் சேர்ந்து நிச்சயம் போரைத் தொடங்கும் என்று இஸ்ரேலுக்குத் தெரிவித்தார் மர்வான். இதுவரை அவர் அளித்த தகவல்கள் எதுவுமே பொய்த்ததில்லை. இஸ்ரேலும் இதை நம்பி முழுத் தயாரிப்புடன் காத்திருந்தார்கள். எகிப்தின் இலக்கு சீனாய் தீபகற்பத்தை மீட்டெடுப்பது. இஸ்ரேலின் முழுப்படையும் இதைத் தடுக்க நிறுத்தப்பட்டன. போருக்காகக் காத்திருந்த படைகளுக்கு ஆச்சரியம் மட்டுமே மிஞ்சியது.

சூயஸ் கால்வாய் பகுதியில் வெறும் போர் ஒத்திகையை மட்டுமே நடத்தியது எகிப்து. மர்வானை நம்பி முப்பத்தைந்து மில்லியன் டாலர்கள் செலவழித்து சீனாயின் பக்கம் படைகளைக் குவித்திருந்த

இஸ்ரேல் பெரும் ஏமாற்றமடைந்தது. இருந்தாலும் மர்வானை ஒன்றும் சொல்ல முடியாதே? கடைசி நிமிட போர் முடிவின் மாற்றங்களுக்கு அவர் எப்படிப் பொறுப்பாவார்?

இன்னும் சிலமுறை போருக்கான தேதிகள் குறிக்கப்பட்டுத் தள்ளிப்போனது. ஒவ்வொரு முறையும் மர்வானின் தகவல்களில் எந்தப் பிழையும் இருக்கவில்லை. ஆனால் எகிப்தின் முடிவுகள் இறுதி நேரத்தில் தள்ளிப்போடப்பட்டன. புலி வருது கதையானது மர்வானின் போர் தேதி அறிவிப்புகள். ஆனாலும் சளைக்காமல் இஸ்ரேலின் படை ஒவ்வொரு முறையும் போருக்குத் தயாரானார்கள். மர்வான் மீதிருந்த நம்பிக்கை கொஞ்சமும் குறையவில்லை.

04-அக்-1973 அன்று பாரிஸில் நடந்த ஒரு முக்கியச் சந்திப்பில் கலந்துகொண்ட மர்வான், மீண்டும் புலி வருகிறது என்றார். மொசாட்டின் அதிகாரிகளுடன் ரசாயனப் பொருள்களைப் பற்றி விவாதிக்க வேண்டும் என்று ஒரு குறிப்பை அனுப்பினார். போருக்கான எச்சரிக்கை அது.

இம்முறையும் மர்வானை நம்பியதா மொசாட்டும் இஸ்ரேல் ராணுவமும்?

40. அதிர்ச்சி வைத்தியம்

06-அக்டோபர்-1973

அன்று யோம் கிப்பூர் விடுமுறை நாள். அன்று முழுவதும் உண்ணாநோன்பிருந்து பாவங்களை முறையிட்டு பரிகாரம் தேடும் யூதர்களின் புனித நாள். எல்லாக் கடைகளும் அடைக்கப்பட்டிருக்கும். வானொலி, தொலைக்காட்சி என எதுவும் இயக்கப்படாது. தகவல் எதையும் தெரிந்துகொள்ள வழியிருக்காது. இதைத் தொடர்ந்து ஒரு வாரம் முழுக்கக் கூடாரங்கள் அமைப்பார்கள். இஸ்ரேலிய மக்களைக் கடவுள் முன்னொரு காலத்தில் வனாந்திரத்தில் வழிநடத்தியதை நினைவுகூரும் சூக்கோத் திருவிழா நடைபெறும். இருந்தும் அன்று இஸ்ரேல் அமைச்சரவையின் ரகசியக் கூட்டம் நடைபெற்றது.

மர்வானின் எச்சரிக்கைக்குப் பயந்து இம்முறையும் ஏமாறுவதா? இஸ்ரேலின் ராணுவ அதிகாரிகளிடம் இந்த எண்ணமே மேலோங்கி இருந்தது. இன்னொரு காரணமும் இருந்தது. எகிப்து இன்னும் போருக்குத் தயாராகவில்லை என்று உறுதியாக நம்பியது இஸ்ரேல். மாஸ்கோவில் நடந்த மாநாட்டில் எகிப்து அதிபர் சதாத், சோவியத் அதிபர் ப்ரியஸ்னவிடம் ஆயுதங்களுக்கான கோரிக்கையை வைத்திருந்தார். இந்தச் சந்திப்பின் முழுத் தகவலும்

இஸ்ரேலுக்குத் தெரியும். அவர் கேட்டிருந்த ஏவுகணைத் தடுப்பு ஆயுதங்கள் இன்னும் எகிப்துக்கு வரவில்லை என்பதையும் மர்வான் ஏற்கெனவே உறுதி செய்திருந்தார். ஆயுதங்கள் கைக்கு வராமல் எகிப்து எப்படி அவசரப்பட்டு போரைத் தொடங்கும் என்றே இஸ்ரேலின் அதிகாரிகள் விவாதித்தார்கள்.

என்னவாக இருந்தாலும் மர்வானை நம்பலாம் என்று தீர்மானிக்கப்பட்டது. இஸ்ரேலின் பீரங்கிகளை சீனாயை நோக்கி நகர்த்திச் சென்றார்கள். அன்று சூரியன் மறையும் நேரத்தில் எகிப்தின் தாக்குதல் நடக்கும் என்று தெரிவித்திருந்தார் மர்வான். அப்படி என்றால் மாலை 6 மணிக்குப் போர் தொடங்கும்.

இஸ்ரேல் படைகள் தங்களைத் தயார்படுத்திக்கொள்ளக் கிடைத்திருக்கும் நேரம் வெகு குறைவுதான். அதற்குள் முடிந்தவரைப் படைகளைக் குவித்துவிடலாம் என்று முடிவு செய்யப்பட்டது. ஏனெனில் அரபுலகின் படைகளை ஒப்பிடும்போது இஸ்ரேலின் படைபலம் மிகக்குறைவு. ஆனால் நவீன ஆயுதங்கள் பலவும் அமெரிக்காவின் தயவால் இஸ்ரேலிடம் இருந்தன.

இம்முறையும் புலிவரக் காத்திருக்க வேண்டாம். வரும் முன்னரே புலியைத் துரத்த ஆவன செய்வோம் என்றும் முடிவெடுத்தார்கள். எகிப்து படைகள் முதல் தாக்குதலை நடத்தும் வரைக் காத்திருக்க வேண்டாம். மர்வான் சொல்லியிருந்த நேரத்தில், இஸ்ரேலே முதல் தாக்குதலை ஆரம்பித்து விடலாம் என்பது திட்டம். இஸ்ரேலியப் பிரதமர் கோல்டா மேயர் இதை நிறைவேற்றத் தனது ராணுவத்துக்குக் கட்டளையிட்டிருந்தார். எப்படியும் இம்முறை போரைத் தொடங்கிவிடலாம் என்றே முடிவு செய்யப்பட்டது.

மதியம் 2 மணி.

போர் தொடங்கியது. திட்டத்துக்கு மாறாக, அரபுலகம் போரைத் தொடங்கியது, இஸ்ரேல் அல்ல. மாலை 6 மணிவரை அரபுலகம் காத்திருக்கவில்லை. ஒரு லட்சம் எகிப்து வீரர்கள் சூயஸ் கால்வாயைக் கடந்து முன்னேற ஆரம்பித்தார்கள். இஸ்ரேலிடம் தயாராக இருந்தது வெறும் நானூற்றைம்பது வீரர்களே. வடக்கிலிருந்து சிரியாவும் தெற்கிலிருந்து எகிப்தும் முழுவதும் தயாராக நிலையிலிருந்த இஸ்ரேலின் படைகளைத் தாக்கியது.

எகிப்து வீரர்கள் சூயஸ் கால்வாயை வெற்றிகரமாகக் கடந்து கிழக்குக் கரையிலிருந்த எல்லைச் சுவரைக் கைப்பற்றினார்கள்.

இருபத்தைந்து ஆண்டுகளுக்குப் பிறகு எகிப்துக்குக் கிடைத்திருக்கும் வெற்றி இது. வடக்கே சிரியாவும் ஹெர்மன் மலையிலிருந்த இஸ்ரேலின் கண்காணிப்புப் பகுதியை கைப்பற்றியது. சீனாய் தீபகற்பமும் கோலன் ஹைட்ஸ் பகுதிகளும் இஸ்ரேலிடமிருந்து நழுவியது. தோல்வியை நோக்கிச் சென்று கொண்டிருந்தது இஸ்ரேல். எகிப்தின் அதிர்ச்சி வைத்தியம்தான் எல்லாவற்றுக்கும் காரணம்.

எதிர்பார்க்கப்பட்ட நேரத்தை விட நான்கு மணி நேரம் முன்னதாகவேப் போர் தொடங்கப்பட்டதும் முக்கிய காரணம். ஏற்கெனவே இஸ்ரேலுக்குத் தகவல் கிடைத்ததும் ஒரு நாள் முன்னர்தான். மாலை 6 மணி தாக்குதலை சிரியாவின் வேண்டுகோளின் படி, எகிப்து மதியம் 2 மணிக்கு மாற்றி விட்டது. இந்தச் சமயத்தில் மர்வான் எகிப்தில் இல்லை. பாரிஸிலிருந்து தான் மொசாட்டுக்கு உளவுத்தகவலைத் தெரிவித்தார். அதனால் மர்வானுக்கு இந்த மாற்றம் தெரிந்திருக்கவில்லை.

ஆரம்பத்தில் எகிப்தும் சிரியாவும் இஸ்ரேலை வீழ்த்தி முன்னேறினாலும் அடுத்தடுத்த நாள்களில் தாக்குப்பிடிக்க முடியவில்லை. அமெரிக்காவும் சோவியத்தும் இருபுறமும் போர்த் தளவாடங்களைக் குவிக்கத் தொடங்கின. இஸ்ரேல், போரில் மீண்டும் ஆதிக்கம் செலுத்தியது. இழந்த பகுதிகளை மீட்டதோடு புதிதாகவும் கைப்பற்றத் தொடங்கியது.

இருப்பினும் இஸ்ரேல் அதுவரை இல்லாத போர் இழப்புகளைச் சந்தித்தது. வெற்றி ஒருவருக்கே என்று தீர்மானிக்கும் அளவில் இருதரப்பிலும் முன்னேற்றம் இருக்கவில்லை. இழுபறி நிலையில் போர் நீடித்துக்கொண்டே இருந்தது. ஐநா சபை தலையிட்டு போர் நிறுத்தத்தைக் கொண்டு வந்தாலும் பத்தொன்பது நாள்களுக்குப் பிறகே (25-அக்-1973) போர் நிறுத்தப்பட்டது. இஸ்ரேலுக்கே வெற்றி என ஒருவாறு சமாதானம் சொல்லி போரை முடித்தாலும், இஸ்ரேலின் இழப்புகளை அனைவரும் அறிந்திருந்தனர். போர் முடிவுக்கு வந்தால் போதும் என்ற நிலையில் மத்திய கிழக்கு அமைதியானது.

அதே சமயம் மர்வானின் நாட்டுப்பற்றை எகிப்து முழுவதுமாக நம்பியது. ஆனால் அவர் சேர்த்து வைத்திருந்த சொத்துகள் அவர் மீது சந்தேகத்தை ஏற்படுத்தியது. அதிபர் சதாத், மர்வானை எல்லா அரசாங்கப் பதவிகளிலுமிருந்து நீக்கினார் (1976). ஒரு சில வருடங்களில் சதாத்தும் கொல்லப்பட, லண்டனுக்குக் குடிபெயர்ந்தார் மர்வான் (1981). முழுநேரத் தொழிலதிபராக நிம்மதியான வாழ்க்கையை வாழத் தொடங்கினார். உளவாளிகளுக்கு நிம்மதியுண்டோ?

மர்வானை இஸ்ரேலின் தேவதூதர் என்று குறிப்பிட்ட ஒரு புத்தகத்தால், மர்வானின் நிம்மதி குலைந்தது (2000). ஆரன் பிரெக்மன் எழுதிய இஸ்ரேலின் போர்களைக் குறித்த ஒரு புத்தகத்தில். இவ்வாறு மறைமுகமாகக் குறிப்பிட்டிருந்தார். அதற்கான காரணங்களையும் விளக்கமாகத் தொகுத்திருந்தார். இது எகிப்து வட்டாரத்தில் மர்வானுக்கு இருந்த பிம்பத்தைக் கலைத்தது.

எகிப்து வட்டாரத்துக்கும் மர்வானுக்கு மொசாட்டுடன் இருந்த தொடர்புகள் தெரிந்திருந்தது. ஆனாலும் அவர்கள் மர்வானை விட்டுக்கொடுக்கவில்லை. எகிப்தைப் பொறுத்தவரை அவர் எகிப்துக்குப் போரில் வெற்றிகளைப் பெற்றுத் தந்தவர். ஆம். போர் தொடங்குவது பற்றிப் பலமுறை பொய் தேதிகளைத் தெரிவித்தது; சோவியத்தின் ஆயுதங்கள் இல்லாமல் எகிப்து போரைத் தொடங்காது என்று இஸ்ரேலை நம்ப வைத்தது; கடைசியில் போர் தொடங்க ஒரு நாள் முன்னதாக இஸ்ரேலுக்குத் தகவல் கொடுத்தது; அப்போதும் நான்கு மணிநேரம் பின்தங்கிய நேரத்தைச் சொன்னது எல்லாமே எகிப்தின் ஏற்பாடு. இஸ்ரேலுக்கு உளவுத் தகவல்களையும் கொடுத்து, அவர்களையே ஏமாற்றியவர் மர்வான்.

அதனால்தான் மர்வான் பொதுவெளியில் ஒருபோதும் அவர் இஸ்ரேலின் உளவாளி என்று ஒப்புக்கொண்டதில்லை. புத்தகத்தில் சொல்லப்பட்டிருப்பவை வெறும் கட்டுக்கதை என்று மறுத்தார். மௌனம் காத்தார். இரு நாட்டு அரசாங்கங்களும் அமைதி காத்தாலும், ஒரு வரலாற்று ஆராய்ச்சியாளர் மர்வானை நிம்மதியாக இருக்கவிடவில்லை.

41. வெளிவந்த ரகசியமும் பறிபோன நிம்மதியும்

ஆரன் பிரெக்மன் வீட்டுக்கு ஒரு தொலைபேசி அழைப்பு வந்தது. அரேபியர்களின் உச்சரிப்பில் எப்படி இருக்கிறீர்கள் என்று மறுமுனையில் இருந்தவர் கேட்டார். பிரெக்மனுக்கு யார் பேசுவது என்று அடையாளம் தெரியவில்லை. யார் நீங்கள் எனக் கேட்க அவர் மறுமொழியாக, நாம் சந்திக்க வேண்டும் என்று மட்டும் பதில் சொன்னார். பிரெக்மனுக்கு அந்த அரேபிய உச்சரிப்பு இப்போது புரிந்தது. பேசியவர் லண்டனில் தனது ஓய்வுக் காலத்தைக் கழித்துக் கொண்டிருக்கும் அஷ்ரஃப் மர்வான். உடனே சம்மதித்தாலும் கொஞ்சம் சந்தேகத்துடனும் பயத்துடனுமே அவரைச் சந்திக்கச் சென்றார் பிரெக்மன்.

இஸ்ரேலைப் பூர்வீகமாகக் கொண்ட பிரிட்டன் எழுத்தாளர் பிரெக்மன். அரபுலகப் போர்களைத் தொடர்ந்து ஆராய்ச்சி செய்து வந்தவர். எகிப்து அதிபரின் மருமகனான அஷ்ரஃப் மர்வான் ஒரு இரட்டை நிலை உளவாளி என்று தனது புத்தகங்களில் எழுதியவர். இஸ்ரேலின் மொசாட்டுக்கு உளவுத்தகவல்களைச் சொன்ன மர்வான் உண்மையில் எகிப்தின் விசுவாசி என்று உலகுக்கு அறிவித்தவர். மர்வானின் ஓய்வுக் கால அமைதியைக் குலைத்தவர்.

முன் நெற்றி வழுக்கையும் வெள்ளை முடியுமாக இருந்தாலும் உயரமாகக் கம்பீரமாக நடந்து வந்தார் மர்வான். இதுவரை சந்தித்ததில்லை என்றாலும், இருவரும் அடையாளம்

கண்டுகொண்டனர். காபி குடித்தவாறே பேச ஆரம்பித்தார்கள். வெளிப்படையாக ஒன்றும் பேசிக்கொள்ளவில்லை. சுற்றிவளைத்த பதில்கள் மட்டுமே மர்வானிடமிருந்து வந்துகொண்டிருந்தது. கடைசிக் கேள்வியை முன்வைத்தார் பிரெக்மன்.

'மதியம் 2 மணிக்குத் தொடங்கவிருந்த போரை ஏன் மாலை 6 மணிக்குத் தொடங்கும் என்று இஸ்ரேலிடம் தெரிவித்தீர்கள்?' என்றார்.

மெலிதாகச் சிரித்த மர்வான், 'சில மணிநேர வித்தியாசம்தானே?' என்றார்.

பிரெக்மனுக்குத் தேவையான பதில் கிடைத்துவிட்டது. அவரது ஊகம் சரிதான். இஸ்ரேலைத் திசைதிருப்பவே அவ்வாறு சொல்லியிருந்தார். மர்வான் எகிப்தின் விசுவாசி. அவரது பாதுகாப்பில் கவனம் செலுத்துமாறு கூறிவிட்டு விடைபெற்றார் மர்வான்.

பிரெக்மனின் ஆராய்ச்சியில் அவருக்கு இன்னொருவர் மேலும் சந்தேகம் எழுந்தது. இலி ஸயர், இஸ்ரேல் ராணுவத்தின் உளவுத்துறைத் தலைவர். மர்வான் போர் எச்சரிக்கையை ஸயரிடம் மூன்று நாள்களுக்கு முன்னரே தெரிவித்திருந்தார். இருந்தும் நடவடிக்கை எதுவும் எடுக்க வேண்டாமென இஸ்ரேலின் படைகளுக்கு அறிவுறுத்தினார் ஸயர். ராணுவப்படைத் தலைவரை வீணாகத் தொந்தரவு செய்ய வேண்டாமெனத் தகவலைச் சொல்லவில்லை என்கிறார். சோவியத்தின் நவீன ஆயுதங்கள் எகிப்துக்குக் கொடுக்கப்படும்வரை எகிப்து போரைத் தொடங்காது என்பதையே இவரும் நம்பியிருந்தார்.

போருக்குப் பிறகு இஸ்ரேலின் இழப்புகளை ஆராய ஒரு குழு அமைக்கப்பட்டது. அக்குழுவின் கேள்விகளுக்கு இவர் அளித்திருந்த பதில்கள்தான் மேற்சொன்னவை. இந்தப் பதில்கள் அவரது பதவியைப் பறித்தன. இஸ்ரேலின் இழப்புகளுக்கு முக்கியக் காரணம் என்று முத்திரை குத்தப்பட்டு நாட்டிலிருந்து வெளியேற்றப்பட்டார். பதின்மூன்று வருடங்களுக்குப் பிறகு அவர் எழுதிய சுயசரிதையில் மர்வானை பலியாடாக்கிவிட்டார்.

எகிப்துக்குத் துணைபோகவே மர்வான் இஸ்ரேலுக்குத் தவறான தகவல்களைக் கொடுத்தார் என்று மர்வான் மீது பழிபோட்டார்.

இவரது புத்தகக் குறிப்புகள் மூலமாகத்தான் பிரெக்மன், மர்வானைக் கண்டுபிடித்தார். அதிபரின் மருமகன் என்று ஒவ்வொரு இடத்திலும் குறிப்பிட்டு எழுதியிருந்தார் ஸயர். போர் நடந்தபோது எகிப்து அதிபர் அன்வார் சதாத்துக்கு இவர் மருமகன் இல்லையென்றாலும், முந்தைய அதிபர் நாசருக்கு மருமகனாக இருந்தவர் மர்வான். இதுவே அவரது அடையாளமாகியது.

பிரெக்மன், மர்வானைச் சந்தித்த பிறகு பல மர்ம தொலைபேசி அழைப்புகள் அவருக்கு வரத்தொடங்கின. அவை பெரும்பாலும் மௌன அழைப்புகளாகவே இருந்தன. பேசுவது பிரெக்மன் என்று குரலிலிருந்து கண்டுபிடித்தவர் எதிர்முனையிலிருந்து அமைதி காத்தார். நினைத்தபடியே அவர் மர்வான்தான். ரகசியம் வெளியே தெரிந்த பிறகு அவரால் முன்பு போல நிம்மதியாக இருக்க முடியவில்லை. இதைப் பற்றி அவர் பேச முடிந்தது பிரெக்மனிடம் மட்டும்தான். மர்வானின் குடும்பத்துக்குக் கூட இந்த உண்மைகள் தெரியாது. ஆனால் இதைப் புரிந்துகொண்ட பிரெக்மன் அவரிடம் தொடர்ந்து உரையாடினார். மர்வானுக்குத் தைரியம் அளித்தார்.

மனம்விட்டுப் பேசும் இரு நண்பர்களைப் போல அவர்களது உரையாடல்கள் இப்போது மாறியிருந்தன. அவரது குடும்பத்துக்கு ஆபத்து வந்துவிடுமோ என்பதுதான் மர்வானின் ஒரே கவலையாக இருந்தது. பிரெக்மனால் இதை மறுக்க முடியவில்லை. இஸ்ரேலுக்குத் துரோகம் செய்தவர்களை மொசாட் உயிருடன் விட்டதில்லை. எகிப்து உளவு அமைப்பிலும் அதே நிலைதான்.

இப்போது கவலை பிரெக்மனையும் தொற்றிக்கொண்டது. மர்வானின் குடும்பத்தார் பற்றிய எண்ணங்கள் பிரெக்மனைத் தூங்க விடவில்லை. ஒருவேளை மர்வானுக்கு ஏதாவது அசம்பாவிதம் நடந்தால் அதற்கு பிரெக்மன்தான் முழுக்காரணம் என்பது அவருக்கு உறுத்தியது. மர்வானை எப்படியாவது இதிலிருந்து வெளியே கொண்டு வந்துவிட வேண்டும் என்று போராடினார். பல வரலாற்றுத் தரவுகளைச் சேகரித்து மர்வானை நேர்மையானவர் என்று நிரூபிக்கும் வேலையில் மும்முரமாக ஈடுபட்டார்.

இஸ்ரேல் பத்திரிகைகளில் மர்வான், அப்போதைய எகிப்து அதிபர் ஹோஸ்னி முபாரக்குடன் கைகுலுக்கும் படங்களைப் போட்டு அதைக் குறித்து எழுதியிருந்தார்கள். இஸ்ரேலுக்காக உளவுபார்த்த

தலைசிறந்த உளவாளி எதற்காக எகிப்தின் அதிபரோடு இப்படி நெருங்கி கைகுலுக்கி கொண்டிருக்கிறார் என்று ஒவ்வொருவரும் மர்வானைக் குறித்து ஆராய்ந்து கொண்டிருந்தார்கள். இவற்றைக் கவனித்த மர்வானுக்கு கவலை அதிகரித்துக்கொண்டேபோனது.

ஒருமுறை அழுதுகொண்டே இதைக் குறித்து பிரெக்மனிடம் பேசியுள்ளார். எகிப்து அரசாங்கத்துடன் மர்வானுக்கு இருக்கும் நல்லுறவைக் கெடுக்கவே இதையெல்லாம் இஸ்ரேலின் மொசாட் திட்டமிட்டுச் செய்கிறது என்றார். அவர்கள் நிச்சயம் தன்னைப் பழிவாங்கப்போகிறார்கள் என்று நம்பினார். அடுத்து அவர் சொன்னது பிரெக்மனை உறைய வைத்தது.

42. மறைந்துபோன காலணிகள்

மார்வான் மீண்டும் பிரெக்மனிடம் மனம் திறந்தார்.

'நான் ஒருவன் மட்டுமல்ல. என்னைப் போன்ற நாற்பது பேர் இஸ்ரேலுக்கு உளவுத்தகவல் அளித்து வந்தோம். எகிப்துக்கும் தெரிந்தே இது நடந்தது. இஸ்ரேல் என்ன தெரிந்துகொள்ள வேண்டுமென்று எகிப்து நினைத்ததோ அதை மட்டுமே நாங்கள் உளவுத் தகவல்களாகப் பகிர்ந்தோம். எகிப்தின் வெற்றிக்குத் தேவையானதை நாங்கள் பல வருடங்களாகவே திட்டமிட்டுச் செய்தோம்' என்றார்.

பிரெக்மன் இதைச் சற்றும் எதிர்பார்க்கவில்லை.

அதன்பின் மார்வான் இதைச் சாதாரணமாகக் கடந்து போய்விட்டார். அவர் மனதில் இருந்ததெல்லாம் பயம் மட்டுமே. மொசாட் தன்னைப் பழிவாங்குவதற்காகக் கொன்றுவிடுவார்கள் என்ற பயம் மட்டுமே. அந்தப் பயத்தில்தான் உண்மை வெளிவந்தது. மார்வானின் பங்களிப்புக்காக எகிப்தின் உயரிய விருது அதிபர் சதாத்தின் கைகளால் மார்வானுக்குக் கொடுக்கப்பட்டிருந்தது. அதற்கான ரகசிய வீடியோ ஆதாரங்கள் எகிப்திடம் இருந்தன. இவற்றையும் பிரெக்மனிடம் தெரிவித்த மார்வான், இஸ்ரேலிடமிருந்து உண்மையை மறைக்கப் போராடிக்கொண்டிருந்தார்.

இவை எல்லாம் இஸ்ரேல் ராணுவத்தின் முன்னாள் உளவுத்துறைத் தலைவர் இலி ஸயரின் சுயசரிதையால் ஆரம்பித்த வினை. அது அவருக்கே ஆபத்தாக முடிந்தது. மொசாட்டின் தலைசிறந்த உளவாளியான மர்வானைக் காட்டிக்கொடுத்ததாக இன்னொரு இஸ்ரேல் அதிகாரி ஸவி ஸமீர், ஸயரின் மீது வழக்குத் தொடர்ந்தார். இப்படி இஸ்ரேலுக்காக உழைக்க முன்வரும் பிறநாட்டு உளவாளிகள் காட்டிக்கொடுக்கப்பட்டால், இதைப் பார்க்கும் மற்றவர்கள் எப்படி மொசாட்டில் இணைய முன்வருவார்கள்? என்பது அவரது வழக்கு.

2004 ஆம் ஆண்டிலிருந்து நடந்த வழக்கில் இருதரப்பிலிருந்தும் ஆதாரங்கள் சமர்ப்பிக்கப்பட்டன. மர்வான் எகிப்தின் விசுவாசி என்று நிரூபிக்கப் போதிய ஆதாரங்கள் கிடைக்கவில்லை. அவர் எகிப்து அதிபருடனும் உயர்மட்ட அதிகாரிகளுடனும் நெருங்கிய தொடர்பிலிருந்தது மட்டுமே கிடைத்தன. எகிப்தின் முன்னாள் மருமகனான மர்வானின் அரசியல் செல்வாக்கு சந்தேகப்படும்படி இல்லை என்றது நீதிமன்றம்.

ஆனால் இஸ்ரேலுக்கு உளவுபார்த்தது மர்வான் என்பது உறுதியானது. தீர்ப்பு வெளியாகவில்லை, ஆனால் இது உண்மை என்பது 14-ஜூன்-2007 அன்று வழக்கில் பதிவுசெய்யப்பட்டது. அன்றிலிருந்து பதின்மூன்று நாள்கள் மட்டுமே மர்வானுக்கு எஞ்சியிருந்தது.

27-ஜூன்-2007

ஐந்தாம் தளத்திலிருந்த தனது வீட்டு பால்கனியிலிருந்து குதித்துத் தற்கொலை செய்துகொண்டார் மர்வான். சம்பவம் நடந்த இடத்தில் மர்வானின் காலணிகள் கிடைக்கவில்லை. அந்த பால்கனியின் பூந்தொட்டி மேலேறித்தான் கீழே குதித்திருக்க வேண்டும். அப்படிச் செய்யும்போது மர்வானின் காலணிகளில் நிச்சயம் பூந்தொட்டியிலிருந்த மண் ஒட்டியிருந்திருக்கும். அவர் தள்ளிவிடப்பட்டிருந்தால் மண் படிந்திருக்காது. ஆனால் இரண்டில் எதை முடிவு செய்யவும் காலணிகள் வேண்டும். அது கிடைக்கவில்லை.

தற்கொலை என்பதிலிருந்து கொலை என்கிற சந்தேகம் எழுந்தது. விசாரணையில் அவரது எதிர் பிளாட்டிலிருந்த ஒருவர் வாக்குமூலம்

கொடுத்தார். மர்வானின் பால்கனியிலிருந்து ஏதோ விழுவதைப் பார்த்து, அவர் ஜன்னலுக்கு அருகே வந்து பார்த்திருக்கிறார். கீழே விழுந்து இறந்து கிடந்தார் மர்வான். அவர் இறந்து கிடந்ததை, இன்னும் இரண்டு பேர் மர்வானின் பால்கனியிலிருந்தே எட்டிப் பார்த்து உறுதி செய்ததை, இவரும் பார்த்திருக்கிறார்.

ஆனால் அவர்களது அடையாளங்களை இவரால் சொல்ல முடியவில்லை. மேற்குலக முகங்கள் அல்லாமல் மத்திய கிழக்கு முகங்கள் என்று மட்டுமே அவரால் புரிந்துகொள்ள முடிந்தது. அவர்கள் எகிப்தைச் சேர்ந்தவர்களா இஸ்ரேலைச் சேர்ந்தவர்களா என்று அடையாளம் காண முடிந்திருந்தால் இதற்கு ஒரு தீர்வு கிடைத்திருக்கும். போதிய ஆதாரங்கள் இல்லாமல் இன்றும் மர்மமாகவே இருக்கிறது அவரது இறப்பு.

இறப்பதற்கு ஒருநாள் முன்னர், மர்வான் மனம் விட்டுப் பேசக்கூடிய ஒரே ஆளான பிரெக்மனைச் சந்தித்திருந்தார். தனது சுயசரிதைக் குறிப்புகளை எழுதி வைத்துள்ளதாகவும், அதை பிரெக்மன் ஒருமுறை சரிபார்த்துவிட்டுப் பிறகு புத்தகமாக வெளியிட வேண்டுமென்றும் கேட்டுக்கொண்டுள்ளார். அடுத்த நாளும் சந்திப்பதாக இருவரும் முடிவுசெய்திருந்தனர். அடுத்த நாள்தான் அவர் இறந்துபோயிருந்தார். மர்வானுக்கு உயிர்வாழும் ஆசை இருந்ததை இவை நிரூபித்தன. தற்கொலை செய்துகொள்பவரா தனது சுயசரிதையை எழுதி வெளியிடும் திட்டங்களை வகுத்துக் கொண்டிருப்பார்?

கடைசிக் காலங்களில் அவர் கடும் மனஉளைச்சலில் இருந்தார் என்பது உண்மை. இதை அவரது மனைவியே உறுதிப்படுத்தியுள்ளார். ஏறக்குறைய பத்து கிலோ எடையை இழந்த மர்வான், எப்போதும் தன்னை யாரோ கொல்லப்போகிறார்கள் என்ற பயத்திலேயே இருந்தார். தனது வீட்டுக் கதவு மூடித் தாழிடப்பட்டிருப்பதையும், குழந்தைகளும் மனைவியும் பாதுகாப்பாக இருப்பதையும் அடிக்கடி உறுதிசெய்துகொண்டிருந்தார். மர்வான் நிச்சயம் தற்கொலை செய்து கொள்ளவில்லை என்றும், இஸ்ரேலின் மொசாட் ஆதாரமின்றி அவரைக் கொன்றுவிட்டது என்றும் நீதிமன்றத்தில் கூறினார் மனைவி மோனா. குடும்பத்தினரோடு கூட உண்மைகளைப் பகிர்ந்துகொள்ள முடியாத வாழ்வு உளவாளிகளுடையது.

ஒருவேளை அவர் சுயசரிதையை எழுத முடிவெடுத்தது கூட அவரது இறப்புக்குக் காரணமாக அமைந்திருக்கலாம். ஏனெனில் எகிப்தின் அரசியல் வட்டாரங்களுடன் நெருங்கிய தொடர்பிலிருந்த பலரும் அவரவர் சுயசரிதையை எழுத முற்படும்போது இதேபோல குதித்துத் தற்கொலை செய்துகொண்டிருந்தார்கள். எகிப்தின் முன்னாள் அதிபர் சதாத்தின் பாதுகாப்புப் பொறுப்பிலிருந்தவர், எகிப்தின் பிரபலமான நடிகர் எனத் தனிப் பட்டியலே இருந்தது. உண்மை வெளிவருவதை எகிப்தும் விரும்பவில்லை போலும். ஆனால் ராணுவ மரியாதையுடன் அவருக்கு இறுதி மரியாதைகளை அளித்தது எகிப்து. போலவே இஸ்ரேலும் மர்வான் தங்களைக் காத்த தேவதூதர் என்பதை இன்றுவரை விட்டுக்கொடுக்கவில்லை.

அவர் எகிப்துக்கு விசுவாசமாக இருந்தாரா இல்லை இஸ்ரேலுக்கு உளவு பார்த்தாரா என்பதிலும் தெளிவில்லை. அவரது இறப்பு கொலையா தற்கொலையா என்பதும் நிரூபிக்கப்பட முடியவில்லை. ஆனால் எகிப்து, இஸ்ரேல் இரு நாடுகளும் அவர் தலைசிறந்த உளவாளி என்பதை ஒப்புக்கொண்டு அவருக்கு தகுந்த மரியாதையை அளித்துள்ளன. அது போதாதா? உண்மை எதுவாக இருந்தால் என்ன?

43. ஒரு நாள்போதுமே

ஜனவரி - 1941
ஸ்பெயின்.

இனிமேலும் ஐரோப்பாவில் சித்திரவதை முகாம்கள் உருவாவதைத் தடுக்க வேண்டும். அதற்கு அந்தக் கொடுமைக்கார மனநோயாளியை அழிப்பது ஒன்றே வழி. ஆம், ஹிட்லர்தான். அவரேதான் அந்த மனநோயாளி. வேறெப்படி அவரை அடையாளப்படுத்துவது? இரண்டாம் உலகப்போரில் நாஜிக்களிடமிருந்து ஐரோப்பாவைக் காப்பாற்ற இவர் ஒழிய வேண்டும்.

ராணுவத்தில் சேர்ந்து போராடும் அளவுக்கு உடலிலும் மனதிலும் தெம்பில்லை. குழந்தை போன்ற சிரித்த முகத்தையும் குறும்புக் கண்களையும் வைத்துக்கொண்டு எங்கிருந்து ராணுவத்தில் சேர்வது? வேறு என்ன செய்வது? சரி, உளவாளி ஆகிவிடலாம் என்று முடிவு செய்தார் ஜுவான் புஜோல் கார்சியா.

ஸ்பெயினிலிருந்த பிரிட்டன் தூதரகத்துக்குச் சென்று பிரிட்டன் உளவுப்பிரிவில் தன்னைச் சேர்த்துக் கொள்ளுமாறு விண்ணப்பித்தார் ஜுவான். ஆங்கிலத்தில் சரளமாகப் பேசக்கூட முடியாத ஜுவான் உடனடியாக நிராகரிக்கப்பட்டார். ஸ்பெயின் உலகப்போரில் நுழையவில்லை. இவர் நாஜிப்படையைச்

சேர்ந்தவராகக் கூட இருக்கலாம். பிரிட்டனை உளவுபார்க்க இங்கு அனுப்பப்பட்டிருக்கலாம். எதற்கு வம்பு?

ஆனால் தொடர்ந்து இதே கோரிக்கையுடன் வந்து நின்றார் ஜுவான். அவரது மனைவியும் தூதரக அதிகாரிகளிடம் இவர்மேல் மனமிரங்க வேண்டுமென்று மன்றாடினார். சலிக்காமல் அவரைத் திருப்பி அனுப்பினார்கள். ஐரோப்பாவைக் காப்பாற்ற நினைப்பவருக்கு வாய்ப்பு வழங்க முன்வரவில்லை பிரிட்டன்.

என்னை ஏற்றுக் கொள்ளாத பிரிட்டனிடம் நான் ஏன் கெஞ்ச வேண்டும்? நான் ஜெர்மனியின் உளவாளியாகப் போகிறேன் என்று ஜுவான் தனது முடிவை மாற்றிக்கொண்டார். எப்படி உளவுபார்க்க வேண்டும் என்பதெல்லாம் தெரியாது. அதைப் பிறகு கற்றுக்கொள்ளலாம். முதலில் நாஜிக் கொள்கையைக் கற்றுக்கொள்வோம்.

ஹிட்லரிடம் வேலைக்குச் சேர்வதென்றால் உண்மையான நாஜி விசுவாசியாக இருந்தால் மட்டுமே முடியும். வெகு சீக்கிரம் கற்றுக்கொண்டவர், இம்முறை ஸ்பெயினிலிருந்த ஜெர்மனியின் தூதரகத்தைத் தொலைபேசியில் தொடர்புகொண்டார். அவரது நாஜிப்பற்றைக் கண்டு வியந்த தூதரகத்தின் ராணுவ அதிகாரி பூரித்துப்போனார். வெகு விரைவில் உங்களைத் தொடர்பு கொள்கிறோம் என்றார். அன்றே ஜுவானுக்குச் செய்தி வந்தது. அடுத்த நாள் மாலை நடந்தது அந்தச் சந்திப்பு. ஜுவான் நினைத்ததை விடச் சீக்கிரமாகவே எல்லாம் நடந்தது.

ஹிட்லருக்கு உளவாளிகள் மீது அவ்வளவாக நம்பிக்கை இல்லை. வெகு சிலரே அவருக்காக பிரிட்டனிலிருந்து உளவு பார்த்தனர். உளவுப்பயிற்சி கொடுத்து அனுப்பப்படும் பெரும்பாலானோர் ஜெர்மனிக்கே துரோகம் செய்தார்கள். அதனால் உளவுப்படைக்கு ஆளெடுப்பதில் மிகுந்த கவனம் செலுத்தினார்கள். உலகப்போர் நடந்துகொண்டிருந்த சமயத்தில் பிரிட்டனின் நடவடிக்கைகள் ஜெர்மனிக்குத் தெரியவந்தால் இன்னும் உபயோகமாக இருக்கும். அதற்காக நம்பிக்கையான உளவாளிகளை மட்டும் சேர்த்துக்கொண்டனர்.

ஜுவானைத் தேர்வு செய்ய ஃபெடரிக்கோ என்ற உளவுப்படை அதிகாரி வந்தார். அந்தச் சந்திப்பு முழுவதும் அவரிடமும்

ஹிட்லரின் புகழ் பாடினார் ஜுவான். அப்படியே தனக்கிருந்த வர்த்தக அனுபவத்தையும் மேல்மட்டத் தொடர்புகளையும் வெளிப்படுத்தினார். பிரிட்டனின் அதிகார வர்க்கத்துக்குள் நுழையும் எல்லா தகுதிகளும் இருந்த ஜுவான், ஜெர்மனியின் உளவாளியாகத் தேர்வு செய்யப்பட்டார். ஏஜென்ட் அராபெல் உருவானார்.

26 - ஏப்ரல் - 1941

ஏஜென்ட் அராபெல்லான ஜுவான் போர்ச்சுகலின் தலைநகரான லிஸ்பனுக்கு அனுப்பப்பட்டார். அங்கிருந்து அவர் இங்கிலாந்துக்குள் நுழையத் தேவையான கடவுச்சீட்டை ஏற்பாடு செய்ய வேண்டும். அது அவ்வளவு எளிதாக நடக்கவில்லை. காத்திருந்த ஜுவான் வேறு வழியிலாவது தனது திறமையை ஜெர்மனியின் உளவுத்துறைக்கு நிரூபிக்க வேண்டும் என்று முடிவெடுத்தார்.

அவர் தங்கியிருந்த ஹோட்டலில் சியோர் எனும் ஸ்பெயின் நாட்டவரும் தங்கியிருந்தார். ஸ்பெயின் வெளியுறவுத் துறை வழங்கியிருந்த தூதரக அதிகாரிகளுக்கான விசா அவரிடம் இருந்தது. இதைவிடப் பெரிய ஜாக்பாட் வேண்டுமா? இதை வைத்துக்கொண்டு இங்கிலாந்து மட்டுமல்ல ஐரோப்பாவுக்குள்ளும் எங்கு வேண்டுமானாலும் சந்தேகமின்றிப் பயணிக்க முடியும். சியோருக்கு போர்ச்சுகலைச் சுற்றிக்காட்டும் பொறுப்பை ஜுவான் வலிய ஏற்றுக்கொண்டார். பூங்காக்களில் தொடங்கி கேளிக்கை விடுதிகள் வரை இருவரும் வாரக்கணக்கில் ஒன்றாகச் சுற்றினார்கள்.

உடம்பு சரியில்லை என்று காரணம் சொல்லி, ஒரேயொரு நாள் சீக்கிரமே அறைக்குத் திரும்பினார் ஜுவான். அவரது கையில் கேமரா இருந்தது. அறையில் சியோரின் விசா இருந்தது. போதிய அளவு புகைப்படங்களை எடுத்துக்கொண்டார் ஜுவான். விசாவை இருந்த இடத்திலேயே வைத்துவிட்டார். எந்தச் சந்தேகத்துக்கும் இடமில்லை. அடுத்த சில நாள்களில் ஜுவானுக்கும் அதே போல விசா தயாராகிவிட்டது. ஆவணங்களை அச்செடுக்க உதவும் கடையிலிருந்த ஒரு நண்பர், ஜுவான் பெயரில் அந்தப் புகைப்படங்களை வைத்தே விசாவைத் தயாரித்துவிட்டார்.

ஜுவான் மேல் ஜெர்மனியின் உளவுத்துறைக்கிருந்த மரியாதை கூடியது. அவருக்கு உளவுப்பயிற்சி அளிக்கப்பட்டது. மூன்றாயிரம் டாலர்கள் கொடுத்து, ரகசிய மையும் கொடுத்து அவரை இங்கிலாந்துக்கு அனுப்பி வைத்தார்கள். குடும்பத்துடன் அவர் இங்கிலாந்து சென்று அங்கிருந்து உளவுத்தகவல்களை ஜெர்மனிக்குத் தெரிவிக்க வேண்டும். இதுதான் ஜுவானுக்குக் கொடுக்கப்பட்ட கட்டளை.

உளவாளியாகத் தேவையான பயிற்சிகளை ஜெர்மனியிடமிருந்து பெற்றிருந்த ஜுவான் மறுபடியும் பிரிட்டன் உளவுத்துறையான MI5 அலுவலகத்தைத் தொடர்புகொண்டார். 'நான் பிரிட்டனுக்காக உளவு பார்க்கத் தயார்' என்றார். அப்போதும் பிரிட்டன் அவரை ஏற்றுக்கொள்ளவில்லை. அவர்களே என்னை அழைக்கும் நாள் வரும் என ஜுவான் தனக்குள் சொல்லிக்கொண்டார்.

எதுவுமே நடக்காததுபோல ஜெர்மனிக்காக உழைக்கத் தொடங்கினார். ஆனால் கட்டளைப்படி அவர் இங்கிலாந்து செல்லவில்லை. போர்ச்சுகலின் லிஸ்பன் நகரிலேயே தங்கினார். வேண்டிய ஏற்பாடுகளைச் செய்தார். எல்லாம் தயாரான பின்பு 19-ஜூலை-1941 அன்று ஜெர்மனியின் உளவுத்துறையில் அவரது மேலதிகாரியான ஃபெடரிக்கோவுக்குத் தந்தி அனுப்பினார்.

'நான் இங்கிலாந்து வந்து சேர்ந்துவிட்டேன். என் உளவுக் கடிதங்களைச் சந்தேகம் வராமல் உங்களிடம் சேர்க்கவும் ஏற்பாடு செய்துவிட்டேன். ஒரு டச்சு விமானியின் உதவியுடன் என் கடிதங்கள் இங்கிலாந்திலிருந்து லிஸ்பனுக்குக் கொண்டு சேர்க்கப்படும். அங்கிருந்து ஜெர்மனியிலுள்ள உளவுத்துறை தலைமையகத்தை வந்தடையும்,' என்றது அந்தத் தந்தி.

எதற்காக இந்த ஏற்பாடு? ஜுவானோ முன் பின் இங்கிலாந்தே சென்றிராதவர். நேரில் சென்று தகவல் சேகரிப்பதே கடினம். இதில் இங்கிருந்துகொண்டே எப்படி பிரிட்டனைப் பற்றிய உளவுத்தகவல்களை அனுப்புவார்? இதெல்லாம் நடைமுறையில் சாத்தியமே இல்லாத வாக்குறுதிகள்.

44. தகவலை அனுப்பு, தாமதப்படுத்து

ஜூலை-1941.

லிஸ்பன்,

போர்ச்சுகல்.

ஜெர்மனியின் உளவுத்துறையைப் பொறுத்தவரை ஜுவான் இப்போது பிரிட்டனை அடைந்து விட்டார். இனி அங்கிருந்து பிரிட்டனின் ராணுவ, அரசியல் வட்ட உளவுத்தகவல்களை ஜெர்மனிக்கு அனுப்பத் தொடங்குவார். லிஸ்பனிலேயே தங்கிவிட்ட ஜுவானால் இதை எப்படிச் செய்ய முடியும்?

லிஸ்பனிலிருந்த பொது நூலகத்துக்குச் சென்றார் ஜுவான். பிரிட்டனைப் பற்றி வெளியான அன்றாடச் செய்திகள் அனைத்தையும் ஒன்றுவிடாமல் வாசிப்பதை வழக்கமாக்கிக் கொண்டார். நூலகத்திலிருந்து பிரிட்டனின் வரைபடங்களை வாங்கிக் கொண்டார். பிரிட்டனைச் சுற்றிக்காட்ட சுற்றுலா வழிகாட்டிகள் பயன்படுத்தும் புத்தகங்கள், இங்கிலாந்து ரயில்வே அட்டவணை என ஒன்றையும் விடவில்லை.

அகராதியின் உதவியோடு பிரிட்டன் ராணுவத்தில் பயன்படுத்தப்படும் சொற்களைத் தெரிந்துகொண்டார். பிரிட்டனிலிருந்து வெளிவரும் வார, மாதப் பத்திரிகைகளிலிருந்து

பிரிட்டன் ஆயுதத் தொழிற்சாலைகளின் பெயர்களையும், முகவரிகளையும் குறித்து வைத்துக்கொண்டார்.

பிரிட்டனிலிருந்து லிஸ்பனுக்கு வந்துபோகும் பயணிகளுடன் பேச்சுக் கொடுத்தார். போரைப் பற்றிப் பேசும் சாக்கில் பிரிட்டனின் மனநிலையை அறிந்துகொண்டார். பிரிட்டனிலிருந்து லிஸ்பனுக்குக் குடிபெயர்ந்தவர்களுடன் நண்பர்கள் ஆனார். பிரிட்டனின் கலாசாரம், பழக்க வழக்கங்கள் அனைத்தையும் ஒன்றுவிடாமல் தெரிந்துகொண்டார். பிரிட்டனைப் பற்றிய தகவல்களை என்னென்ன வழிமுறைகளில் தெரிந்துகொள்ள முடியுமோ அத்தனையையும் செய்தார் ஜுவான். அதையும் ஒருவருக்கும் சந்தேகம் வராதபடி திட்டமிட்டுச் செய்தார்.

இப்போது தகவல்களுக்குப் பஞ்சமில்லை. அவற்றை உளவுத் தகவல்களாக உருமாற்றினால் வேலை முடிந்தது. ஆனால் தகவல் அனுப்புவது யாரும் செய்துவிடக் கூடிய வேலை. இதையும் மீறி, ஜெர்மனியின் உளவுத்துறையை எப்படிக் கவர்வது? வெறும் தகவல்கள் மட்டும் போதாது. பிரிட்டனில் இவரால் ஒரு உளவு அமைப்பு உருவாக வேண்டும். அவர்கள் மூலமாகத்தான் இந்தத் தகவல்கள் அனைத்தும் கிடைத்தன என ஜெர்மனியை நம்பவைக்க வேண்டும். அப்போதுதான் தன்னுடைய மதிப்புக் கூடும் என்று முடிவெடுத்தார்.

தனது கற்பனை உலகத்தில் ஓர் உளவாளிகளின் அமைப்பையே உருவாக்கினார் ஜுவான். ஒவ்வொரு உளவாளிக்கும் உருக்கொடுத்தார். அவர்களைப் பற்றிய நுண்ணிய அடையாளங்களைக் கிளை வரைபடமாக வரைந்து வைத்துக் கொண்டார். அப்போதுதானே திரைக்கதையைப் பிழையின்றி நாடகமாக்க முடியும்? பின்வரும் முக்கிய கதாபாத்திரங்களைத் தேர்ந்தெடுத்தார்:

ஏஜென்ட் கெர்பர் - இங்கிலாந்தின் கிழக்கிலிருக்கும் பூட்டல் நகரத்திலிருந்து லிவர்பூல் கப்பல்துறை நடவடிக்கைகளைக் கவனித்துத் தகவல் அனுப்புவார். ஜெர்மனி மற்றும் சுவிட்சர்லாந்து வம்சாவளி வந்தவர்.

ஏஜென்ட் ஜோஸ் - வெனிசுலாவைச் சேர்ந்த இவர், பிரிட்டனின் மேற்கிலிருக்கும் ஸ்காட்லாந்தின் ராணுவப் படைகளை

கவனித்துக்கொள்வார். உள்ளூர்க்காரராக இருந்தால் மட்டுமே ராணுவத்துக்குள் ஊடுருவ முடியும். அதனால் அங்கிருக்கும் பல்கலைக்கழகத்தில் படித்து முடித்திருப்பவர் என்று அடையாளம் கொடுக்கப்பட்டார்.

ஏஜென்ட் கார்வாலோ - போர்ச்சுகலைச் சேர்ந்த இவர் தென்கிழக்கின் கப்பற்படைகளின் நிலவரத்தைக் கவனித்து அனுப்புவார்.

இப்படி தனக்குக் கீழ் இருபத்து ஏழு உளவாளிகளை வரைபடத்திலேயே உருவாக்கினார் ஜுவான். இவர்கள் பிரிட்டன் முழுவதும் பரவியிருந்தார்கள். இவர்கள் கொடுக்கும் தகவல்களைத்தான் ஜுவான் சரிபார்த்துவிட்டுக் கடிதங்களாக லிஸ்பனுக்கு அனுப்புகிறார். பிரிட்டனிலிருந்து இவற்றைக் கொண்டு செல்லும் விமானி, லிஸ்பனிலிருந்து இவற்றை ஜெர்மனிக்கு அஞ்சலில் அனுப்பி வைக்கிறார். இதுதான் ஜுவான் ஜெர்மனியின் உளவுத்துறைக்குச் சொன்ன திரைக்கதை. அதன்படியே தகவல்களை அனுப்பவும் செய்தார். அவர்களும் நம்பினார்கள்.

தகவல் பிழைகள் இருக்கத்தான் செய்தன. ஸ்காட்லாந்து மக்கள் விஸ்கியை விரும்புவார்கள் என்று தெரியாத ஜுவான் அவர்கள் வைன்னுக்காக என்ன வேண்டுமானாலும் செய்வார்கள் என்று அனுப்பியிருந்தார். ஜெர்மன் அதிகாரிகளுக்கு மட்டும் இது தெரியுமா என்ன? ஜுவான் அனுப்பியதையே உண்மை என்று அவர்களும் நம்பினார்கள். சந்தேகம் வருவதற்கு ஜுவான் வாய்ப்பளிக்கவில்லை.

ஆனால் இந்தத் தகவல்களை பிரிட்டனின் உளவுத்துறையும் கண்காணித்து வந்தது. அவர்களுக்கு ஸ்காட்லாந்து விஸ்கியின் புகழ் தெரிந்திருந்தது. ஜெர்மனிக்காக உளவுபார்க்க ஒரு பெரிய உளவு அமைப்பு பிரிட்டனில் உருவாகியிருப்பதாக நினைத்தது. ஆனால் தொடர்ந்து தகவல்களைப் படித்தவர்கள் அவை பெரும்பாலும் குத்துமதிப்பாக எழுதப்பட்டிருப்பதைக் கண்டுபிடித்தார்கள். எந்தத் தகவலும் பொய்யில்லை, அதே சமயம் துல்லியமானதும் இல்லை.

இதனால் ஜெர்மனிக்கு என்ன ஆதாயம் கிடைக்குமென்று குழப்பமடைந்தார்கள். ஆனால் ‘ஒருநாள் அவர்களே என்னை அழைக்கும் நாள் வரும்’ என்ற ஜுவானின் சபதம் நிறைவேற

இது போதுமானதாக இருந்தது. அவர் கேட்ட வாய்ப்புக் கிடைக்கவில்லை. அதனால் அவரே வாய்ப்பை உருவாக்கிக் கொண்டார். அவ்வளவுதான்.

இப்போது ஜுவான் என்பவர் ஜெர்மனியின் நம்பிக்கைக்குரிய உளவாளி. பிரிட்டனுக்கு உளவுபார்க்க விருப்பம் தெரிவிக்கும் இவரை மறுக்க முடியுமா? தனது ஆசைப்படியே பிரிட்டனின் உளவுப்பிரிவான *MI5*ல் சேர்ந்தார் ஜுவான். ஏஜென்ட் கார்போ உருவானார். கிரேட்டா கார்போ என்றொரு சிறந்த நடிகை இருந்தார். பல்வேறு கதாபாத்திரங்களையும் நம்பும்படி ஏற்று நடிக்கக்கூடியவர். இருபத்து ஏழு உளவாளிகளைக் கற்பனையில் உருவாக்கி நடித்துக்கொண்டிருந்த ஜுவானுக்கு இதைவிட பொருத்தமான பெயர் அமையுமா? ஏஜென்ட் கார்போவின் பெயர்க் காரணம் இதுவே.

கார்போவுடன் சேர்ந்து கற்பனைக் கதையெழுத இப்போது *MI5* அதிகாரி தாமஸ் ஹாரிஸும் உதவினார். இருவருமாக ஏறக்குறைய முந்நூறு உளவுக் கடிதங்களை ஜெர்மனிக்கு அனுப்பினார்கள். ஒவ்வொரு கடிதமும் இரண்டாயிரம் வார்த்தைகளைக் கொண்டிருந்தது. மறக்காமல் நாஜிக் கொள்கையைப் புகழ்ந்து போற்றியிருக்கும். கூடவே நம்பும்படியான உளவுத் தகவல்களும் இருக்கும். ஹாரிஸும் கார்போவுடன் இருப்பதால், ஜெர்மனி என்ன தெரிந்து கொள்ள வேண்டும் என்று பிரிட்டன் நினைத்ததோ அது மட்டும் தெரிவிக்கப்பட்டது.

ஆபரேஷன் டார்ச் திட்டமிடப்பட்டது. இரண்டாம் உலகப்போரில் சோவியத்திலிருந்து ஜெர்மனியின் கவனத்தைத் திசைதிருப்பும் முயற்சி. எகிப்திலும் லிபியாவிலும் சண்டையிடும் வீரர்களுக்குத் துணையாக, அமெரிக்க, பிரிட்டன் படைகள் வட ஆப்பிரிக்காவிலிருந்து ஆதரவளிக்கும். ஜெர்மனியின் படைகள் இப்போது இவர்களையும் சமாளிக்க வேண்டும். இதுவே திட்டம்.

ஜுவானால் இதை ஜெர்மனிக்குத் தெரிவிக்காமல் இருக்க முடியாதல்லவா? வெகு துல்லியமாக அமெரிக்க, பிரிட்டன் கப்பற்படைகளின் எண்ணிக்கையுடன் தெரிவித்தார். துறைமுகத்திலிருந்து கிளம்பும் பிரிட்டன் படைகள் மத்திய தரைக்கடலை நோக்கிச் செல்கின்றன என்றும் தெரிவித்தார். பிரிட்டன் படைகள் கிளம்பிய தேதியிலேயே இதை அவசரச்

செய்தியாக விமான அஞ்சல் மூலம் ஜெர்மனிக்கு அனுப்பினார். அப்போதுதானே ஜெர்மனியின் படைகள் பிரிட்டனை எதிர்க்கத் தயாராக முடியும்?

தகவலை அனுப்பியும் விட்டு, அந்த அஞ்சல் மிகவும் தாமதமாக ஜெர்மனியைச் சென்றடையுமாறும் பார்த்துக்கொண்டார். அடடா, துல்லியமான உளவுத்தகவல் கிடைத்தும் எதிரிகளின் தாக்குதலைத் தடுக்க முடியவில்லையே என்று ஜெர்மனி வருத்தப்பட்டது. அந்தப் போரில் பிரிட்டனுக்கு வெற்றி சாதகமானது. இரண்டாம் உலகப்போரில் முதல் முறையாக அமெரிக்க, பிரிட்டன் படையினர் வெற்றி பெற்றார்கள். ஜெர்மனி மற்றும் இத்தாலியின் சுமார் இரண்டரை லட்சம் படைகள் சரணடைந்தார்கள்.

ஜெர்மனியின் உளவுத்துறை ஜுவானிடம் மன்னிப்பு கேட்டது. அவர் அத்தனை துல்லிய தகவல்களை அனுப்பியிருந்தும் போரில் வெற்றி பெற முடியாததற்காக வருந்தியது. தாமதத்தைக் குறைக்கக் கடிதங்களிலிருந்து ரேடியோ தொடர்புக்கு மாறினார்கள். அவர் மேல் கொஞ்சமும் சந்தேகம் வரவில்லை. ஜெர்மனியில் அவரது மதிப்புதான் கூடியது.

நம்பவைத்து ஏமாற்றுமளவுக்கு ஜெர்மனி மீது அவருக்கு அப்படி என்ன கோபம்?

45. கோழிப்பண்ணை வியாபாரியின் இருபத்தெட்டு சம்பளம்

14-பிப்-1914

பார்சிலோனா,

ஸ்பெயின்.

காதலர் தினத்தன்று பிறந்தவர் ஜுவான் புஜோல் கார்சியா. வசதியான தொழிலதிபர் குடும்பத்தில் பிறந்த ஜுவானுக்கு தனது கனவுலகத்தில் வாழ்வது மட்டுமே பிடித்திருந்தது. பள்ளி வகுப்பில் ஆசிரியர் பாடம் நடத்தும்போதும் அங்கிருந்த ஜன்னல் கம்பிகளின் மேல் தனது சைக்கிளை ஓட்டுவதுபோல் கனவு காண்பார். வீட்டில் செல்லம் கொடுப்பதால் இப்படி என்று அவரை விடுதியில் சேர்த்தபோதும் அவருக்குப் பிடித்ததெல்லாம் கவிதையும், அதைப்போன்ற பெண்களையுமே. அதற்காகவே உடற்பயிற்சி, விளையாட்டு என்று காரணம் சொல்லி துருதுருவென எப்போதும் வகுப்புக்கு வெளியே சுற்றிவருவார். குடும்ப கௌரவத்தைக் காப்பாற்ற வேண்டியதால் கோழிப்பண்ணை விவசாயத்தில் பட்டம் வாங்கினார்.

இருபத்தொரு வயதில் ஸ்பெயின் நாட்டின் கட்டாய ராணுவப் பயிற்சியில் சேர்க்கப்பட்டார் ஜுவான். அவருக்கும் அதற்கும் சம்பந்தமே இருக்கவில்லை. ஒழுக்கம், கீழ்ப்படிதல், ஆயுதங்கள்

என எதுவுமே அவருக்கு ஒத்துவரவில்லை. கடனுக்கு ராணுவத்தில் காலத்தைக் கழித்தார். பிறகு இருபத்தைந்து வயதில் வேறு சில வியாபாரத் தோல்விகளுக்குப் பிறகு, கோழிப்பண்ணை வியாபாரியானார்.

மார்கரெட் என்பவருடன் திருமணம் நிச்சயமாகியிருந்த நிலையில், ஸ்பெயினின் உள்நாட்டுப் புரட்சித் தொடங்கியது (1936). கம்யூனிசமும் பாசிசமும் ஆட்சியைப் பிடிக்கப் போராடின. சோவியத்தை ஆதரித்த ராணுவத்துக்கு அழைக்கப்பட்டார் ஜுவான். நாடெங்கும் படுகொலைகள் நடந்துகொண்டிருக்க ஜுவான் அவரது மாமனார் வீட்டில் ஒளிந்துகொண்டார். ராணுவத்துக்குச் செல்வதைத் தவிர்க்க அவருக்கு வேறு வழி தெரியவில்லை. அவர் அங்கிருந்து இன்னொரு மறைவிடத்துக்கு மாறியபிறகு, அவரது குடும்பம் முழுவதும் புரட்சிக்காரர்கள் என்று முத்திரை குத்தப்பட்டு சிறையில் அடைக்கப்பட்டது. ஜுவானும் கண்டுபிடிக்கப்பட்டு சிறைக்குக் கொண்டு செல்லப்பட்டார்.

சிறைக்குள் புரட்சி நாடகம் ஒன்றை ஏற்படுத்தி அவரைத் தப்பிக்க வைத்தார் அவரது வருங்கால மனைவி. ஒரு ஒரு டிரைவரின் வீட்டிலுள்ள ஒரு அறையில் ஜுவான் பாதுகாப்பாகத் தங்கவும் ஏற்பாடு செய்தார். அந்த டிரைவரது குடும்பமும் இவரை ரகசியமாகப் பாதுகாத்து வந்தார்கள். வெளியுலகத் தொடர்பில்லாமல் வாழ்ந்தவர், சில மாதங்களிலேயே பேச்சுத் துணைக்கிருந்த அந்த டிரைவர் குடும்பத்தையும் இழந்தார். ரகசியமாகத் தனிமையில் வாழ்ந்த ஜுவான் கடும் மன உளைச்சலுக்கு ஆளானார்.

எப்படியாவது தப்பித்து ஸ்பெயினை விட்டுப் போய்விட வேண்டும் என்பது மட்டுமே ஜுவானின் குறிக்கோளாக இருந்தது. எல்லையைத் தாண்டிச்செல்ல வேண்டுமென்றால் ஒரே வழிதான். எதிலிருந்து தப்பிக்க இத்தனை காலம் ஒளிந்துகொண்டிருந்தாரோ, அந்த ராணுவத்திலேயே போய்ச் சேர்ந்தார். எல்லைக் காவலுக்கு அனுப்பப்பட்டார். நினைத்தபடியே எல்லையைத் தாண்டும்போது எதிர்பாராமல் சிறைபிடிக்கப்பட்டார். அவரது குடும்பம் பணஉதவிக்கு ஏற்பாடு செய்ய, மருத்துவமனையில் அனுமதிக்கப்பட்டு காயங்களுக்குச் சிகிச்சை பெற்றார்.

அங்கு முதல்முறையாகத் தன்னைப்போலவே கனவுலகில் மகிழ்ந்திருந்த அரேலாயைக் கண்டார். இவ்வளவும் நடந்தது இதுபோன்ற ஒரு வாழ்க்கைத் துணைவி அமைவதற்குத்தான் என்று தேற்றிக்கொண்டார். அரேலாய் கான்சாலஸ் காரெல்லோ அந்த மருத்துவமனையில் செவிலியராகப் பணிபுரிந்துகொண்டிருந்தார். இருவரும் காதலிக்கத் தொடங்கவும் ஸ்பெயினின் உள்நாட்டுப் புரட்சியும் முடியவும் சரியாக இருந்தது. இனிதே இருவரின் திருமணமும் முடிந்தது.

திருமணம் முடிந்த பின்பும் கனவுலகில் வாழ்க்கையை நடத்திவிட முடியாதல்லவா? ஒரு விடுதியில் பணிக்குச் சேர்ந்து குடும்பம் நடத்தப் போராடினார் ஜுவான். போர் அனைவரது செல்வங்களையும் விழுங்கியிருந்தது. மக்களின் கவலை அன்றாட பசியைப் போக்குவதிலிருக்க, அரச குடும்பத்தினரின் கவலை வேறாக இருந்தது.

ஸ்பெயினின் அரச குடும்பத்தைச் சேர்ந்த பிரபு அந்த விடுதிக்கு வந்திருந்தார். போருக்கு முன்பு கிடைத்தது போன்ற ஸ்காட்ச், போர் முடிந்தபிறகு கிடைப்பதில்லை என்பதுதான் அவரது பெருங்கவலையாக இருந்தது. ஜுவான் ஸ்பெயினிலிருந்து வெளியேறத் திட்டம் போட்டார். போர்ச்சுகல் செல்லும் கடவுச்சீட்டை ஏற்பாடு செய்தால், ஜுவான் அந்தப் பிரபுவுக்கு ஸ்காட்ச் ஏற்பாடு செய்வார் என்பதே ஒப்பந்தம். சொன்னபடியே செய்தார். தாய்நாட்டைவிட்டு வெளியேறுவது கடினமாக இருந்தாலும், போர் முடிந்திருந்த ஒரு நாட்டுக்குள்ளிருந்து பிழைக்கவும் வழியில்லை.

போர்ச்சுகலின் லிஸ்பன் நகருக்குத் தப்பிச்சென்ற பிறகு, இரண்டாம் உலகப்போர் தொடங்கியது. உள்நாட்டுப் போர் முடிந்து இப்போது உலகப்போர். அவர்களுக்கு சலித்துப் போய்விட்டது. ஜெர்மனியின் சர்வாதிகாரத்தை இருவராலும் பொறுத்துக்கொள்ள முடியவில்லை. போரையும் அதன் ரணங்களையும் கண்டு வளர்ந்ததாலேயே, அவர்களால் நாஜிப்படைகளின் சித்திரவதைகளைச் சகித்துக்கொள்ள முடியவில்லை. ஜுவானும் அவரது மனைவியும் பிரிட்டனுக்கு உளவாளியாக மாறி, ஜெர்மனியை வீழ்த்த முடிவு செய்தார்கள். அன்று தொடங்கியது ஜுவானின் பயணம்.

அவரது கனவுலகில் உளவுப்படையை உருவாக்கிய ஜுவானுக்கு அவரது மனைவியும் உதவினார். பிரிட்டனைப் பற்றிய உளவுத்தகவல்களை ஜெர்மனிக்குக் கொடுப்பதிலும் தவறுகள் நடக்கத்தான் செய்தன. அதையும் கெத்தாக எதிர்கொண்டார் ஜுவான்.

ஒருமுறை பிரிட்டனின் ராணுவப் படைக்குவிப்பை ஜெர்மனிக்குத் தெரிவிக்கத் தவறிவிட்டார். சம்பவம் நடந்தபிறகு கேள்விப்பட்ட ஜெர்மனி, ஜுவான் மீது சந்தேகப்படும் முன்னர் புதிய திரைக்கதையைத் தயாரித்துவிட்டார் ஜுவான். படைகளைக் கவனித்து ஜுவானுக்குத் தகவல் சொல்லியிருக்க வேண்டிய உளவாளிக்கு உடல்நிலை சரியில்லாமல் போய்விட்டது. அவர் நிலைமை மிகவும் மோசமடைந்து இறந்துவிட்டதாக திரைக்கதையை அமைத்தார். இதனால்தான் ஜுவானுக்கு இதைப்பற்றிய ராணுவத் தகவல் கிடைக்கவில்லை என்றும் ஜெர்மனிக்குத் தகவல் அனுப்பினார்.

இறந்துவிட்டார் என்பதை நிரூபிக்க வேண்டாமா? இவர் உருவாக்கிய கற்பனை உளவாளியின் இரங்கல் செய்தி பிரிட்டனின் செய்தித்தாளில் வரும்படி, *MI5* உதவியுடன் பார்த்துக்கொண்டார். இதையும் நம்பிய ஜெர்மனியின் உளவுத்துறை, இறந்துபோன அந்த உளவாளியின் மனைவிக்கு பென்ஷன் தொகையை அனுப்பினார்கள். மற்றவர்களுக்கும் ஜெர்மனியிடமிருந்து தவறாமல் சம்பளம் வந்தது. ஜுவானின் சம்பளத்தோடு, அவர் கற்பனையில் உருவாக்கி உலவவிட்டிருக்கும் இருபத்தேழு உளவாளிகளின் சம்பளத்தையும் சேர்த்து பத்திரமாகச் செலவு செய்தார் ஜுவான்.

46. மிரட்டலும் மருத்துவமனை நாடகமும்

நாடகம் போதுமென்று உண்மையாகவே லண்டனுக்கு வரவழைக்கப்பட்டார் ஜுவான். ஏஜென்ட் கார்போவை நம்பி ஒரு பெரிய திட்டம் காத்திருந்தது. லண்டனுக்குக் குடிபெயர்ந்தவருக்கு குடும்ப வாழ்வின் போராட்டங்கள் அதிகரித்தன. மிகக் குறைந்த அளவே ஆங்கிலம் தெரிந்திருந்த மனைவி அரேலாய்க்கு லண்டன் தனிமையை மட்டுமே தந்தது. ஜுவான் அந்நேரம் ஓரளவு ஆங்கிலம் கற்றிருந்தார். ஆனால் பெரும்பாலான நேரத்தை உளவு அலுவலகத்தில் செலவிட்டதால், மனைவிக்கு உதவ முடியவில்லை.

முன்பாவது ஜுவானின் உளவு வேலைகளுக்கு அரேலாய் உதவி செய்துவந்தார். இப்போது ஜுவான் அலுவலகம் செல்வதால் அதற்கும் வழியில்லை. தனித்தே இருந்தவர் கடும் மன உளைச்சலுக்குள்ளானார். மீண்டும் ஸ்பெயின் திரும்பிவிட வேண்டுமென்று பிடிவாதமாகச் சொன்னார். இருவருக்கும் பிரச்னை பெரிதாக, ஜுவானைக் காட்டிக்கொடுத்துவிடுவேன் என்றும் மிரட்டினார் மனைவி அரேலாய். இவர்களுடைய பிரச்னை ஜுவானின் உயரதிகாரி ஹாரிஸுக்கும் புரிந்தது. ஜுவான் காட்டிக்கொடுக்கப்படுவதை எந்தக் காரணத்தைக் கொண்டும் அனுமதிக்க முடியாது. இவர்களது சண்டையைத் தீர்த்தாலொழிய அந்தப் பெரிய திட்டத்தை நிறைவேற்ற முடியாது.

ஒருநாள் அரேலாய் தனியாக வீட்டிலிருந்தபோது *MI5* அதிகாரிகள் வந்தார்கள். ஜுவானின் சோப், பல் துலக்கும் பிரஷ், இரண்டு செட் உடைகளைக் கேட்டார்கள். சிறையிலிருக்கும் ஜுவானுக்கு இவை தேவைப்படுகின்றன என்றார்கள். உளவாளி அமைப்பிலிருந்து நீக்கப்பட்டதை அறிந்த ஜுவான் தனது மேலதிகாரிகளைத் தாக்கியதால் தற்போது சிறையிலிருக்கிறார். குடும்பம், உடல்நலம் என எக்காரணத்துக்காகவும் *MI5* உளவாளிகள் காட்டிக் கொடுக்கப்படுவதை பிரிட்டன் அனுமதிக்காது என்றார்கள்.

இதைக் கேட்டவுடன் அரேலாய் தற்கொலை முயற்சியில் ஈடுபட்டார். அவரை ஜுவான் அடைத்து வைக்கப்பட்டிருந்த சிறை முகாமிலிருந்த மருத்துவமனைக்கு அழைத்துச் சென்றார்கள். ஒரு கைதியின் உடையில் ஜுவானைக் கண்ட அரேலாய் மனமுடைந்து போனார். சிகிச்சைக்குப்பின் இருவரும் சமாதானமாக வீடு திரும்பினார்கள்.

பிரிட்டன் உளவுத்துறை தன்னை மன்னித்து மறுவாய்ப்பு வழங்கியுள்ளதாகச் சொன்னார் ஜுவான். ஆனால் லண்டனில் தங்கியிருந்து அந்த முக்கியப் பணியைச் செய்தாலன்றி ஜுவானை உயிருடன் விட்டுவைக்க மாட்டார்கள் என்றும் கூறினார். நிலைமை தெரிந்தபின் அரேலாய் அமைதியானார். லண்டனிலேயே இருவருமாகத் தங்கியிருக்கச் சம்மதித்தார். ஜுவானுக்குப் பக்கபலமாக இருந்தார்.

ஜுவான் எழுதியபடியே திரைக்கதை சுபமாக முடிந்தது. அவரது வேலையைத் தடையின்றித் தொடர்ந்தார். ஜுவானின் நாடகத்துக்கு வழக்கம்போல ஹாரிஸும் உதவி செய்திருந்தார். நாட்டுக்காகப் போராடும்போது குடும்பம் தடையாக இருக்கக் கூடாது என்பதை இருவரும் நம்பினார்கள். ஜுவான் முழு கவனத்துடன் அடுத்த திட்டத்துக்குத் தயாரானார்.

ஆபரேஷன் ஃபார்ட்டிடியூட் தொடங்கியது *(1944)*. அமெரிக்க, பிரிட்டன் படைகள் ஒன்றாகச் சேர்ந்து ஐரோப்பாவைத் தாக்கப் போவது உறுதி என்று நம்பப்பட்டது. இங்கிலாந்தின் படைகள் பிரான்ஸின் வடமேற்கிலுள்ள நார்மாண்டி கடற்கரையில் வந்திறங்குவார்கள் என்றே அனைவரும் ஊகித்தனர். ஜெர்மனியின் ஹிட்லரும் அவ்வாறே நம்பினார். தனது படைகளை அங்கு

காவலுக்கு நிறுத்திவைத்தார். இந்த நம்பிக்கையை உடைப்பதே பிரிட்டனின் திட்டம்.

ஆறு மாதங்களில் ஏறக்குறைய ஐந்நூறு உளவுக் கடிதங்களை ஜெர்மனிக்குத் தொடர்ந்து அனுப்பிக்கொண்டே இருந்தார் ஜுவான். பிரிட்டன் நிச்சயமாக பிரான்ஸுக்குள் நுழையும் என்பதையே அவை உறுதிப்படுத்தியது. ஆனால் முதல் தாக்குதல் நார்மாண்டியில் நடக்கப் போவதில்லை. பட் கலே எனும் பகுதியில்தான் நடக்கப்போகிறது என்றார். இவரது உளவுத் தகவல்களை ஜெர்மனி அவ்வப்போது பிறரை வைத்து சரிபார்த்தும் கொண்டது. படை குவிக்கப்பட்டிருக்கிறது என்று ஜுவான் சொன்ன எல்லா இடங்களிலும் பிரிட்டனின் போலிப் படைகள் நிறுத்திவைக்கப்பட்டிருந்தன. இதனால் ஜெர்மனிக்கு சந்தேகம் என்பதே வரவில்லை.

அமெரிக்க, பிரிட்டன் படைகளைச் சேர்ந்த ஒன்றரை லட்சம் படைவீரர்கள் இதற்காகக் கிளம்பியுள்ளனர். இவர்களை வழிநடத்தப்போவது பிரபல பீரங்கிப்படைத் தலைவர் மேஜர் ஜார்ஜ் பேட்டன் என்றும் துல்லிய தகவல்களைக் கொடுத்தார் ஜுவான். இவரைப் போலவே இன்னும் இருபது வெவ்வேறு உளவாளிகளும் ஜெர்மனிக்கு இதையே தெரியப்படுத்தினார்கள். பிரிட்டனின் திட்டம் போர் தொடங்குவதற்கு முன்னரே வெற்றியடைந்தது. ஜெர்மனியின் கவனம் முழுவதும் இப்போது பட் கலே பகுதி மீதுதான் இருந்தது. முன்னேறிவருபவர்களைத் திருப்பியனுப்ப ஏறக்குறைய இரண்டரை லட்சம் படை வீரர்களை அங்கு நிறுத்தி வைத்தார் ஹிட்லர். நோர்மாண்டி மீதிருந்த கவனம் சிதறியது.

06-ஜூன்-1944

அமெரிக்க, பிரிட்டனைச் சேர்ந்த படைகள் உண்மையான திட்டப்படி, நார்மாண்டியில் தரையிறங்கினார்கள். ஜெர்மனியின் படைகள் இதை எதிர்பார்க்கவில்லை. அன்று வானிலை மோசமாக இருந்ததால் படைகளின் எண்ணிக்கையும் மிகக் குறைவாக இருந்தது. வட ஆப்பிரிக்கப் போரில் உபயோகித்த உத்திகளுக்காகப் பாலைவன நரி என்று பெயர் பெற்ற ஜெர்மனியின் ஜெனரல்

இர்வின் கூட அன்று நார்மாண்டியில் இல்லை. இப்படிப்பட்ட வானிலையில் தாக்குதல் நடக்க வாய்ப்பில்லை என்று அவர் விடுப்பு எடுத்து ஜெர்மனிக்குச் சென்றிருந்தார். எல்லாமே அமெரிக்கப் படைகளுக்குச் சாதகமாக அமைந்தது. ஆர்ப்பாட்டமில்லாமல் நார்மாண்டியைக் கைப்பற்றினார்கள்.

ஹிட்லருக்கு இது உடனே தெரிவிக்கப்படக் கூட இல்லை. இது ஜெர்மனியைத் திசைதிருப்பச் செய்யப்படும் ஏமாற்று வேலை என்றே அனைவரும் நினைத்தார்கள். பட் கலேவில் குவிக்கப்பட்டிருந்த படைகள் எச்சரிக்கை செய்யப்பட்டார்கள். விரைவில் அமெரிக்கப்படை அங்கு பெரியதொரு தாக்குதலை நடத்தப்போகிறதென்று காத்திருந்தார்கள். நார்மாண்டி கைப்பற்றப்பட்ட போதும் எதிர்த்துப் போரிட புதிய படைகளை அனுப்பப்படவில்லை ஜெர்மனி.

தாக்குதல் நடந்த இரண்டு நாள்களுக்குப் பின்னரே ஹிட்லரின் அனுமதியோடு நார்மாண்டிக்கு புதியபடை புறப்பட்டது. மீண்டும் அன்று ஜுவான் அனுப்பிய ரேடியோ செய்தி ஹிட்லருக்கு நேரடியாகச் சென்றது. நார்மாண்டித் தாக்குதல்களால் ஏமாந்துவிட வேண்டாம். பட் கலே குறித்துக் கவனமாக இருங்கள் என்று மீண்டும் எச்சரித்து அனுப்பியிருந்தார் ஜுவான். ஹிட்லரும் நம்பினார்.

நார்மாண்டிக்குப் புறப்பட்டிருந்த புதிய படைகளைப் பாதி வழியிலேயே திரும்ப அழைத்தார். தோல்வி ஆரம்பமானது. அமெரிக்கப் படைகள் ஐரோப்பாவுக்குள் எந்தத் தடையுமின்றி நுழைந்தன. பிரான்ஸ், மேற்கு ஐரோப்பா என ஒவ்வொரு பகுதியாக ஜெர்மனியின் கட்டுப்பாட்டிலிருந்து நழுவியது. இரண்டாம் உலகப்போரில் ஜெர்மனியின் தோல்வியை உறுதிப்படுத்தியது இந்த ஆக்கிரமிப்பு.

இதன் பிறகு உண்மையைக் கண்டறிந்து, ஹிட்லர் ஜுவானைச் சுட்டுக்கொன்றாரா?

47. மன்னிப்புக் கடிதங்களில் கழிந்த மறுபிறவி

29-ஜூலை-1944

ஹிட்லருக்கு உண்மை தெரிந்தால் சுட்டுக் கொல்லப்படுவார் என்று தீர்க்கமாக நம்பிய ஜுவானுக்கு, அயன் கிராஸ் விருது வழங்கப்பட்டது. அதுவும் ஹிட்லரே ரேடியோ வழியாக ஜுவானின் அசாதாரணமான சாகசங்களைப் பாராட்டியபின் வழங்கினார். நேரடி போர்க்களத்தில் சண்டையிடுபவர்களுக்கு மட்டுமே வழங்கப்படும் ஜெர்மனியின் உயரிய விருது இது. சிறப்புக் காரணங்களுக்காக ஜுவானுக்கும் வழங்கப்பட்டது. அவரது இருபத்தேழு உளவாளிகளையும் பத்திரமாகப் பாதுகாக்க ஒரு பெரிய தொகையும் வழங்கப்பட்டது. போர் முடிந்த பின்னரும் கூட ஜெர்மனியில் ஜுவானுக்கிருந்த மதிப்பு குறையவில்லை.

அதே வருடம் டிசம்பர் மாதத்தில் பிரிட்டனின் உயரிய அங்கீகாரமான *MBE* விருதும், பிரிட்டன் அரச குடும்பத்தால் ஜுவானுக்கு ரகசியமாக வழங்கப்பட்டது. இரண்டாம் உலகப்போருக்குப் பங்களித்ததற்காக எதிரிப் படைகள் இருவரிடமும் விருது பெற்ற ஒரே உளவாளியானார் ஜுவான்.

இதன் பிறகு அமைதியான வாழ்க்கைக்குத் திரும்ப விரும்பினார் ஜுவான். உளவாளிக்கு அதெல்லாம் எக்காலத்தில் சாத்தியப்பட்டிருக்கிறது?

தென்னாப்பிரிக்காவிலிருந்த அங்கோலாவுக்கு இடம் மாறினார். வெகு சீக்கிரமே அவரது இரங்கல் செய்தி அங்கிருந்த செய்தித்தாள்களில் வெளியானது. ஜெர்மனியால் இதை நம்ப முடியவில்லை. அங்கிருந்த பிரிட்டன் தூதரகத்திடம், ஸ்பெயின் தூதரக அதிகாரிகள் வழியாக விசாரித்தார்கள். அவர் மலேரியாவால் பாதிக்கப்பட்டு இறந்ததை உறுதிப்படுத்தியது பிரிட்டன் தூதரகம். ஜெர்மனியும், ஸ்பெயினும் அவரவர் நாட்டில் அவருக்கு இரங்கல் அஞ்சலிகளை ஏற்பாடு செய்தார்கள். அவரது மனைவி அரேலாயும் குழந்தைகளும் ஸ்பெயினுக்குத் திரும்பினார்கள். மறுமணம் செய்துகொண்டு புதியதொரு வாழ்வைத் தொடங்கினார் அரேலாய்.

ஜுவானும் புதியதொரு வாழ்க்கையைத் தொடங்கினார். பரலோகத்தில் அல்ல, வெனிசுலாவில். மேற்சொன்ன அனைத்து ஏற்பாடுகளும் பிரிட்டன் உளவுத்துறையின் உதவியுடன் நிறைவேறியது. சாவு மட்டுமே உளவாளிக்கு ஓய்வு தரும் என்பதை அறிந்திருந்த ஜுவான், தனது சாவைத் தானே அரங்கேற்றினார். அதன் பின்னரே அடையாளங்களை மாற்றிக்கொண்டு நிம்மதியான வாழ்வுக்குத் தயாரானார்.

எந்த ஆங்கிலத்தில் புலமை இல்லை என்று ஆரம்பத்தில் பிரிட்டனால் நிராகரிக்கப்பட்டாரோ, அதே மொழியைக் கற்பிக்கும் அளவுக்கு அப்போது தேர்ச்சி பெற்றிருந்தார். வெனிசுலாவிலிருந்த ஷெல் எரிவாயு நிறுவனத்தின் ஊழியர்களுக்கு ஆங்கிலம் கற்பிக்கும் ஆசிரியரானார். சிறிய வர்த்தகத்தில் ஈடுபட்டவர், சிலியா என்பவரை மணந்துகொண்டார். மனைவி, குழந்தைகள் எனப் புதிய பிறவியில் ரகசியமாக வாழ்ந்து வந்தார் ஜுவான்.

விதி விட்டாலும் இந்த வரலாற்றாசிரியர்கள் விடுவதில்லையே?

நாற்பது வருடங்களுக்குப் பின் உளவுத்துறை வரலாற்றாசிரியர் ரூபெர்ட் அலெசன், ஜுவான் உயிருடன் இருப்பதைக் கண்டுபிடித்தார். இருவருமாகச் சேர்ந்து ஜுவானின் வாழ்க்கையைப் புத்தமாக எழுதி வெளியிட்டார்கள். ஜெர்மனியின் நாஜிப்படையில் உயிருடன் மீதம் இருந்தவர்கள் ஜுவானைக் கண்டுகொள்வது கடினம் என்பதாலேயே இதற்குச் சம்மதித்தார் ஜுவான். காலப்போக்கில் ஜுவானை மறந்திருப்பார்கள் என்ற தைரியம்.

புத்தகம் மட்டுமல்லாமல் ஜுவானை வெளியுலகுக்கும் அறிமுகப்படுத்தினார் ரூபெர்ட். நார்மாண்டியில் பிரிட்டன் படைகள் தரையிறங்கிய நினைவுநாள் (06-ஜூன்-1984) கொண்டாட்டத்தின் போது ஜுவான் இங்கிலாந்து வந்தார். உலகப்போரில் பிரிட்டனின் வெற்றிக்கு உதவிய ஹீரோவாக ஜுவான் வரவேற்கப்பட்டார். இங்கிலாந்து அரசியால் முன்பு ரகசியமாக வழங்கப்பட்ட விருது, அன்று பொது நிகழ்வில் மீண்டும் வழங்கப்பட்டது.

ஸ்பெயினுக்கும் சென்று தனது பழைய MI5 நண்பர்களைச் சந்தித்தார் ஜுவான். அப்போது வெளியான செய்தித்தாள்கள் எல்லாம் ஜுவானைக் கொண்டாடின. ஆனால் அவரது முதல் மனைவியான அரேலாய்க்கும் குழந்தைகளுக்கும் இது பெரிய அதிர்ச்சியாக இருந்தது. இறந்துவிட்டதாகச் சொல்லப்பட்ட தந்தையை, நாற்பது வருடங்கள் கழித்து உயிருடன் பார்த்த குழந்தைகளால் இதை ஏற்றுக்கொள்ள முடியவில்லை. மனைவி அரேலாய் மட்டுமே அவரை மன்னித்து ஏற்றுக்கொண்டார். அவரது மறுபிறவியில் உளவாளியாகக் கொண்டாடப்பட்டாலும் குடும்பத்தினர் மிகுந்த மனவேதனை அடைந்தார்கள். உளவாளிகளின் தியாகங்கள் அவர்களது குடும்பங்களைப் பலிகொடுத்த பின்னரே நிறைவேறுகின்றன.

வெனிசுலா திரும்பினாலும் ஜுவானால் பழைய நிம்மதியுடன் இருக்க முடியவில்லை. அதன்பின் வாழ்ந்த நான்கு வருடங்களை ஸ்பெயினிலிருந்த குழந்தைகளுக்கு மன்னிப்புக் கடிதங்கள் எழுதியபடியே கழித்தார். 10-அக்-1988 தனது எழுபத்து ஆறாவது வயதில் மாரடைப்பால் காலமானார் ஜுவான். இம்முறை உண்மையாக. வெனிசுலாவிலிருக்கும் கல்லறையில் அவர் விரும்பிய நிம்மதியான வாழ்வு அவருக்கு நிரந்தரமாகக் கிடைத்தது.

48. ஏழு மில்லியன் டாலர்கள் காட்டிக்கொடுத்த குரல்

ஜூலை - 1993.
வாஷிங்டன் டி.சி.
அமெரிக்கா.

ரஷ்யாவின் புலனாய்வு நிறுவனமான GRUவின் அதிகாரி ஒருவர் காரை நிறுத்திவிட்டு வெளியே இறங்கினார். அவரது அடுக்ககத்திலிருந்த கார் நிறுத்துமிடம் அன்று வெளிச்சமில்லாமல் இருந்தது. ஒரு ஐம்பது வயது மதிக்கத்தக்க உருவம் அவரை இடைமறித்தது. கைகுலுக்கக் கையை நீட்டியவாறே தன்னை ரமோன் கர்சியா என்று அறிமுகம் செய்து கொண்டது.

நன்கு கொழுத்த அதிகாரியைப்போல மதிக்கத்தக்க மிடுக்குடன் இருந்த அந்த உருவத்துடன் கைகுலுக்கினார் GRU அதிகாரி. அமெரிக்கப் புலனாய்வு நிறுவனமான FBIயில் பணிபுரிவதாகச் சொன்னது அந்த உருவம். ஏற்கனவே சோவியத்தின் உளவுத்துறையான KGBகாகப் பணியாற்றியவர் என்றும் சொன்னது. அதேபோல இப்போது ரஷ்யாவின் GRUவுக்கும் நன்றிக் கடன்பட்டிருப்பதாகச் சொல்லிக்கொண்டே தனது கைகளிலிருந்த ஒரு ஃபைலை அவரிடம் திணித்தது.

பதறிப்போன *GRU* அதிகாரி அதை வாங்க மறுத்ததோடு வேகமாக வீட்டை நோக்கி நடந்தார். தாமதிக்காமல் தனது ரஷ்ய மேலதிகாரியிடம் தொலைபேசியில் தொடர்புகொண்டு நடந்ததைக் கூறினார். இரவு நேரம் என்பதால் கைகுலுக்கிய அந்த உருவத்தின் அடையாளங்கள் தெளிவாகத் தெரியவில்லை என்றார். அந்த உருவமும் காத்திராமல் வேறொரு காரிலேறிச் சென்றது. அமெரிக்கப் புலனாய்வுத் துறையான *FBI*க்கு இது தெரிவிக்கப்பட்டது. ரமோன் கர்சியா என்ற பெயரில் இயங்கும் ரஷ்ய உளவாளி யார் என்பது தொடர்பான விசாரணை தொடங்கியது.

அடுத்த ஆறு வருடங்களுக்கு அந்த உருவம் ரஷ்யாவைச் சேர்ந்த யாரையும் தொடர்புகொள்ளவில்லை. அமெரிக்காவின் விசாரணையும் எந்தவித பலனுமின்றி முடிவடைந்தது. அன்று ரமோன் கர்சியா வைத்திருந்த ஃபைலில் என்ன இருந்தது என்று தெரிந்திருந்தால் அந்த *GRU* அதிகாரி வாங்க மறுத்திருக்க மாட்டார். சோவியத்திலிருந்து அமெரிக்காவுக்காக உளவுபார்க்கும் அதிகாரிகளின் தொகுப்பைக் கொண்ட முழு ஆவணம் அது. அந்த *GRU* அதிகாரி கொடுத்து வைத்தது அவ்வளவுதான்.

ஒருபக்கம் அமெரிக்க உளவுத்துறை ரமோன் கர்சியா போன்றவர்களைப் பிடிப்பதில் தீவிரமாக இருந்தது. இவரை போன்றவர்களாலேயே அமெரிக்காவின் உளவாளிகள் பலரும் விசாரணையின்றி ரஷ்யாவில் தூக்கிலிடப்பட்டு வந்தார்கள். இது சம்பந்தமாக ஆல்ட்ரிச் எய்ம்ஸ் என்பவர் கைது செய்யப்பட்டு சிறையில் அடைக்கப்பட்டார். அமெரிக்காவில் வேலை பார்த்த ரஷ்ய உளவாளி இவர். ஆனாலும் ரஷ்யாவால் தூக்கிலிடப்படும் அமெரிக்க உளவாளிகளின் எண்ணிக்கை குறைந்தபாடில்லை.

ஏன் அமெரிக்காவில் மட்டும்தான் துரோகிகள் இருப்பார்களா என்ன? ரஷ்யாவுக்குத் துரோகம் செய்ய நினைப்பவர்களுக்கு ஒரு மில்லியன் அமெரிக்க டாலர்களும் அமெரிக்காவில் பாதுகாப்புடன் அடைக்கலமும் தருவதாக அறிவித்தது அமெரிக்கா. ரஷ்யாவின் தலைமை அதிகாரிகள் பலரிடமும் பேரம் பேசப்பட்டது. பல வருடங்களுக்குப் பிறகுதான் ஓய்வுபெற்ற ரஷ்ய உளவுத்துறையான *KGB*யின் அதிகாரி ஒருவர் முன்வந்தார்(2000).

ஓய்வு பெற்ற பின்னர் வர்த்தகத்தில் ஈடுபட்டிருந்த அவரை ஒரு போலி வர்த்தகத்தின் பேரில் மாஸ்கோவிலிருந்து நியூ யோர்க் நகருக்கு வரவழைத்தார்கள். பணி ஓய்வுக்குப் பிறகு தனது எதிர்காலத்துக்காக அவர் ரகசியமாகச் சேகரித்து வைத்திருந்த *KGB*யின் ஆவணங்களைத் தர ஒப்புக்கொண்டார். சோவியத் யூனியன் பிரிவின்போது இவற்றை பாதுகாக்கும் பொறுப்பை இவர் தானாக முன்வந்து ஏற்றுக்கொண்டிருந்தார். அவற்றில் இருந்த விலைமதிப்பற்றத் தகவல்கள் பிற்காலத்தில் தனக்கு உதவலாம் என்று அன்றே ஊகித்திருந்தார். அவை அவருக்கு ஏழு மில்லியன் டாலர்களை ஈட்டித் தந்தது.

ஆவணங்களை பத்திரமாகக் கையாளும்படி அறிவுறுத்தினார் அந்த *KGB* அதிகாரி. ஏனெனில் அதில் அந்த துரோகியின் கைரேகை படிந்திருந்தது. அவற்றை கைரேகை நிபுணர்களிடம் அனுப்பிவிட்டு, ஆவணங்களை ஸ்கேன் செய்து விசாரணையைத் தொடங்கியது *FBI*யின் ரகசியக் குழு.

தங்களுக்குள் இருக்கும் துரோகியை அல்லவா காட்டிக்கொடுக்கப் போகின்றன இந்த ஆவணங்கள்? அவற்றில் ஒரு டேப் ரிகார்டரும் இருந்தது. *KGB* அதிகாரியுடன் அமெரிக்காவுக்குத் துரோகம் செய்த அந்த உளவு அதிகாரி பேசிய உரையாடல் பதிவாகியிருந்தது. அதிலிருந்த குரல் *FBI*யின் ரகசிய விசாரணைக் குழுவிலிருந்த மைக்கேலுக்கு மிகவும் பழக்கமானதாக இருந்தது. ஆனால் யாருடையது என்று ஞாபகம் வரவில்லை.

முழு உரையாடலையும் திரும்பத் திரும்பக் கேட்டார். இதனுடன் அந்த ஆவணங்களிலிருந்த ஒரு வரியும் சேர்ந்து அவருக்குப் பொறி தட்டியது. 'ஊதா நிறத்தில் சிறுநீர் கழிக்கும் ஜப்பானியர்களை முடித்துக் கட்டுவோம்' என்ற பிரபலமான சொற்றொடரை, உலகப்போர் காலத்தில் அமெரிக்க ராணுவ அதிகாரி ஜார்ஜ் பேட்டன் பயன்படுத்தி இருந்தார். இந்த ஊதா நிறச் சிறுநீரை மைக்கேல் இதற்கு முன்பு அடிக்கடி கேட்டிருக்கிறார். அவருடன் பணிபுரிந்த அமெரிக்க *FBI*யின் பிரபல அதிகாரி ஒருவரும் இதை அடிக்கடி பயன்படுத்துவார். இப்போது அந்தக் குரலும் ஞாபகம் வந்துவிட்டது. அவரேதான்.

ரமோன் கர்சியா யார் என்று உறுதியாகத் தெரியவந்தது. அதுவரை பிரையன் கெல்லி என்ற *FBI* அதிகாரியைச் சந்தேகத்தின்

பேரில் தொடர் விசாரணை செய்து வந்தார்கள். நேர்மையான அதிகாரியான கெல்லியும் அந்தத் துரோகியும் ஒரே தெருவில் வசித்து வந்தது மட்டுமே அவர்களுக்குள் இருந்த தொடர்பு. தவறுதலாக விசாரிக்கப்பட்டு வந்த அதிகாரி பிரையன் கெல்லி விடுவிக்கப்பட்டார். ரமோன் கர்சியா என்ற பெயரில் இயங்கி வந்த *FBI* அதிகாரியை கையுங்களவுமாகக் கைது செய்வதற்கு வேண்டிய ஏற்பாடுகள் தொடங்கின.

இவற்றை எல்லாம் கவனித்து வந்த ரமோன் கர்சியா தனது கடைசி உளவுத் தகவலை ரஷ்யாவுக்குத் தெரிவிக்கத் தயாராகி வந்தார். அதன்பின் இதிலிருந்து விலகிவிடலாம் என்றும் முடிவு செய்திருந்தார். மாட்டிக்கொள்ளாமல் அவரால் விலகிவிட முடிந்ததா?

49. மாட்டிக்கொண்டால் மன்னிப்பு கேள்

ரமோன் கர்சியா மாட்டிக்கொள்வது இது முதல் முறையல்ல. இருபது வருடங்களுக்கு முன்பே அவரது மனைவி பாணியிடம் மாட்டிக்கொண்டிருக்கிறார். 1980 ஆம் ஆண்டின் ஓர் இரவில் அவரது வீட்டின் அடித்தளத்தில் அமர்ந்து ரகசியமாகக் கடிதம் எழுதிக்கொண்டிருந்தார். அவரது கள்ளத்தொடர்பு குறித்து சந்தேகப்பட்ட அவரது மனைவி அங்கு வர, கடிதம் அவர் கைகளுக்குச் சென்றது.

அதைப் படித்த பாணி திடுக்கிட்டார். அமெரிக்காவின் உளவாளிகள் குறித்த முக்கியத் தகவல்கள் அடங்கிய அந்தக் கடிதத்தின் முடிவில் ரமோன் கர்சியா என்ற பெயரும் கையெழுத்தும் இருந்தது. அதை எழுதிக்கொண்டிருந்தது அவரது கணவர்தான். ஆனால் அவர் பெயர் ரமோன் கர்சியா அல்லவே? அவரது பெயர் ராபர்ட் ஹான்சென். அமெரிக்க உளவுத்துறையான FBIயில் பணிபுரியும் மரியாதைக்குரிய அதிகாரி. அவரது அடையாளத்தை மறைத்து இப்படி ஒரு காரியத்தைச் செய்வார் என்று பாணி கொஞ்சமும் எதிர்பார்க்கவில்லை.

இதெல்லாம் ஒன்றுமில்லை என்று ராபர்ட் மழுப்ப பார்த்தும் பாணி விடுவதாக இல்லை. சமூக அந்தஸ்தையும் குடும்பச் சூழலையும் கருதி பாணி, இதை ராபர்ட்டின் அலுவலகத்துக்குத்

தெரிவிக்கவில்லை. கிறிஸ்தவத்தில் அதீத நம்பிக்கையுடன் வளர்ந்திருந்தவர், ராபர்ட்டை பாதிரியாரிடம் அழைத்துச் சென்றார். இதிலிருந்து விடுபட வழிநடத்துமாறு கேட்டுக்கொண்டார்.

எப்போதும் மன்னிப்பு வழங்கியே பழக்கப்பட்ட பாதிரியாரும், இரண்டு அறிவுரைகளை வழங்கினார். சோவியத்துடன் ராபர்ட்டுக்கிருந்த தொடர்புகளை முற்றிலுமாக முறித்துக்கொள்ள வேண்டும். இந்தப் பாவச்செயலைச் செய்து சம்பாதித்த பணத்தை அனாதை இல்லத்துக்கு வழங்க வேண்டும் என்றார். முதல் அறிவுரையைக் கடைப்பிடித்த ராபர்ட், இரண்டாவதைத் தள்ளுபடியில் விட்டுவிட்டார். அந்தப் பணம் அடுத்த ஐந்து ஆண்டுகளுக்கு அவரை இதிலிருந்து விலகியிருக்க உதவியது. ஏனெனில் ராபர்ட் அமெரிக்காவுக்குத் துரோகம் செய்ய முடிவெடுத்த காரணங்களுள் பணம் பிரதானமான ஒன்று.

18-ஏப்ரல்-1944 ஆம் ஆண்டு பிறந்தவர் ராபர்ட் ஹான்சென். உலகப்போரின் போது கப்பற்படையிலும் பிறகு சிகாகோ காவல்துறையிலும் பணிபுரிந்தவர் அவரது தந்தை விவியன் ஹான்செ‌ன். அம்மா ஹோவர்டும், பயபக்திக்கும் ஒழுக்கத்துக்கு முதலிடம் கொடுத்து வளர்த்து வந்தார். இந்தச் சிறுவயது கண்டிப்பு ராபர்ட்டை உளவியல் ரீதியாகப் பாதித்திருந்தது. ஆனால் வெளியே தெரியுமளவு அவரது நடவடிக்கைகளில் மாற்றமில்லை.

ஆறடிக்கு மேல் வாட்டசாட்டமாக வளர்ந்திருந்த ராபர்ட் எப்போதும் கறுப்பு நிற ஆடைகளையே அதிகம் விரும்பினார். அதிகம் பேச மாட்டார். தனக்குப் பிடித்த நண்பர்களுடன் மட்டுமே பழகுவார். பெண்கள் மட்டும் இதற்கு விதிவிலக்கு. வேதியியலில் பட்டம் பெற்ற ராபர்ட், ரஷ்யன் மொழியையும் நன்கு கற்றார். கல்லூரி விடுமுறைகளில் அங்கிருந்த மனநல மருத்துவமனையில் பணிபுரிந்தார். அங்குதான் பாணியை முதல் முறையாகச் சந்தித்தார். பல் மருத்துவத்தில் மேற்படிப்பைத் தொடர்ந்த ராபர்ட் பாணியுடனான காதலையும் தொடர்ந்தார். இரண்டு வருடங்களிலேயே மருத்துவம் தனக்கு ஒத்துவராது என்றுணர்ந்து, தந்தையைப் போல காவல்துறையில் சேர்ந்தார்.

1968 ஆம் ஆண்டு பாணியுடன் ராபர்ட்டுக்குத் திருமணம் நிச்சயமாகியிருந்தது. அவருக்குப் பல பெண்களுடன் தொடர்பிருந்தது அப்போதுதான் பாணிக்குத் தெரியவந்தது.

உண்மையை ஒப்புக்கொண்ட ராபர்ட் இனிமேல் தவறு செய்ய மாட்டேன் என்ற உறுதியளித்தார். கத்தோலிக்க கிறிஸ்தவராக மாறி, பாணியைத் திருமணம் செய்துகொண்டார். இதனாலேயே அந்த இரவில் ரகசியமாக ராபர்ட் கடிதம் எழுதியது பாணிக்குச் சந்தேகத்தை ஏற்படுத்தியது.

காவல் துறையில் பணிபுரிந்தபடியே எம்பிஏ படித்து முடித்தார் ராபர்ட். சிறுவயது முதலே அவருக்கு சாகசங்கள் செய்வது பிடிக்கும். அதிவேகமாக கார் ஓட்டுவது, ஜேம்ஸ் பாண்டைப் போல உடை அணிவது, நடந்துகொள்வது என்று தன்னை சராசரிக்கும் மேலான மனிதனாகக் காண்பித்துக்கொள்வதில் ராபர்ட் அதிக கவனம் செலுத்தினார். இதனாலேயே அமெரிக்கப் புலனாய்வுத் துறையான FBIயில் சேர விண்ணப்பித்தார். அவரது தந்தையின் பின்புலமும் இவரது தகுதியும் சேர்ந்து 12-ஜனவரி-1976 ஆம் ஆண்டு இவரைப் புலனாய்வு அதிகாரியாக்கியது. அவரது வேதியியல் படிப்பு அவரைத் தடயவியல் துறையில் பல குற்றங்களைக் கண்டுபிடிக்க உதவியது.

1978 ஆம் ஆண்டு நியூ யார்க் நகரத்திலிருந்த அலுவலகத்துக்குப் பதவி உயர்வு பெற்றுச் சென்றார் ராபர்ட். அமெரிக்காவுக்கு துரோகம் செய்து சோவியத்துக்காக உளவுபார்க்கும் கும்பலைக் கண்டறியும் பிரிவுக்கு மாற்றப்பட்டார். அமெரிக்காவுக்காகத் தேர்ந்தெடுக்கப்பட்ட புதிய உளவாளிகளின் விவரங்களையும், துரோகிகளின் விவரங்களையும் கம்ப்யூட்டரில் பதிவு செய்து பாதுகாப்பது அவரது பொறுப்பு. அமெரிக்காவுக்கு எவ்வாறெல்லாம் துரோகம் செய்தார்கள் என்ற வரலாற்று ஆவணங்களைப் படித்து கம்ப்யூட்டரில் பதிவு செய்தவருக்கு இது புதிய கிளர்ச்சியை உருவாக்கியது.

அட இப்படிப்பட்ட சாகசங்களைச் செய்யத்தானே காத்துக் கொண்டிருந்தேன். இதுதான் நான் இருக்க வேண்டிய உலகம் என்று முடிவு செய்தார். அமெரிக்க உளவுத்துறையில் வேலை பார்த்துக்கொண்டே சோவியத்துக்கு உளவுத்தகவல் அளிப்பது என்று முடிவெடுத்தார். மூன்று குழந்தைகளைக் கொண்ட அவரது குடும்பப் பொறுப்பும் கடனும் இதில் கிடைக்கப்போகும் பணத்தின் எதிர்பார்ப்பை அதிகரித்தது.

1979.

இருபத்திரண்டு மாடிக் கட்டடமான ஆம்டார்க் வணிக நிறுவனத்தின் முன்வாசலில் நுழைந்தார் ராபர்ட். அங்கிருந்த லிஃப்டில் ஏறி சோவியத்தின் ராணுவப் புலனாய்வுத்துறை அதிகாரிகள் பணிபுரிந்த தளத்தில் நுழைந்து அவர்களிடம் ஒரு கடிதத்தை நீட்டினார். பொது மக்களைப் பொறுத்தவரை அது சோவியத்துக்கும் அமெரிக்காவுக்குமான வர்த்தகங்கள் நடைபெறும் இடம். ஆனால் உண்மையில் அது சோவியத்தின் உளவு நிறுவனமான *KGB*யின் அமெரிக்க தலைமையிடம். அது கண்காணிக்கப்படவில்லை என்பது தெரிந்தே *FBI* அதிகாரியான ராபர்ட் எவ்விதத் தயக்கமுமின்றி முன்வாசல் வழியாக நுழைந்தார்.

அன்றும் கையில் ஃபைலோடு, தன்னை *FBI*யில் பணிபுரியும் ரமோன் கர்சியா என்று அறிமுகம் செய்துகொண்டார் ராபர்ட். வேறெந்த அடையாளமும் தெரியாமல் பார்த்துக்கொண்டார். ஏனெனில் அவரது தகவல்களே *KGB*க்கு பெரும் பொக்கிஷமாக அமைந்தது. சோவியத்தின் உயர் பதவியிலிருந்த டிமிட்ரி போலியாகோவ் போன்ற அமெரிக்க உளவாளிகளை அடையாளம் காண்பித்தார். அமெரிக்காவுக்கு வேலைபார்த்த சோவியத் அதிகாரிகள் ஒவ்வொருவராக விசாரணையின்றித் தூக்கிலிடப்பட்டார்கள். பனிப்போர் காலத்தில் இரு நாடுகளுக்கும் இது மிகப்பெரிய சவாலாக அமைந்தது.

மனைவி பாணியிடம் மாட்டிக்கொள்ளும் வரை இதன்மூலம் ஏறக்குறைய இருபத்தோராயிரம் டாலர்கள் சம்பாதித்திருந்தார். அவரது சாகச நாயகனாகும் கனவையும் பணத் தேவையையும் ஒருசேர நிறைவேற்றியது இந்த துரோகம். இனி மனைவிக்கும் கடவுளுக்கும் செய்துகொடுத்த சத்தியத்தைக் காப்பாற்றுவாரா ராபர்ட்?

50. ஆறைக் கழி, அதிர்ஷ்ட எண் கிடைக்கும்

அக்டோபர் - 1985.

உளவுபார்த்தபோது ராபர்ட்டுக்குக் கிடைத்த கிளர்ச்சி, அன்றாடப் புலனாய்வுத் துறைப் பணியில் கிடைக்கவில்லை. பதவி உயர்வுகள் திருப்திப்படுத்தவில்லை. ஜேம்ஸ் பாண்டாகத் தன்னை நிறுவிக்கொள்ள முயன்றவர், அவரைப் போலவே எப்போதும் ஒரு கைத்துப்பாக்கியை வைத்திருந்தார். ஆனால் தனக்கான அங்கீகாரம் கிடைக்கவில்லை என்பதே ராபர்ட்டின் ஆழ்மனதில் பதிந்திருந்தது. சிறுவயது கண்டிப்புகள் ஏற்படுத்திய தாக்கம் அது. சுற்றியிருப்பவர்கள் அவரை எப்போதும் சிறந்தவராகக் கருதவேண்டுமென்பதே அவரிடம் மேலோங்கி இருந்தது. பொருளாதாரமும் நிர்ப்பந்திக்கவே ரமோன் கர்சியா மீண்டும் உருவெடுக்கத் தொடங்கினார்.

KGB யுடனான தொடர்பை மீட்டுக்கொள்ள இம்முறை கடிதம் மட்டுமே போதும் என்று நினைத்தார். எப்போதும் போல *KGB*யின் கீழ்நிலை அதிகாரி ஒருவருக்குக் கடிதம் அனுப்பினார். அமெரிக்கா அவரைக் கண்காணிக்கவில்லை என்பது உறுதியாகத் தெரியும். அதே கடிதத்தில் அவருடைய மேலதிகாரிக்கும், *KGB*யின் வாஷிங்டன் தலைமையகத்தின் தலைவருக்கும் சேர்த்துத் தகவல் அனுப்பினார். அமெரிக்காவுக்காக வேலைபார்க்கத் தேர்வாகியிருக்கும் மூன்று

ரஷ்யர்களை அந்தக் கடிதத்தில் காட்டிக்கொடுத்தார். இதற்காக அவர் கோரிய தொகை ஒரு லட்சம் டாலர்கள்.

அவரது தகவலின் மதிப்புத் தெரிந்தே அதைக் கேட்டிருந்தார். மேற்கொண்டு அடுத்தடுத்த தகவல்களைத் தெரிவிக்கும் பாணியையும் தெரியப்படுத்தினார். பதிலுக்கு வைரங்களாக அவரது கூலியைத் தருமாறும் கேட்டிருந்தார். சோவியத்தால் அவரது பேரத்தை நிச்சயம் மறுக்க முடியாது. நினைத்தது போலவே பல வைரங்களைச் சம்பாதித்தார் ராபர்ட். ரமோன் கர்சியா என்ற பெயரைத் தவிர அவரது அடையாளம் எதுவும் சோவியத்துக்குத் தெரியவில்லை. அவரது தகவல்கள் மீதே கவனமிருந்தது. ஒருமுறை கூட ஏமாற்றமளிக்காத தகவல்கள்.

கம்ப்யூட்டர், ஈமெயில் என்று தொழில்நுட்பத்தில் தேர்ந்த ராபர்ட், உளவுத் தகவலைச் சொல்ல இதைப் பயன்படுத்தவில்லை. பொது இடங்களில் வைத்தே இவற்றை சோவியத்திடம் சேர்த்தார். முக்கிய ஆவணங்கள், பணம், வைரங்கள் என்று அனைத்தும் பூங்காக்களில் மட்டுமே கைமாறின. ஒவ்வொரு பூங்காவுக்கும் ஒரு குறியீடு இருந்தது. எந்தத் தேதியில் அவர் தகவல்களைத் தருவார் என்பதும் ரகசியக் குறியீட்டுடன் குறிக்கப்பட்டது. உதாரணத்துக்கு அவர் பத்தாம் மாதம், பதின்மூன்றாம் தேதி *(10/13)* என்று குறிப்பிட்டால், ஒவ்வொரு எண்ணிலிருந்தும் ஆறைக் கழித்துக் கிடைப்பதே அவர் சொல்லவரும் தேதி*((4/7)*.

பூங்காவின் பெயர்ப் பலகையின் ஓரத்தில் ஒரு டேப்பை, நீள வாக்கில் ஒட்டிவைப்பார். அன்றிலிருந்து ஆறாவது நாள் சொன்ன தேதி வந்துவிடும், அவரும் தகவலை வைத்துவிடுவார். தகவலைச் சேகரிக்கும் சோவியத் உளவாளிக்கும் இதெல்லாம் தெரியப்படுத்தப்பட்டிருந்தது. தகவலை வைத்த கையோடு பழைய டேப்பை எடுத்துவிட்டு, புதிய டேப்பை கிடைமட்டமாக ஒட்டி விடுவார். காலையில் பூங்காவிலிருக்கும் சிறிய பாலத்துக்கடியில் ஒரு கறுப்பு நிற பிளாஸ்டிக் கவரில் தகவல் வைக்கப்பட்டிருக்கும். மாலையில் சோவியத் உளவாளி இந்தக் கவரை எடுத்துச்செல்வார். மீண்டும் நீளவாக்கில் டேப்பை ஒட்டி, தகவலை எடுத்துவிட்டதை ராபர்ட்டுக்குத் தெரிவித்துவிடுவார். இருவருக்குமான தகவல் தொடர்பு இப்படி மட்டுமே நடந்தது. ஒரே நேரத்தில் இருவரும் அங்கிருக்க வேண்டிய அவசியமுமில்லை.

தகவல் தொடர்புகளைக் கண்காணிக்க முடிகிற தொலைபேசியோ, பேஜரோ, மின்னஞ்சலோ எந்தத் தொழில்நுட்பத்தையும் ராபர்ட் நம்பவில்லை. அவர் எழுதிய விதிகளின்படி அனைத்தும் சீராக சந்தேகத்துக்கு இடமின்றி நடந்தன. ஏறக்குறைய ஆறாயிரம் பக்க ஆவணங்களும் இருபத்தாறு சிடிக்களும் சோவியத்தின் கைக்கு இவ்வாறே சென்று சேர்ந்தன. ஐந்து லட்சம் தொடங்கிப் பல லட்சக்கணக்கில் ராபர்ட்டுக்கு சன்மானமும் கிடைத்தது.

இதனால் அமெரிக்காவின் முக்கிய திட்டங்கள் பலவும் கடும் தோல்வியைச் சந்தித்தன. உளவாளிகளோடு அரசாங்கத் திட்டங்களையும் காட்டிக்கொடுத்தார் ராபர்ட். ரஷ்ய உளவாளிகளின் வாகனங்களில் ஒட்டுக்கேட்கும் சாதனங்களை அறிமுகப்படுத்தியது அமெரிக்கா. சோவியத்துக்கும் இது தெரிந்ததால், இதிலிருந்து எந்த முக்கியத் தகவலும் அமெரிக்காவுக்குக் கிடைக்கவில்லை.

அமெரிக்காவில் செயல்பட்ட சோவியத் அலுவலகங்களின் ஆழ்மட்டத்தில் சுரங்கப்பாதைகள் அமைத்து, மேலே நடக்கும் உரையாடல்களை ஒட்டுக்கேட்கும் திட்டம் பெரும் பொருட்செலவில் அமைக்கப்பட்டது. இவற்றின் கட்டுமான காலத்திலேயே இதைப்பற்றி அறிந்த ராபர்ட், அவற்றை ஒன்றுக்கும் பயனில்லாதவையாக மாற்றினார். இவை அனைத்தையும் அமெரிக்காவுக்குத் தெரியாமல் செய்து முடித்ததே ராபர்ட்டின் சாமர்த்தியம்.

அரசாங்கத்தின் டாப் சீக்ரெட் ரகசியங்களைக் கூட சோவியத்துக்குத் தெரிவித்தார் ராபர்ட். பனிப்போர் காரணமாக அணுஆயுதங்கள் பயன்படுத்தப்படலாம் என்று எதிர்பார்க்கப்பட்ட காலகட்டம் அது. ஒருவேளை அமெரிக்காவின் மீது அணுஆயுதம் வீசப்பட்டால், அதிலிருந்து அதிபரைமீட்டு ரகசிய இடங்களுக்குப் பாதுகாப்புடன் அழைத்துச் செல்வது; தொடர்ந்து நாட்டை வழிநடத்துவது போன்ற திட்டங்கள் அனைத்தும் அச்சு பிசகாமல் சோவியத்தின் கைகளுக்குச் சென்று சேர்ந்தன. KGBயைக் குறித்த அமெரிக்காவின் ஆய்வறிக்கைகள், FBIயின் வருங்காலத் திட்டங்கள் என்று எதையும் விட்டுவைக்கவில்லை. அலட்சியமாக இதைச் செய்தும் மாட்டிக்கொள்ளாமல் தப்பித்தது ராபர்ட்டின் அதிர்ஷ்டம் என்றே சொல்ல முடியும்.

ஆறு வருட ராஜபோக வாழ்க்கை வாழ்ந்தார் ராபர்ட். உடற்பயிற்சிக்கு எடுத்துச் செல்லும் பையில் குறைந்தது ஒரு லட்சமாவது பணமாக வைத்திருப்பார். *FBI* தலைமையகத்துக்கு அருகிலிருந்த வங்கியிலும் தனது பெயரிலேயே பல லட்சங்களை சேமித்து வைத்திருந்தார். ஒரு சமயம் அவர் ஐந்தாயிரம் டாலர்கள் வைத்திருந்ததைக் கண்டு அவரது மனைவி சந்தேகப்பட்டார். அதை *FBI* அலுவலகத்துக்குத் தெரியப்படுத்தியும் நடவடிக்கை எடுக்குமளவு அப்போதைய சட்டங்கள் இயற்றப்படவில்லை. அதிர்ஷ்டம் அவருடனேயே பயணம் செய்தது.

அதீத பணம் அவரை பெண்களிடமும் கூட்டிச்சென்றது. இரவுநேர கிளப்புகளில் நிகழ்ச்சி நடத்தும் பெண்களுடன் நெருக்கமானார். அதிலொருவர் காரோட்டிப் பழகுவதற்குத் தனது புத்தம்புதிய பென்ஸ் காரை அனுப்புமளவு நெருக்கமானார். எல்லாம் ஆறு வருடங்களில் முடிவுக்கு வந்தன. சோவியத்தின் பிரிவுக்குப் பிறகும் இதைத் தொடர்வது நல்லதல்ல என்று கடைசியாக பன்னிரண்டாயிரம் டாலர்கள் பெற்றுக்கொண்டு எல்லாவற்றையும் கைவிட்டார் ராபர்ட்.

புனித வாழ்வுக்குத் திரும்பிய ராபர்ட் புனிதராகவே இறந்தாரா அல்லது மீண்டும் பாவம் செய்தாரா?

51. தூக்கத்தில் புதைந்த ரகசியங்கள்

பண நெருக்கடியும் நெருங்கிக்கொண்டிருந்த பணி ஓய்வு காலமும் ராபர்ட்டை வெகுநாள்கள் புனிதராக வாழ்வதை அனுமதிக்கவில்லை. சோவியத்தைப் போல ரஷ்யாவுக்கும் பணியாற்ற முடிவு செய்தார். இவரது முயற்சி 1993 ஆம் ஆண்டு இரவு நேரத்தில் சந்தித்த GRU அதிகாரியால் தோல்வியுற்றது. காத்திருந்து 1999 ஆம் ஆண்டு மீண்டும் ரஷ்யாவுக்கு உளவுத்தகவல்களை வழங்கினார்.

தொழில்நுட்ப வல்லுநராக உயர்பதவியில் இருந்ததால் FBI கம்ப்யூட்டரில் சேமிக்கப்பட்டிருந்த அனைத்துத் தகவல்களையும் தெரிந்துகொள்ள ராபர்ட்டுக்கு அனுமதியிருந்தது. துரோகிகளை கண்டுபிடிக்கப் போடப்பட்டிருந்த FBI திட்டத்தின் தகவல்களும் இருந்தன. அவற்றில் தனது பெயர், அடையாளங்கள், ரமோன் கர்சியா என்ற பெயர், பூங்காவின் பெயர்கள் என்று அவரைப்பற்றிய ஏதாவது தகவல் இருக்கிறதா என்பதை அடிக்கடி தேடிப் பார்த்து உறுதிசெய்துகொண்டார் ராபர்ட்.

இந்நிலையில்தான் அவரது குரலையும் ஊதா நிறச் சிறுநீரைக் குறித்த சொற்றொடரையும் FBI அதிகாரி மைக்கேல் அடையாளம் கண்டிருந்தார். சோவியத் காலம்முதல் ராபர்ட் அவர்களுக்கு அனுப்பிய ஆவணங்கள் அனைத்தும், பணிஓய்வு பெற்ற சோவியத்தின் துரோகி மூலம் FBIயின் கைகளுக்குக் கிடைத்திருந்தது. ராபர்ட்தான் ரமோன் கர்சியா என்று நிரூபிக்க இந்த ஆதாரங்கள்

போதும். ஆனால் கைது செய்வதென்றால், கையுங்களவுமாகப் பிடிக்க வேண்டும்.

இதற்கென்றே தயாரானது ஒரு தனிப்படை. இதன் தகவல்கள் எதுவும் கம்ப்யூட்டர் தேடலில் அகப்படாமல் ரகசியமாகப் பாதுகாக்கப்பட்டது. ராபர்ட்டுக்குத் துளியும் சந்தேகம் வராதவாறு அவரிடம் துணை அதிகாரியாகச் சேர்ந்தார் இளைய அதிகாரி எரிக். எப்போதும் துப்பாக்கி வைத்திருக்கும் ராபர்ட்டை உளவு பார்ப்பது அவ்வளவு சுலபமல்ல. சந்தேகம் வந்தால் அடுத்த நொடியே சுட்டுவிட்டு சோவியத்துக்குத் தப்பிச் செல்ல ஏற்பாடுகள் தயாராக இருக்கும். அவரது அறை ஒலிபுகாத அறை வேறு. சுட்டால் சத்தம் கூட வெளியே கேட்காது.

அலுவலகத்தின் கீழ்த்தளத்திலுள்ள துப்பாக்கி சுடும் சோதனைப் பயிற்சிக்குத் திட்டமிட்டு ராபர்ட்டை அனுப்பினார் எரிக். அந்நேரத்தில் அவரது பெட்டியிலிருந்தும் காரிலிருந்தும் தடயங்களைச் சேகரித்தார்கள். ராபர்ட் அறைக்குத் திரும்பும்போது எரிக்கின் பேஜருக்கு எச்சரிக்கைச் செய்தி வந்துவிடும். விசுவாசமுள்ள அதிகாரியைப்போலத் தனது வேலையைப் பார்ப்பார் எரிக்.

23-ஜனவரி-2000

மாலை 5.50 மணிக்கு ராபர்ட் ஃபாக்ஸ்டன் பூங்காவுக்குச் சென்றார். வருகைப் பலகையில் ஏதாவது டேப் ஒட்டப்பட்டிருக்கிறதா என்று கவனித்தார். ஒன்றும் தென்படவில்லை. மூன்று நாள்கள் கழித்தும் சென்று சோதித்தார். அவரது காரில் *FBI* பொருத்தியிருந்த கண்காணிப்பு சாதனம் இதைக் காட்டிக்கொடுத்தது. எதையோ எதிர்பார்த்துத்தான் அடிக்கடி அங்குச் செல்கிறார் என்பதைப் புரிந்துகொண்டார்கள். விரைவில் ஏதோ கைமாறப்போகிறது. காரை சோதனை செய்தபோது கறுப்பு பிளாஸ்டிக் பைகள், டேப்புகள், *FBI*யின் ரகசிய ஆவணங்கள் கண்டுபிடிக்கப்பட்டன. இவை கைமாறும் வேளைக்காகக் காத்திருந்தார்கள்.

ராபர்ட்டின் வீட்டைச் சுற்றிலும் தீவிர கண்காணிப்பு போடப்பட்டது. அவரது தனிப்பட்ட வாழ்விலும் பல திடுக்கிடும் தகவல்கள் வெளிவந்தன. அவரது அறையிலும் குளியலறையிலும் ஏற்கெனவே ரகசிய கேமராக்கள் பொருத்தப்பட்டிருந்தன. அவரது மனைவி பாணியின் அந்தரங்கப் புகைப்படங்களும் வீடியோக்களும்

ராபர்ட்டின் நெருங்கிய கல்லூரி நண்பரான ஜாக்குக்கு பல காலமாக அனுப்பப்பட்டு வந்துள்ளன. தெரிந்தே இவற்றைச் செய்து வந்தார் ராபர்ட்.

மனைவி பாணிக்கு இதுபற்றிக் கொஞ்சமும் தெரிந்திருக்கவில்லை. அவரைப் பொறுத்தவரை நாள்தோறும் காலை 6.30 மணி திருப்பலிக்கு ஆலயத்துக்குச் சென்று, வேதத்தைப் போதிக்கும் பயபக்தியுடைய கிறிஸ்தவர் ராபர்ட். ஊரிலிருந்த மற்றவர்களுக்கும் அப்படித்தான். யாராலும் ராபர்ட்டின் இந்தச் செய்கைகளை நம்ப முடியவில்லை. ஆதாரங்கள் மட்டுமே ஒருவனின் உண்மையான முகத்தை வெளிப்படுத்துகின்றன.

இதே நேரத்தில் தனது கடைசித் தகவல் பரிமாற்றத்துக்குத் தயாரானார் ராபர்ட். சோவியத் உளவாளியிடம் கொடுப்பதற்காக ஒரு பிரியாவிடை கடிதத்தையும் எழுதித் தயாராக வைத்திருந்தார். எரிக்கும் இதையே ஊகித்தார். இந்தக் கடைசி சந்தர்ப்பத்தைத் தவறவிட்டால் ராபர்ட்டை இனி நெருங்க முடியாது. இதுவே கடைசி வாய்ப்பு.

18-பிப்ரவரி-2000

ஐம்பது FBI அதிகாரிகள் ராபர்ட்டைக் கைது செய்யக் காத்துக் கொண்டிருந்தார்கள். ராபர்ட் அவரது நண்பர் ஜாக்குடன் விமான நிலையத்தை நோக்கி காரில் பயணம் செய்துகொண்டிருந்தார். விமானத்தில் ஏறி தப்பித்துச் செல்லவும் சாத்தியங்கள் இருந்தன. தீவிரமாகக் கண்காணித்தார்கள். ஆனால் ராபர்ட் காரிலிருந்து இறங்கவில்லை. நண்பர் ஜாக்கை இறக்கிவிட்டுவிட்டு வீடு திரும்பினார். வழியிலிருந்த ஷாப்பிங் மாலில் காரை நிறுத்தி அதன் டிக்கியில் ஏதோ செய்துகொண்டிருந்தார். ஆவணங்களைக் கறுப்புப் பையில் போட்டுக்கொண்டிருக்கலாம். பிடிபடும்வரை அவ்வளவும் ஊகங்களே.

எரிக் நினைத்தது சரிதான். ராபர்ட் அடுத்து ஃபாக்ஸ்டன் பூங்காவை நோக்கிச் சென்றார். எரிக்குக்கு புதியதொரு குழப்பம் உண்டானது. இரவு 10.40 மணிக்குத்தானே ஆவணங்கள் கைமாறுவதாக ராபர்ட் எழுதிய தகவலில் குறிக்கப்பட்டிருந்தது? ஆனால் மணி அப்போது மாலை 4.30. இவ்வளவு சீக்கிரமே ஏன் பூங்காவுக்குச் செல்கிறார் என்பது புரியவில்லை.

குழப்பம் எரிக்குக்கு மட்டும்தான். ராபர்ட் தெளிவாக அவர் குறிப்பிட்டிருந்த நேரத்திலிருந்து ஆறு மணி முன்பு பூங்காவுக்குச் சென்றிருந்தார். பத்திலிருந்து ஆறைக் கழித்தால் நான்கு மணியல்லவா? பூங்காவின் வரவேற்பு பலகையில் ஒட்டப்பட்டிருந்த நீளவாக்கு டேப்பை எடுத்து ராபர்ட் படுக்கை நிலையில் ஒட்டினார். பூங்காவுக்குள்ளிருந்த பாலத்தை நோக்கி நடந்தார். கையில் கறுப்பு பிளாஸ்டிக் பை இருந்தது. அவர் டிக்கியைச் சரிபார்த்த சமயத்தில் ஆவணங்களை அதனுள் வைத்திருந்தார். மணியைத் தவிர பிற ஊகங்கள் சரியே.

பூங்காவைச் சுற்றிலும் FBI அதிகாரிகள் இருந்தார்கள்.ராபர்ட்டின் செய்கை ஒவ்வொன்றும் புகைப்படமாகவும், வீடியோவாகவும் பதிவு செய்யப்பட்டன. ராபர்ட் குனிந்து அந்தப் பாலத்தினடியில் பையை வைத்துவிட்டு ஒரு பெருமூச்சுடன் பூங்காவை விட்டு வெளியேறும் வழியில் நடந்தார். சில நொடிகள்தான். அவரைத் துப்பாக்கி ஏந்திய அதிகாரிகள் சுற்றிவளைத்தனர். இரு கைகளையும் பின்னால் கட்டி விலங்கு மாட்டினார்கள். ராபர்ட் கேட்டது ஒன்றே ஒன்றுதான்.

‘ஏன் என்னைப் பிடிக்க இவ்வளவு காலம் எடுத்துக்கொண்டீர்கள்?’

இத்தனை காலமாக ராபர்ட்டுடன் பணிபுரிந்த எந்த அதிகாரியாலும் இதை நம்பமுடியவில்லை. அவ்வளவு நம்பிக்கையைச் சம்பாதித்து வைத்திருந்தார். அவரது மனைவி பாணி அடைந்த மன உளைச்சலுக்கு அளவே இல்லை. கணவரின் கீழ்த்தரமான செயல்களை அவரால் ஜீரணிக்க முடியவில்லை. ராபர்ட்டின் ஆழ்மனக் காயங்களும் அதை எதிர்கொள்ள அவர் முடிவெடுத்த வழிகளுமே, அவரை இத்தகைய மனிதராக்கியது என்கின்றனர் மனநல ஆய்வாளர்கள்.

கைது, விசாரணை எனத் தொடர்ந்தாலும் அவர் சொல்வது முற்றிலும் உண்மை என்று எந்தவொரு நிலையிலும் நம்பமுடியவில்லை. சிறையில் கடைசிவரை அவருக்குள் பல ரகசியங்களைப் புதைத்து வைத்திருந்தார். 05-ஜூன்-2023 அன்று அதிகாலை தூக்கத்திலேயே இறந்தார் ராபர்ட் ஹான்சென். அவரது மரணத்தோடு புதைந்தன இன்னும் பல வெளிவராத ரகசியங்கள்.

52. சிரிக்கத் தெரியாத கோமாளி

31 - டிசம்பர் - 1961.

லெபனான்.

லெபனான் அதிபர் ஃபோயாத் ஷிஹாபின் அரசாங்கத்தைக் கவிழ்க்க நடந்த சதி முயற்சி தோல்வியில் முடிந்தது. ஏறக்குறைய இருநூறு பேரைக் கொண்டிருந்த தேசியவாதக் கட்சிதான் இதை அரங்கேற்றியிருக்க வேண்டும். லெபனான் ராணுவத்தால் சதி முறியடிக்கப்பட்டாலும் இது குறித்த விசாரணை தொடங்கியது. இதன் பணப் பரிமாற்றத்துக்கு உதவ வருவாய் முத்திரை கொண்ட அரசாங்க ஆவணங்கள் பெரிய அளவில் காணாமல் போயிருப்பது கண்டுபிடிக்கப்பட்டது. அரசு ஊழியர்களின் துணையில்லாமல் இது சாத்தியமில்லை. முகமது ஆவாத் எனும் அதிகாரி லெபனான் உளவுப் பிரிவால் கண்காணிக்கப்படத் தொடங்கினார்.

ஆவாத்தின் தொலைபேசிப் பதிவுகள் ஒரு பெண்ணைக் கைகாட்டின. அவர்களது உரையாடல் சந்தேகத்தை எழுப்பியது. ஒரு சராசரி ஆணுக்கும் பெண்ணுக்கும் நடக்கும் உரையாடலைப் போல இல்லை. அரசாங்க விஷயங்களைப் பற்றி ஆவாத்திடம் நிறையக் கேள்விகளைக் கேட்கிறார் அந்தப் பெண். அதற்கு ஆவாத்தும் தனக்குத் தெரிந்த எல்லா உயர்மட்டத் தகவல்களையும் பதிலாக அளிக்கிறார். நிச்சயம் இது வேறொரு சதியாக இருக்கக் கூடும்.

லெபனான் உயர்மட்டத்தில் மிகவும் பிரபலமான பெண் அவர். பெயர் ஷுலா குஷ்கொன் குஹின். இளமையின்அழகும் திறமையும் கொண்டிருந்தவர். பிரதமரின் மகள் ஸ்தானத்தில் பாசத்துடன் வலம்வரும் அவர் அனைத்து அதிகாரிகளுடனும் நல்லுறவில் இருப்பவர். அவ்வளவு சுலபத்தில் அவர் மீது குற்றம் சுமத்திவிட முடியாது. வலுவான ஆதாரங்கள் தேவை. இதற்கான சரியான அதிகாரியும் தேவை.

லெபனான் உளவுத்துறையின் மிலத் அல் கஹார் இதற்கெனத் தேர்ந்தெடுக்கப்பட்டார். பார்ப்பதற்கு அரேபியக் கிறிஸ்தவர் போலிருந்தவருக்கு சைமன் என்று பெயர் சூட்டப்பட்டது. முதல் வேலையாக இவர் ஆவாத், ஷுலா இருவரின் நட்பு வட்டாரத்திலும் இணைந்தார். ஆவாத்துக்கு எப்போதும் பணத்தேவை இருந்தது. அவரை நெருங்குவது அவ்வளவு கடினமாக இருக்கவில்லை. அவர் மூலமாக ஷுலா நடத்திய இலக்கியக் கூட்டங்களில் கலந்துகொண்டார். ஆவாத்தின் நண்பராக ஷுலாவுக்கு அறிமுகமானார்.

ஆனால் ஷுலாவை நெருங்குவது அவ்வளவு எளிதல்ல. பணம் அவருக்கு ஒரு பொருட்டல்ல. அது அவரிடம் நிறையவே இருந்தது. போலவே குழந்தைகளும். அரேபியக் குடும்பங்களில் ஐந்து குழந்தைகள் இருப்பது ஏறக்குறைய கட்டாயமான ஒன்றாக இருந்தது. அதுவே சைமனுக்கும் வாய்ப்பாக அமைந்தது. குழந்தைகளுக்கு வீட்டில் பாடம் சொல்லிக் கொடுக்கும் டியூஷன் வாத்தியாரானார் சைமன். ஷுலாவை உளவுபார்க்க அவரது வீட்டுக்குள் நுழைந்தார்.

சமூகத்தைப் பொறுத்தவரை ஷுலாவும் அவரது கணவரும் மகிழ்ச்சியான தம்பதிகள். ஆனால் வீட்டுக்குள் கணவன் மனைவியிடையே இருக்கும் இடைவெளியை மறைப்பது கடினமல்லவா? ஷுலா தன் கணவரை சிரிக்கக்கூடத் தெரியாத கோமாளி என்று சொல்லுமளவு அவர்களது புரிதல் பிணைக்க முடியாத நிலையிலிருந்தது. இது போதுமே சைமனுக்கு. ஆதரவாகப் பேசி மயக்கி, சைமனும் ஷுலாவும் ரகசிய காதலர்களானார்கள். சைமன் மேலிருந்த நம்பிக்கையில் உண்மைகள் அனைத்தையும் பகிர்ந்தார் ஷுலா. சைமன் அமைதியாகக் கேட்டுக்கொண்டார். பிறகு ஷுலாவைப் பற்றிப் பெருமைகொள்வதாகத் தெரிவித்தார்.

லெபனானில் இருந்து கொண்டு இஸ்ரேலின் உளவுத்துறையான மொசாட்டுக்குப் பணிபுரிந்து வந்தார் ஷூலா. உண்மையைச் சொன்ன பிறகு, சைமனும் ஷூலாவின் உளவு காரியங்களுக்கு உதவி செய்யத் தொடங்கினார். போதிய ஆதாரங்கள் இல்லாமல் ஷூலாவை ஒன்றும் செய்ய முடியாதே? அவரது முழுமையான செயல்பாடுகளை முதலில் தெரிந்துகொள்ள வேண்டும். சைமனும் மொசாட்டுடன் இணைய ஆர்வமாக இருப்பதாகத் தெரிவித்தார். ஷூலாவிடம் நம்பிக்கை பெற்றிருந்ததால், மொசாட்டின் நம்பிக்கையையும் பெற்றார்.

ஷூலாவுடன் இணைந்து ரோம், இஸ்தான்புல் நாடுகளில் நடந்த மொசாட்டின் சந்திப்புக் கூட்டங்களில் கலந்துகொண்டார். ஷூலாவின் முழு பின்னணியும் அப்போதுதான் சைமனுக்குப் புரிந்தது. லெபனான் நாட்டில் உருவெடுத்த முதல் இஸ்ரேல் உளவாளி ஷூலா. அவரது முயற்சியாலேயே முதல்முறையாக லெபனான் நாட்டுக்குள் இஸ்ரேலின் மிகப்பெரிய உளவுப்படை உருவாக்கப்பட்டிருந்தது. இப்படியொரு படை இருப்பதே லெபனான் அரங்கத்துக்கு அதுவரை தெரியவில்லை.

போதிய ஆதாரங்களைச் சமர்ப்பித்தவுடன் லெபனான் அரசாங்கம் ஷூலாவைக் கைது செய்ய சைமனுக்கு அனுமதியளித்தது. ஷூலாவின் உளவுப்படையைக் கூண்டோடு கைது ஏற்பாடு தயாரானது. ஷூலாவுக்குத் தெரியாதபடி அவரது உதவியுடனே அனைத்துக் கைது ஏற்பாடுகளும் நடந்தன. சைமன் கேட்டுக்கொண்டபடி பெரிய அளவில் ஒரு இலக்கியக் கூட்டத்தை ஏற்பாடு செய்தார் ஷூலா. இலக்கியம் என்ற போர்வையில் அரசியல், உளவு, சட்டவிரோதப் பரிமாற்றங்கள் என்று அனைத்தும் நடைபெறும் உயர்மட்டக் கூட்டங்கள் அவை. ஷூலாவின் படையைச் சேர்ந்த முக்கியப் பிரமுகர்களும் கூட்டத்துக்கு வந்திருந்தார்கள்.

சைமனின் அருகிலிருந்தபடியே வந்தவர்களைக் கவனித்தார் ஷூலா. லெபனான் உளவுத்துறை அதிகாரிகள் அந்தத் தெரு முழுவதும் பதுங்கியிருந்தார்கள். சைமன் கட்டளை பிறப்பித்தவுடன் இலக்கியக் கூட்டத்துக்குள் நுழைந்தார்கள். ஷூலாவை நோக்கி வந்து அவரைக் கைது செய்யப் போகிறோம் என்றார்கள். ஷூலா அதிர்ச்சியில் சைமனைப் பார்த்தார். இதிலிருந்து அவரைக்

காப்பாற்ற, எப்படியும் ஒரு வழி வைத்திருப்பான் என்று நம்பிக்கையுடன் பார்த்தார். வந்திருந்த அதிகாரிகள் சைமனிடம் கண்காட்ட, சைமன் ஷுலாவின் கைகளைப் பற்றி அவர்களிடம் ஒப்படைத்தார்.

என்றைக்காவது கைது செய்யப்படுவோம் என்பது ஷுலா எதிர்பார்த்திருந்த ஒன்றுதான். ஆனால் சைமனின் துரோகத்தை அவர் எதிர்பார்க்கவில்லை. ஏமாற்றத்தின் வலி தாங்காமல் அழுதபடியே சிறைக்குச் சென்றார். அவருக்கிருந்த ஒரே கவலை அவரது குழந்தைகளைப் பற்றியது மட்டும்தான். ஆறாவது குழந்தையைப் பெற்றெடுத்துச் சில காலம்தான் ஆகியிருந்தது. அவர்களை விட்டுப் பிரிவதை ஷுலாவால் தாங்க முடியவில்லை.

அடுத்த நாள் அதிகாலை மூன்று மணி வரை ஷுலாவிடம் விசாரணை தொடர்ந்தது. காவல்துறை அவரிடம் எந்தப் பரிவும் காட்டவில்லை. அவருடன் தொடர்பிலிருந்த லெபனான் உள்நாட்டு அதிகாரிகளைக் காட்டிக்கொடுக்குமாறு சித்திரவதை செய்தார்கள். ஷுலாவிடமிருந்து எந்தப் பதிலையும் பெற முடியவில்லை. லெபனானிலிருந்த மொசாட்டின் உளவுப்படையைப் பற்றியும் அவர் எதையும் சொல்லவில்லை.

இரண்டரை வருடங்கள் தனிமைச் சிறையில் அடைக்கப்பட்டு இதே சித்திரவதைத் தொடர்ந்தது. வழக்கை விசாரித்த லெபனான் நீதிபதிகள் ஷுலாவின் மரணத்தை எதிர்நோக்கிக் காத்திருந்தார்கள். அவர்கள் மாட்டிக்கொள்ளாமல் இருக்க வேண்டுமென்றால் ஷுலா சாவது மட்டுமே ஒரே வழி.

கால் நகங்களைப் பிடுங்கி எறிவது, பட்டினி போடுவது என்று அனைத்தையும் முயற்சி செய்து பார்த்தார்கள். ஒன்றும் பலனளிக்கவில்லை. தலைகீழாகத் தொங்கவிட்டு மரண வாக்குமூலம் கேட்டுப் பார்த்தார்கள். ஒவ்வொரு முறையும் டாக்டர் அவரது அருகிலேயே நின்றுகொண்டிருந்தார். சிகிச்சை அளிக்க அல்ல, ஷுலா இறக்கவில்லை என்பதை உறுதிசெய்வதற்கு. ஷுலா, கடவுளிடம் பிரார்த்தனை செய்தது ஒன்றே ஒன்றுதான்.

‘கடவுளே, யூதர்கள் ஒன்றும் விலங்குகள் இல்லை என்பதை நிரூபிக்க எனக்கு சக்தி கொடு’ என்றார். கடவுள் அவரது பிரார்த்தனையைக் கேட்டாரா?

53. ஏழு நாள் பாடம்

1962 - லெபனான்.

ஷூலாவின் உயிரை மட்டும் விட்டுவைத்துச் சிறையில் அரங்கேறிய சித்திரவதைகள் அனைத்தும் வீணாகின. மொசாட்டின் திட்டங்கள், உளவாளிகள், தகவல்கள் என எதையும் அவர் லெபனான் உளவுத்துறையிடம் சொல்லவில்லை. இதற்கு மேல் ஷூலாவின் உயிர் தேவையில்லை என்று முடிவு செய்தது அரசாங்கம். நகரின் பிரதான இடத்தில் பொதுமக்கள் முன்னிலையில் ஷூலாவின் தூக்குத் தண்டனை நிறைவேற்றப்பட வேண்டும் என்று தீர்ப்பெழுதியது. ஏழு நாள்கள் பொதுமக்கள் பார்வையில் ஷூலாவின் உடல் அழுகிய பிறகே அங்கிருந்து அகற்றப்பட வேண்டும் என்றும் கட்டளையிட்டது. நாட்டுக்குத் துரோகம் செய்பவர்களுக்கு இதுவே பாடமாக அமையும் என்பது அரசாங்கத்தின் எண்ணம். இவ்வளவு மனோதிடம் கொண்டிருந்த ஷூலா யார்?

1917 - அர்ஜென்டினா.

யூதக் குடும்பத்தில் பிறந்தவர் ஷூலா குஹின். ஐரோப்பாவிலிருந்து உலகெங்கும் பரவத் தொடங்கியிருந்த நாஜிக்கள் எருசலேம் நகரத்துக்குக் குடிபெயர்ந்தார்கள். அர்ஜென்டினாவில் சந்தித்த

பொருளாதார நெருக்கடியால் ஷுலாவின் தந்தையும் குடும்பத்தோடு எருசலேமுக்கு வந்தார். கிறிஸ்தவ மதத்தின் புனிதத் தலமாகவும் புதிய எதிர்காலத்தைத் தரவிருக்கும் நகரமாகவும் ஷுலாவுக்கு எருசலேமை மிகவும் பிடித்துப்போனது. அதுவே அவரது சொர்க்கம் என்றானது.

பதினாறு வயதில் அவரது திருமணம் முடிவானது. லெபனானில் வர்த்தகம் செய்த யூதரான ஜோசப் குஷ்கொன் குஹினை மணந்தார். அடுத்த எட்டு ஆண்டுகளில் ஏழு குழந்தைகளுக்குத் தாயானார். அப்போதும் ஷுலாவுக்கு எருசலேம் நகரின் மீதிருந்த நேசம் குறையவில்லை. இருபத்தைந்து வயதுக்குப் பிறகு லெபனானிலிருந்த இளைஞர் இயக்கத்தில் இணைந்தார். எருசலேம் நகரின் மகத்துவங்களைச் சிறு பிள்ளைகளுக்குப் பாடல்கள், கதைகள், விளையாட்டுகளின் மூலம் சொல்லிக்கொடுத்தார். அங்கு வாழ்ந்த அவரது பிள்ளைப் பருவத்தைக் கதைகதையாகச் சொன்ன ஷுலா, யூதப்பற்றை அடுத்த தலைமுறை யூதக் குழந்தைகளுக்குக் கடத்திக் கொண்டிருந்தார்.

இஸ்ரேல் எனும் புதிய நாடு உருவாகிக் கொண்டிருந்த காலம் அது. ஐநா சபையில் இஸ்ரேல் அங்கீகரிக்கப்பட்ட தினத்தன்று லெபனானில் வாழ்ந்து கொண்டிருந்த யூதர்களுக்குப் பலத்த பாதுகாப்பு ஏற்பாடு செய்யப்பட்டது. அரபுலகம் முழுவதும் பதற்றம் நிலவியது. இஸ்ரேல் உருவான அடுத்த நொடியே அதை அழித்தொழிக்க அண்டை நாடுகள் தயார்நிலையிலிருந்தன.

லெபனான் ரேடியோவில் இந்தச் செய்திகளை நாள் முழுக்கக் கேட்டுக்கொண்டிருந்த ஷுலா மிகவும் கவலையடைந்தார். லெபனான் அரசாங்கம் இஸ்ரேலுக்கு எதிராகச் சண்டையிட, படைதிரட்டும் பணிகளை முழுவீச்சில் செய்து கொண்டிருந்தது. போர் நடப்பது உறுதி என்று நம்பினார் ஷுலா. இஸ்ரேலுடன் எல்லையைப் பகிரும் லெபனான், அரபுலகின் தாக்குதல்களுக்கு முக்கிய ராணுவத்தளமாக அமையப்போகிறது என்பது செய்திகளிலிருந்து தெளிவாகப் புரிந்தது.

எருசலேமில் இருந்த ஷுலாவின் பெற்றோரும் குடும்பத்தினரும் ஒரே நாளில் எதிரி நாட்டவராக மாறப்போகிறார்கள். லெபனானின் முக்கிய வர்த்தகராக இருந்தார் ஷுலாவின் கணவர் ஜோசப். அவரது கடையில் பணிபுரியும் விற்பனையாளர்கள் வழியாக,

லெபனானில் குவிக்கப்படவிருக்கும் ராணுவப்படை, ஆயுதங்கள் எனப் பல முக்கியத் தகவல்கள் ஷுலாவுக்குக் கிடைத்தன.

தனது குடும்பத்தை மட்டும் காப்பாற்றினால் போதாது. இஸ்ரேலையும் காப்பாற்ற வேண்டும். அதற்கு இந்தத் தகவல்கள் இஸ்ரேலைச் சென்றடைய வேண்டும் என முடிவெடுத்தார் ஷுலா. கேள்விப்பட்ட தகவல்கள் அனைத்தையும் ஒரு கடிதத்தில் எழுதினார். கணவரின் உதவியோடு இஸ்ரேல் எல்லைக்குச் செல்லும் வணிகர் ஒருவரிடம் அதைக் கொடுத்தனுப்பினார். அவர் கணித்தபடியே புதிதாக உருவான இஸ்ரேல் நாட்டின் மீது போர் தொடங்கியது.

இரண்டு வாரங்கள் கழித்து ஷுலாவுக்கு இஸ்ரேலிலிருந்து ஒரு பதில் கடிதம் வந்தது. 'உங்கள் உதவிக்கு நன்றி, தொடர்ந்து உதவி செய்யுங்கள்' என்று அதில் எழுதியிருந்தது. இவையெல்லாம் இஸ்ரேலின் மொசாட் உளவு அமைப்பு உருவாகும் முன்னர் நடந்தது. இஸ்ரேல் உருவான நாளிலிருந்தே அதற்காக உளவுபார்க்கத் தொடங்கியிருந்தார் ஷுலா.

இஸ்ரேலுடன் போர் தொடங்கியபோது, ஷுலா வாழ்ந்து கொண்டிருந்த பகுதியின் பாதுகாப்பு பலப்படுத்தப்பட்டது. அதையும் மீறி வர்த்தகர்கள் மூலம் இஸ்ரேலுக்குக் கடிதங்களை அனுப்பினார் ஷுலா. பள்ளியில் ரகசிய மை தயாரிப்பதைக் கற்றுக்கொண்டிருந்தார். அதைப் பயன்படுத்தியே அவரது உளவுக் கடிதங்களை எழுதி அனுப்பினார். அதற்கு மேல் அவருக்கு உளவு பார்ப்பதில் அனுபவம் கிடையாது. தொடர்ந்து லெபனானிலிருந்து ராணுவத் தகவல்கள் ஷுலாவின் மூலம் இஸ்ரேலுக்குச் சென்றன. 'பெய்ரூட்டின் முத்து' என்று அக்கடிதங்களில் கையெழுத்திடப்பட்டிருந்தது.

ஷுலாவைத் தேர்ந்த உளவாளியாக்க முடியுமா என்று தெரிந்துகொள்ள இஸ்ரேல் அவருக்கு முதல் உளவு வேலையை அளித்துப் பரிசோதித்தது. இஸ்ரேல் எல்லைக்கு அருகில் வசித்த மூஸா என்பவர் மூலம் ஷுலாவைத் தொடர்புகொண்டது. மிக முக்கியமான ஒரு நபரை இஸ்ரேலுக்குள் ரகசியமாக அழைத்துவர ஷுலா ஏற்பாடு செய்ய வேண்டும். இந்த நபர் லெபனானுக்குள்ளும் அங்கிருக்கும் ஹைஃபா துறைமுகத்துக்குள் நுழையவும் அரசாங்கம் தடைவிதித்திருந்தது. இந்த நபர் ஹைஃபா

துறைமுகத்தில் இறங்குவதும், அங்கே பதுங்கியிருந்து மூஸாவுடன் இஸ்ரேல் எல்லைக்குள் நுழையும்வரை மாட்டிக்கொள்ளாமல் பத்திரமாகப் பாதுகாப்பதும் ஷூலாவின் பொறுப்பு.

ஷூலாவால் இதைச் செய்து முடிக்க முடிந்ததா?

54. எல்லை கடந்து வா, ஏற்றுக்கொள்கிறேன்

1949.

வடி அபு ஜூமீல்,

பெய்ரூட்,

லெபனான்.

மத்திய கிழக்கின் சுவிட்சர்லாந்து என்று அந்தக் காலத்தில் அழைக்கப்பட்டது லெபனான். பிரெஞ்சுப் படைகள் வெளியேறிய பிறகு சுதந்திர லெபனான் நாடு அரபுலகோடு இணைந்தது. சுவிட்சர்லாந்தைப் போன்ற அழகான மலைகளாலான நிலப்பரப்பையும் தாராளமயமான வங்கி முறையையும் கொண்டிருந்தது. அரபுலகின் எண்ணெய் வர்த்தகர்கள், அரசியல்வாதிகள் என பணம் படைத்த அனைவரையும் தனது வங்கி வர்த்தகத்தின் மூலம் ஈர்த்துக்கொண்டது லெபனான்.

பொருளாதாரம் தழைத்தாலும் உறுதியான அரசாங்கம் அதற்கு உறுதுணையாக இருக்க வேண்டும். பல்வேறு இனக்குழுக்களைக் கொண்டிருந்ததால் லெபனான் இதில் தடுமாறியது. தலைநகர் பெய்ரூட்டிலேயே கத்தோலிக்க கிறிஸ்தவர்கள், முஸ்லிம்கள், ஆர்மீனியர்கள், கிரேக்க ஆர்த்தடாக்ஸ் மக்கள் மற்றும் யூதர்கள் போன்ற ஒவ்வொரு இனக்குழுவும் தனித்தனிப் பகுதிகளில் வாழ்ந்து வந்தார்கள்.

இப்படி யூதர்களின் இனத்தைச் சேர்ந்த பகுதியான வடி அபு ஜுமீலில்தான் ஷுலா வசித்து வந்தார். கணவர் பெரும் செல்வாக்குள்ள வர்த்தகர். அந்நாட்டுப் பிரதமருடனும் அனைத்து முக்கியப் பிரமுகர்களிடமும் அறிமுகமிக்கவர். பிரதமரின் இளைய மகளும் ஷுலாவும் நெருங்கிய நண்பர்கள். அதனாலேயே ஷுலாவைத் தனது நான்காவது மகளாகக் கருதினார் அவர்.

இந்நிலையில் இஸ்ரேல் ஷுலாவுக்குக் கொடுத்த பணியை நிறைவேற்ற, கணவர் ஜோசப்பும் உறுதுணையாக இருந்தார். ஒருவேளை அந்த முக்கிய நபர் இஸ்ரேலைச் சென்றடைந்தால், இஸ்ரேல் காப்பாற்றப்படலாம் என்று நினைத்தார். அங்கிருந்த யூத வர்த்தகர் அபு ஜாக்கஸின் உதவியுடன் நாடகத்தை அரங்கேற்றினார்.

துறைமுகத்தில் நுழையும் போதே சுமைதூக்கும் பணியாளர் வேஷத்தில் இறங்கினார் அந்த முக்கிய நபர். மூஸாவிடம் ஒப்படைக்கப்படும் வரை ஷுலாவின் கண்காணிப்பில் சந்தேகம் ஏற்படாதவாறு கவனித்து கொள்ளப்பட்டார். அரசாங்க உயரதிகாரிகள்வரை செல்வாக்கிருந்த ஷுலாவின் அருகிலிருப்பவரைச் சந்தேகப்பட யாரும் துணியவில்லை. மூஸா அவரைப் பத்திரமாக இஸ்ரேலில் கொண்டு சேர்த்தார். முதல் தேர்வில் வெற்றி பெற்றார் ஷுலா.

அவரது இரண்டாவது தேர்வை மூஸாவே விளக்கினார். ஷுலா ரகசியமாக எல்லை கடந்து இஸ்ரேலுக்குள் சென்று உளவுப்பயிற்சி எடுக்க வேண்டும். அடுத்த உளவுப்பணிகள் அவருக்கு அங்கேதான் வழங்கப்படும். ஐந்து சிறிய குழந்தைகளுடன் ஆறாவது குழந்தையை வயிற்றில் சுமந்து கொண்டிருந்தார் ஷுலா.

அவர் தனியாக பயணம் செய்ய வேண்டும். கணவரையோ குழந்தைகளையோ இதில் ஈடுபடுத்த முடியாது. குடும்பமா அல்லது யூதர்களைக் காப்பாற்றும் உளவுப்பணியா? என்பதில் ஒன்றை மட்டுமே ஷுலா தேர்ந்தெடுக்க வேண்டிய தருணம். தனது இனத்தைக் காக்க முன்னுரிமை அளித்தார் ஷுலா. இந்த முடிவில் அவரது குடும்பம் அவருக்குத் துணை நின்றது.

லெபனானின் வடி அபு ஜுமீல் பகுதியிலிருந்து இஸ்ரேல் எல்லையை அடைய வேண்டும். மலைப்பகுதிகளை கடந்து

பல கிலோமீட்டர் தொலைவு நடந்து மட்டுமே செல்ல முடியும். வானிலையும் மோசமடையும் பருவம். மூஸாவுடன் சேர்ந்து தைரியமாக பயணத்தைத் தொடங்கினார் ஷுலா. கர்ப்பிணியான ஷுலாவுக்கு இஸ்ரேலைச் சென்றடைந்தால் போதும் என்றாகிவிட்டது. வீடு திரும்ப முடியும் என்ற நம்பிக்கை ஏற்படவில்லை. இருந்தும் பயணத்தைத் தொடர்ந்தார். இஸ்ரேலின் எல்லை நகரமான மெட்டுல்லாவை அடைந்தார். அவரைக் கேள்விகளால் வரவேற்றது இஸ்ரேலின் குடியேற்றக் கட்டுப்பாட்டு நிறுவனம்.

நீங்கள் உளவாளியாகுமாறு வற்புறுத்தப்பட்டீர்களா? அப்படியெனில் மாட்டிக்கொண்ட அடுத்த நிமிடமே நீங்கள் இஸ்ரேலைக் காட்டிக்கொடுத்து விடுவீர்கள். பிறகு எதற்கு இந்த வேலை? கர்ப்பிணியான உங்களுக்கு ஏற்கெனவே ஐந்து குழந்தைகள் உண்டு. இவர்களை விட்டுவிட்டு நீங்கள் ஏன் ஆபத்து மிகுந்த இப்பணியைத் தேர்ந்தெடுக்க வேண்டும்? ஒருவேளை நீங்கள் லெபனான் அரசாங்கத்தால் அனுப்பப்பட்டிருக்கிறீர்களா? இஸ்ரேலுக்கு எதிரான சதியில் இதுதான் உங்கள் பங்கா? என்று அவர்களின் கேள்விகளுக்கு முடிவே இல்லை.

எல்லா கேள்விகளும் நியாயமானவைதான். பொதுமக்களுக்குக் கூட இந்தச் சந்தேகங்கள் எழும், நம்மைப் போலவே. எல்லாவற்றுக்கும் ஷுலாவின் பதில் ஒன்றே ஒன்றுதான். 'நான் ஒரு யூதப்பெண். என் இனத்தைக் காப்பாற்ற நான் உதவ வேண்டும். அதற்காக நான் உளவாளியாக வேண்டுமென்றாலும் சரி. என் தாய்நாடான இஸ்ரேலுக்காக நான் எதையும் செய்வேன்.' இதற்குப்பின் ஷுலாவை யாரும் கேள்விகள் கேட்கவில்லை. அவருக்குத் தேவையான உதவிகளைச் செய்யக் காத்திருந்தது உளவு அமைப்பு.

இஸ்ரேலுக்கு எதிரான படைதிரட்டல்; அவர்களுக்கு அளிக்கப்படும் ஆயுதங்கள், பயிற்சிகள்; சரக்குகளின் போர்வையில் அரபுலகுக்குள் கப்பல் மூலம் வந்து குவியும் ஆயுதங்கள்; அதை அனுப்பும் நாடுகள்; லெபனான் நாட்டுப் படைத்தலைவர்கள்; அவர்களின் வியூகங்கள், அனுமானங்கள், இஸ்ரேலைப் பற்றிய அவர்களது புரிதல் என ஒன்றுவிடாமல் தகவல் திரட்டினார் ஷுலா.

லெபனான் நாட்டுப் பிரதமர் உள்ளிட்ட முக்கியப் பிரமுகர்கள் பங்குபெறும் கூட்டங்களை அடிக்கடி ஏற்பாடு செய்தார் ஷுலா.

தன்னைப் போலவே லெபனானிலிருந்த நம்பிக்கைக்குரிய யூதர்களைக் கொண்டு ஓர் உளவு அமைப்பை ஏற்படுத்தினார். லெபனான் அரசாங்கத்தின் சில முக்கிய அதிகாரிகளையும் விலைமாதரைக் கொண்டு வசியம் செய்து தகவல்களைத் திரட்டினார். ஏறக்குறைய ஒரு ரகசிய உலகின் தாதாவாக உருவெடுத்திருந்தார் ஷுலா.

பாலஸ்தீனத்தில் ரகசியமாக யூதர்களைக் குடியேறச் செய்யும் ஆபரேஷன் ஆலியா பெட்டின் லெபனான் தலைமை உளவாளியாக மாறினார் ஷுலா. ஈராக், சிரியா, ஐரோப்பா என உலகெங்குமிலிருந்து லெபனான் வழியாக நுழைபவர்கள் அனைவரும் ஷுலாவின் திட்டப்படி பாதுகாப்பாக நுழைந்தார்கள். யூத அகதிகள் சிறு சிறு கூட்டங்களாக லெபனானின் ஹைஃபா துறைமுகம் வழியாகவோ, தரை வழியாகவோ லெபனானுக்குள் நுழைவார்கள். அங்கிருந்து அவர்களை மாறுவேடத்தில் இஸ்ரேல் எல்லைக்குள் அனுப்பி வைப்பது ஷுலாவின் பொறுப்பு.

பல்வேறு திட்டங்களை அரங்கேற்றினார் ஷுலா. மூஸா பக்கபலமாக இருந்தார். உதவுக்கு அங்கும் பலரைத் தேர்ந்தெடுத்து மாட்டிக்கொள்ளாமல் ஒவ்வொரு முறையும் அவர்களை வழியனுப்பத் திட்டமிட்டார் ஷுலா. லெபனானுக்குள் நுழைந்த யூத அகதிகளின் கூடவே இருந்து அவர்களை வழிநடத்தினார் ஷுலா. தனது ஆறு குழந்தைகள், குடும்பம் எல்லாம் இதற்குப் பிறகுதான்.

இதன் பரிசாகத்தான் அவருக்குத் தூக்குத் தண்டனை கிடைத்ததா?

55. நூறு வருடங்கள் வாழ்ந்த முத்து

30-செப்டம்பர்-1951.

கடவுள் உலகை உருவாக்கிய நாளை ரோஷ் ஹஷானா என்ற பெயரில் புத்தாண்டாகக் கொண்டாடுவது யூதர்களின் வழக்கம். யூதர்கள் அரபுலகுக்குள் தொடர்ந்து இடம்பெயர்ந்ததால், பிற அரபுலக நாடுகளில் வாழ்ந்த யூதர்கள் மீதும் வெறுப்பு மிகுந்தது. யூதப் புத்தாண்டு தினத்தன்று முந்நூறு அகதிகள் சிரியாவிலிருந்து லெபனானுக்கு வந்து சேர்ந்தார்கள். எந்தவித ஆவணங்களுமின்றி அகதிகளாகத் தப்பித்து வந்திருப்பவர்கள் அங்கிருப்பது பாதுகாப்பல்ல. எவ்வளவு சீக்கிரம் இஸ்ரேலுக்குள் அனுப்ப முடியுமோ அவ்வளவு சீக்கிரம் அனுப்பியாக வேண்டும்.

இதற்காக மூன்று விதமான ரகசிய வழிகளை உருவாக்கி வைத்திருந்தார் ஷூலா. தரைவழி இருந்த இரண்டு வழிகளும் சோதனைக்கு உட்படுத்தப்பட்டன. கடல்வழி மட்டுமே சாத்தியம். ஷூலாவின் நட்பு வட்டாரத்திலிருந்த அபு சையது மூலம் சரக்குக் கப்பல் ஒன்றை ஏற்பாடு செய்தார். அகதிகள் கொஞ்சம் கொஞ்சமாக வாடகைக் கார்களில் கூட்டிவரப்பட்டார்கள். துறைமுகத்தின் சிறிய படகுகளில் ஏற்றப்பட்டு சரக்குக் கப்பலுக்குக் கொண்டு செல்லப்பட்டார்கள். ஒரே சமயத்தில் நூறு அகதிகளை ஏற்றிச்சென்று இஸ்ரேலின் நஹாரியா துறைமுகத்தில் இறக்கிவிட்டது அந்தக் கப்பல். அதற்குப்பின் கவலையில்லை.

இதே கப்பல் வேறொரு தீவு வழியாக மீண்டும் லெபனான் துறைமுகத்துக்குத் திரும்பி அடுத்த நூறு பேரை ஏற்றிச் சென்றது. இருநூறு பேர் இஸ்ரேலுக்குள் நுழைந்து விட்டார்கள். துறைமுகத்தின் அருகிலிருந்த சிற்றுண்டிக் கடையிலிருந்து இதையெல்லாம் கவனித்துக் கொண்டிருந்தார் ஷூலா. கடைசி நூறு பேரில் சிலர் அந்தச் சிறிய படகுகளில் ஏறிக்கொண்டிருந்தார்கள்.

திடீரென சைரன் சத்தம் கேட்டது. காவல்துறையினர் துறைமுகத்தைச் சுற்றிவளைத்து விட்டார்கள். யாரையும் இடத்தைவிட்டு நகரவிடவில்லை. மீறி நகர்ந்தவர்களைச் சுட்டார்கள். சிறிய படகுகளில் இருந்தவர்கள் மீண்டும் துறைமுகத்துக்கு கொண்டுவரப்பட்டு கைது செய்யப்பட்டார்கள். ஷூலாவால் ஒன்றும் செய்ய முடியவில்லை.

சட்டவிரோத எல்லைப் பரிமாற்றம் தெரிந்தே அரசாங்கம் இந்த நடவடிக்கையை எடுக்கிறது. ஷூலாவைக் கைது செய்யாமல் விட்டதே பெரிது. அந்தக் கூட்டத்தில் அவர்களுக்கு ஷூலா முக்கியமாகத் தெரியவில்லை. அகதிகள் கைது செய்யப்பட்டார்கள். தகவல் தெரிந்தவுடன் சரக்குக்கப்பல் கிளம்பியது. மற்றவர்களுக்காகக் காத்திருக்காமல் அதில் ஏறியிருந்த முப்பது பேருடன் இஸ்ரேலை அடைந்தது.

சரக்குக் கப்பலின் முதலாளி சையது கிறிஸ்தவர்களுக்கு ஆதரவளித்தவர். கைது செய்த காவல்துறை உயர் அதிகாரியோ முஸ்லீம்களை ஆதரிப்பவர். அகதிகள் வேறொரு சட்டவிரோத ஒப்பந்தத்தின் பேரில் விடுதலை செய்யப்பட, ஷூலா காவல் நிலையத்தில் விசாரிக்கப்பட்டார். நண்பர்களின் அறிவுரையின் பேரில் முஸ்லீம் வழக்கறிஞரை வைத்துக் கொண்டார். நீதிமன்றத்தில் வழக்கு இழுத்தடிக்கப்பட்டது. வழக்கு முடிந்துவிட்டால் ஷூலாவுக்கு சிறையும் தண்டனையும் நிச்சயம்.

தக்க சமயம் பார்த்து கப்பற்படை கேப்டனுக்கு பார்வைக் கோளாறு இருப்பது தெரியவந்தது. தூரத்தில் இருப்பவற்றை அவர் உறுதியாக அடையாளம் காட்ட முடியாது என்று நீதிமன்றத்தில் நிருபித்தார் ஷூலாவின் வழக்கறிஞர். இதனால் அவர் ஷூலாவை துறைமுகத்தில் பார்த்ததாகக் கூறப்பட்ட சாட்சி வலுவிழந்தது. இருப்பினும் ஷூலாவின் மீதிருந்த சந்தேகத்தின் பேரில் நாற்பது நாள்கள் சிறைத்தண்டனை வழங்கப்பட்டது.

கர்ப்பிணியாக இருந்த ஷுலா தனது ஏழாவது குழந்தையைப் பெற்றெடுத்த பின்னர் சிறைக்கு அனுப்பப்பட்டார். அருகிலிருந்த ஒரு தீவில் வீட்டுச்சிறையில் வைக்கப்பட்டார். அவரது கணவர் ஜோசப்பின் தலையீட்டால் சிரமங்கள் ஏதுமின்றி தண்டனை அனுபவித்துவிட்டு வீடு திரும்பினார் ஷுலா. விடுவிக்கப்பட்ட ஷுலா செய்த முதல் காரியம் அகதிகளுக்காக புதிதாக ஒரு வழியைக் கண்டுபிடித்ததே.

அரசாங்கத்தின் நெருங்கிய வட்டத்தின் உதவியோடு போலி கடவுச்சீட்டுகளைத் தயார் செய்து அகதிகளை விமானம் மூலம் துருக்கிக்கு அனுப்பி வைத்தார். அங்கிருந்த இஸ்ரேல் உளவாளிகள் பிறகு பொறுப்பெடுத்துக் கொண்டார்கள். சிறையிலிருந்து வந்த பிறகு அடுத்த ஒன்பது ஆண்டுகள் ஷுலா தனது பணியைத் தொடர்ந்தார். கைது செய்யப்பட்ட அகதிகளை விடுவிப்பதும், அவர்களை இஸ்ரேலுக்கு அனுப்புவதுமாகத் தொடர்ந்து செயல்பட்டார். அவருக்கு உதவிய அபு முஸ்தபா என்பவரைக் கொண்டே ஷுலாவை ஆதாரங்களோடு பிடிக்க ஏற்பாடு நடந்தது.

பெய்ரூட்டின் முத்து எனப்படும் உளவாளியைத்தான் அபு கைது செய்வதாக இருந்தது. ஆனால் அது ஷுலாவின் உளவுப்பெயர் என்பது அவருக்குக்கூடத் தெரியவில்லை. ஷுலாவை நேரில் கண்ட அபு அதிர்ச்சியடைந்தார். கடைசி நேரத்தில் கைது செய்ய வந்த நண்பர் அபுவுடன் பேசிப் பேசி, தன்னையும் தனது அமைப்பில் இருந்தவர்களையும் தப்பிக்க வைக்கும் திட்டத்தை அரங்கேற்றினார் ஷுலா. அபுவின் உதவியோடு அவர்கள் விமானத்தில் தப்பித்துச் சென்றார்கள்.

இஸ்ரேலுக்கு அனுப்பப்பட்ட ஷுலா ஒரே வாரத்தில் பிடிவாதமாக லெபனானுக்குத் திரும்பினார். அங்கிருந்த அவரது உளவு அமைப்பு பெருமளவு கலைந்து போயிருந்தது. ஒன்று கைது செய்யப்பட்டிருந்தார்கள். அல்லது தப்பித்து நாட்டைவிட்டு வெளியேறியிருந்தார்கள். ஷுலாவும் தென் அமெரிக்காவுக்குத் தப்பித்துச் செல்லுமாறு அறிவுறுத்தப்பட்டார். ஆனால் அவர் தயாராக இல்லை.

அப்போதுதான் அரசாங்க ஊழியரான முகமது ஆவாத் அறிமுகமானார். பணத்துக்காக ஷுலாவுக்கு உதவியவர் லெபனான் அரசைக் கவிழ்க்க முயற்சி செய்த கட்சியோடும்

தொடர்பிலிருந்தார். அரசுக்கு எதிரான சதியை விசாரிக்கும் நேரத்தில் ஆவாத்துடன் தொடர்பிலிருந்த ஷுலாவும் மாட்டிக்கொண்டார். சைமன் என்ற பெயரில் ஷுலாவை காதலித்து ஆதாரத்தோடு கைது செய்தார்(1961), லெபனான் உளவுத்துறையின் மிலத் அல் கஹார்.

தூக்குத்தண்டனை வழங்கப்பட்ட ஷுலாவுக்கு ஆதரவாக, கணவர் ஜோசப் போராடினார். ஏழு குழந்தைகளின் தாய் என்ற அடிப்படையில் அவர்மீது கருணைகொண்ட நீதிமன்றம், தண்டனையை இருபது வருடங்களாகக் குறைத்தது. 1967 ஆம் வருடம் நடந்த மூன்றாம் இஸ்ரேல் - அரபுலகப் போரின் பிணைக்கைதிகள் பரிமாற்றத்தில் ஷுலாவை மீட்டது இஸ்ரேல். குடும்பத்துடன் எருசலேமில் அமைதியான வாழ்க்கைக்குத் திரும்பினார் ஷுலா. இஸ்ரேலின் போராளியாகக் கொண்டாடப்பட்டார்.

இஸ்ரேல் அரசாங்கத்தின் உயரிய விருதும், எருசலேம் நகராட்சியின் குடியுரிமை விருதும் பெற்று, தனது பேரக்குழந்தைகளுடன் பாதுகாப்பாகத் தனது முதிய வயதைக் கழித்தார். அவரது மகன்களும் இஸ்ரேல் அரசின் உயர் பதவிகளை வகித்து வருகிறார்கள். அவரைக் குறித்து ஷுலா: கோட் நேம் தி பேர்ள் என்ற புத்தகமும் வெளியானது. 11-மே-2017 அன்று தனது நூறாவது வயதில் இவ்வுலகிலிருந்து நிரந்தர அமைதியைத் தேடிக்கொண்டார். அவரது இனப்பற்றும் துணிவும் நமது நினைவுகளில் வாழ்ந்திருக்கும்.

56. பொய்கள் இங்கே ஏற்கப்படாது

12-ஆகஸ்ட்-1960

மஸ்க்வரியட்ஸ்கி பாலம்,

மாஸ்கோ,

ரஷ்யா.

புகழ்பெற்ற மஸ்கவா ஆற்றின் குறுக்கே கட்டப்பட்டிருந்த பாலத்தில் நின்றபடியே அதன் இரவு நேர அழகை ரசித்துக்கொண்டிருந்தார் ஒருவர். தனது ஒடிசலான உடலை ஒரு கோட்டுக்குள்ளும் தலையைத் தொப்பிக்குள்ளும் புகுத்தியிருந்தார். மாஸ்கோ நகரின் பிரபலமான பாலே நடனத்தைக் கண்டுகளித்துவிட்டு அதே பாலத்தின் வழியே தங்கள் அறைக்குத் திரும்பிக் கொண்டிருந்தார்கள் எல்டன் ரேயும், ஹென்றி லீயும். இருவரும் இரண்டுவாரப் பயிற்சி படிப்புக்காக மாஸ்கோ வந்திருந்த அமெரிக்க மாணவர்கள். சிகரெட் பற்ற வைக்க லைட்டர் கேட்டபடியே அவர்களை நெருங்கினார் அந்த நீளகோட் மனிதர். இருட்டில் அவரது அடையாளம் எதுவும் தெரியவில்லை.

“எனக்காக நீங்கள் ஒன்று செய்ய வேண்டும். இந்தக் கடிதங்களை அமெரிக்கத் தூதரகத்தின் பாதுகாப்பு அதிகாரியிடம் ஒப்படைக்க வேண்டும். இப்போதே செய்துவிடுங்கள், இவை முக்கியமானவை”

என்றபடியே எல்டன் ரேயின் கைகளில் அதைத் திணித்துவிட்டு அங்கிருந்து விரைவாக நடந்து மறைந்துவிட்டார்.

அவர்கள் இதைச் சற்றும் எதிர்பார்க்கவில்லை. எல்டனுக்கும் ஹென்றிக்கும் வாக்குவாதம் நடந்தது. "இதெல்லாம் தேவையில்லாதது. இன்னொரு நாட்டிலிருக்கும் நாம் இப்படிப்பட்ட காரியங்களைச் செய்வது நல்லதல்ல. நான் என் அறைக்குச் செல்கிறேன்" என்று கூறிவிட்டு ஹென்றி கிளம்பிவிட்டார். எல்டன் அந்தக் கடிதங்களை அமெரிக்கத் தூதரகத்தில் ஒப்படைத்தார். ரஷ்ய மொழியில் தட்டச்சு செய்யப்பட்டிருந்தன அந்தக் கடிதங்கள். இன்றும் பத்திரமாகப் பாதுகாக்கப்பட்டு வருகின்றன.

'மதிப்பிற்குரிய ஐயா,

இந்தக் கடிதத்தை அமெரிக்க உயரதிகாரிகளிடம் ஒப்படைக்க வேண்டுகிறேன்.

பாதுகாப்பான உலகத்தை ஏற்படுத்த நீங்களும் உங்கள் அதிபரும் செய்யும் முயற்சிகளில் இணைய விரும்பும் நண்பன் நான். என்னை நம்பி ஏற்றுக்கொள்வீர்கள் என்று நினைக்கிறேன். உங்களுக்குத் தேவைப்படும் முக்கியத் தகவல்களை இக்கடிதத்தோடு இணைத்துள்ளேன். என் நேர்மையான எண்ணத்தை அவை உங்களுக்குப் புரியவைக்கும்' என்று எழுதியிருந்தது.

கையெழுத்திடப்படவில்லை. அதனுடன் ஒரு புகைப்படம் இணைக்கப்பட்டிருந்தது. துருக்கியில் செயல்படும் அமெரிக்கத் தூதரகத்தில் பணிபுரியும் ஒரு அதிகாரியும், முகம் மறைக்கப்பட்டு கழுத்துக்குக் கீழே சோவியத் ராணுவ உடை மட்டும் தெரியுமாறு இன்னொரு அதிகாரியும் இருக்கும் புகைப்படம். நேரடியாக அவர் தன்னை வெளிப்படுத்த முடியாது என்பதை அமெரிக்க உளவுத்துறையான *CIA* அதிகாரிகள் புரிந்து கொண்டார்கள். துருக்கியிலிருந்த அமெரிக்கத் தூதரகத்தைத் தொடர்புகொண்டு அவரை அடையாளம் கண்டார்கள். அவர் சோவியத் ராணுவத்தில் பணிபுரியும் கர்னல் அலெக் பென்கோவ்ஸ்கி என்பது தெரிந்தது.

சோவியத்தின் தென்மேற்கிலுள்ள விளாதிகவ்கஸ் நகரில் பிறந்தவர் *(23-ஏப்ரல்-1919)* அலெக் விளாதிமிரோவிச் பென்கோவ்ஸ்கி. ஜார் மன்னர்களின் ஆட்சி முதலே பெரும் அந்தஸ்தோடு வாழ்ந்து வந்தது அவரது குடும்பம். தாத்தா நீதிபதியாகவும், தந்தை ராணுவ

உயர்பதவிகளிலும் இருந்தனர். பென்கோவ்ஸ்கி பிறந்தவுடனே அவரது தந்தை மர்மமான முறையில் காணாமல் போனார். அரசியல் சூழ்ச்சிகளால் நடந்த இந்தச் சம்பவம் பென்கோவ்ஸ்கியை மிகவும் பாதித்தது. தனது குடும்பத்தின் பாதுகாப்புக் கருதி தனது தந்தை நோய்வாய்ப்பட்டு இறந்துவிட்டதாகவே அவர் எல்லா அரசுப் பதிவேடுகளிலும் ஆவணப்படுத்தியிருந்தார்.

பீரங்கிகளை இயக்குவதில் பயிற்சி பெற்று இரண்டாம் உலகப்போரில் போலந்திலும் பின்லாந்திலும் சண்டையிட்டார். லெப்டினன்ட் ஜெனரல் திமித்ரி காபனோவிச்சின் மகளான வேராவை மணந்து கொண்டார். போர் முடிந்தும் பல பகுதிகளின் பாதுகாப்புப் பணிகளில் தன்னை ஈடுபடுத்திக்கொண்டார் பென்கோவ்ஸ்கி. குடும்பப் பாரம்பரியப்படி ராணுவத்தின் உயர் பதவிகளுக்கு முன்னேறவேண்டுமென்பது அவரது ஆசை. போரில் ஏற்பட்ட காயங்களால் ராணுவ உளவுத்துறை கல்லூரியில் சேர்ந்து பட்டம் பெற்றார் (1953). அவரது போர் அனுபவங்களும் அந்தஸ்தும் முப்பது வயதிலேயே அவரை கர்னல் பதவிக்கு உயர்த்தியது.

துருக்கியிலிருந்த சோவியத் தூதரகத்தின் அதிகாரியாக அனுப்பப்பட்டார் பென்கோவ்ஸ்கி. அங்கு அவரது உயரதிகாரியின் ஊழலை வெளிப்படுத்தியது அவரது கனவுகளுக்குத் தடையாக அமைந்தது. சோவியத் தலைமையகம் பென்கோவ்ஸ்கியின் குற்றச்சாட்டை நம்பவில்லை. துருக்கியிலிருந்து அவரை திரும்ப அழைத்துக்கொண்டது. அவரது பதவியைப் பறித்து கீழ்நிலை அதிகாரியாக்கி அவரைத் தண்டித்தது. இனி உயர் பதவிகளை அடைவது நடக்காத ஒன்று என்பது அவருக்குப் புரிந்துவிட்டது. ராணுவத்தில் ஒருமுறை நடத்தையில் முத்திரை குத்தப்பட்டுவிட்டால் ஆயுள் முழுவதும் அந்தக் கரும்புள்ளி தொடரும். அதோடு முடியவில்லை. அவர் மீது சோவியத் உளவுத்துறையான KGB விசாரணை ஒன்றைத் தொடங்கியது.

“உன் தந்தையைப் பற்றி நீ சமர்ப்பித்திருக்கும் ஆவணங்கள் உண்மையாக இல்லை. அவர் நோயால் இறந்துபோனதற்கு எந்த ஆதாரமும் இல்லை. அவரது இறப்புக்கான ஆவணங்கள் கூடக் கிடைக்கவில்லை. இந்தப் பொய்களை எல்லாம் நீ ஏன் சொல்லியிருக்கிறாய் என்பதும் எங்களுக்குத் தெரியும். உனது தந்தை ஜார் மன்னருக்கு ஆதரவாக கம்யூனிசக் கட்சியை எதிர்த்துப்

போராடியிருக்கிறார்" என்று அவர்மீதிருந்த குற்றச்சாட்டை வாசித்தார்கள். பென்கோவ்ஸ்கிக்குப் புரிந்துவிட்டது. இதற்குமேல் உண்மையை மறைக்க முடியாது. கம்யூனிச ஆட்சியை எதிர்த்த குடும்பம் என்று முன்னரே தெரிந்திருந்தால் ராணுவத்திலோ, உளவுத்துறை கல்லூரியிலோ இவரைச் சேர்த்துக்கொண்டிருக்க மாட்டார்கள். ஜார் மன்னராட்சி முடிந்து முப்பது வருடங்கள் ஆகியிருந்தன. ஆனால் அவருக்கு ஆதரவளித்த குடும்பங்கள் உயிருடன் இருந்தவரை பழிதீர்க்கப்பட்டன.

சோவியத்தைப் பொறுத்தவரை இது மிகப்பெரிய குற்றம். பென்கோவ்ஸ்கியின் குடும்பம் கண்காணிப்பில் வைக்கப்பட்டது. அவர்கள் வேறெங்கும் பயணம் செய்யத் தடை விதிக்கப்பட்டது. அவரது ராணுவ சாகசங்கள் எதுவும் அவரது நாட்டுப்பற்றை அவர்களுக்கு உணர்த்தவில்லை. ஒரு சின்ன தவறு, அதுவும் அவரது கட்டுப்பாட்டில் இல்லாத ஒரு சம்பவத்தால் அவரது ராணுவ கனவுகள் முடிவுக்கு வந்தன. வேலையை விட்டு அனுப்பிவிடுவார்கள் என்றே நினைத்தார். அது நடக்கவில்லை. சோவியத் மற்றும் பிற நாடுகளின் அறிவியல், தொழில்நுட்பத் துறை முன்னேற்றங்களைத் திரட்டி மதிப்பிடும் பணியில் அமர்த்தப்பட்டார்.

பனிப்போர் சூழலில் நடக்கவிருந்த அணுஆயுதப் போரின் உண்மைகளை ஆராய இதுவே பின்னாளில் அவருக்கு உதவப்போகிறது என்று பென்கோவ்ஸ்கியே கூட நினைத்திருக்க மாட்டார்.

57. ஐம்பத்து இரண்டு மணிநேர நேர்காணல்

01-மே-1960.

அமெரிக்காவின் உளவு விமானம் ஒன்று சோவியத்துக்குள் சுட்டு வீழ்த்தப்பட்டதென்று உலகுக்கு அறிவித்தார் சோவியத் அதிபர் நிகிதா குருஷ்வ். இது உளவு விமானம் அல்ல, வானிலை கண்காணிப்பில் ஈடுபட்டிருந்த விமானம். தவறுதலாக சோவியத்துக்குள் நுழைந்து விட்டது என்றது அமெரிக்கத் தரப்பு.

'உளவு விமானத்தை ஓட்டிவந்த விமானி கேரி பாவர்ஸ் எங்களிடம் உயிருடன் பிடிபட்டிருக்கிறார். அமெரிக்க உளவுத்துறையான *CIA*வின் கட்டளைப்படி அவர் பாகிஸ்தானிலிருந்து கிளம்பி, சோவியத் வழியாக உளவு சேகரித்துவிட்டு, நோர்வேயில் தரையிறங்கத் திட்டமிட்டதாகத் தெரிவித்திருக்கிறார்' என்று ஒரு வாரம் கழித்து அறிவித்தார் அதிபர் குருஷ்வ்.

வேறு வழியில்லாமல் அது உளவு பார்க்கத்தான் அனுப்பப்பட்டது என்று அமெரிக்கா ஒப்புக்கொள்கிறது. இது குறித்து ஐநா சபையில் கண்டனங்களைப் பதிவு செய்தது சோவியத். அதோடு 'எங்கள் மிக் போர் விமானத்திலிருந்து ஏவப்பட்ட ஒற்றை ஏவுகணை அமெரிக்காவின் உளவு விமானத்தை வீழ்த்தப் போதுமானதாக இருந்தது' என்றும் பெருமையுடன் அறிவித்தார்.

சோவியத்தின் அறிவியல் முன்னேற்றங்கள் அமெரிக்காவுடன் போட்டிபோட்டு முன்னேறிய காலம் அது. விண்வெளி ஆராய்ச்சியிலும் ஆயுத பலத்திலும் அமெரிக்காவை முந்தியது சோவியத். பனிப்போர் சமயத்தில் எல்லா நாடுகளுக்கும் இது பெரிய அச்சுறுத்தலாக இருந்தது.

மேற்சொன்ன உளவு விமான சம்பவத்தின் உண்மைத் தகவல்களைக் கொண்ட கடிதத்தையே, அலெக் பென்கோவ்ஸ்கி அன்றிரவு அந்த இரு அமெரிக்க மாணவர்களிடம் ஒப்படைத்திருந்தார். விமானத்தை சுட்டு வீழ்த்த பதினான்கு ஏவுகணைகள் தேவைப்பட்டன. அதில் ஒன்று உளவு விமானத்தின் அருகிலேயே வெடித்ததால், அது கட்டுப்பாட்டை இழந்து தரையில் விழுந்தபோது அதிலிருந்த அமெரிக்க விமானி கைது செய்யப்பட்டார் என்று விளக்கமாக, ஆதாரங்களுடன் எழுதியிருந்தார். இவரைத் தவிர இந்த உண்மையை வேறு எவராலும் ஆதாரத்துடன் கண்டுபிடித்திருக்க முடியாது.

ஆனாலும் தானாகவே உதவ முன்வரும் பென்கோவ்ஸ்கியை, அமெரிக்க உளவுத்துறையான *CIA* அவ்வளவு சீக்கிரம் நம்பிவிடவில்லை. அப்போதைக்கு சோவியத்தில் அமெரிக்க உளவாளிகள் யாருமில்லை. இவரது பின்னணியைக் கண்டறிய, புதிதாக ஒருவரை மாஸ்கோவுக்கு அனுப்பியது *CIA*. கொஞ்சமும் அனுபவமில்லாத அவர் மாஸ்கோ சென்றபின் போதைக்கும் பழகிவிட்டார். அவரது அறையை விட்டு வெளியே வருவதே அபூர்வமானது. இதில் எங்கிருந்து பென்கோவ்ஸ்கி பொது இடங்களில் வைத்திருந்த உளவுத்தகவல்களை எடுத்து வருவது? தொலைபேசியில் தொடர்புகொள்ள முயற்சி செய்தாலும் ஒரு மணிநேரம் கழித்தே குடிபோதை தெளிந்தபின் பேசினார். அதுவும் ரஷ்யர்களே புரிந்துகொள்ள முடியாத ரஷ்ய மொழியில் பேசினார்.

பத்து மாதங்களாகியும் பென்கோவ்ஸ்கியைப் பற்றிய அறிக்கையை அவர் சமர்ப்பிக்கவில்லை. பென்கோவ்ஸ்கியின் தகவல்கள் அரசு அறிக்கையைப் போல அவ்வளவு துல்லியமாக இருந்தன. *CIA*வால் வலியவந்த இந்த அதிர்ஷ்டத்தை விடமுடியவில்லை. ஒருவேளை இது சோவியத் உளவுத்துறையான *KGB*யின் பொறியாகக் கூட இருக்கலாம். எதற்கும் நேரிலேயே விசாரணை செய்து விடுவோம் என்று முடிவு செய்தது *CIA*. பென்கோவ்ஸ்கியும்

வேறு சில வணிகர்கள் மூலமாக நேரில் சந்திப்பதில் ஆர்வம் தெரிவித்திருந்தார். சோவியத்தில் செயல்படும் பத்தாயிரம் *KGB* உளவாளிகளின் மத்தியில் இவ்வளவு தூரம் ரகசியம் காப்பது அவர் மீதிருந்த நம்பிக்கையை மேலும் வளர்த்தது.

மார்ச் – 1961.

மவுண்ட் ராயல் ஹோட்டல்,

லண்டன்.

கிரேவில் வின் என்பவர் ஏற்பாடு செய்திருந்த அறிவியல்துறை வல்லுநர்களுக்கான கூட்டம் அது. லண்டனின் முக்கிய விஞ்ஞானிகளையும் பொறியாளர்களையும் கூட்டத்துக்கு அழைத்திருந்தார். ரஷ்ய அரசாங்கத்தின் சார்பில் பென்கோவ்ஸ்கியும் அழைக்கப்பட்டிருந்தார். கூட்டத்தின் முக்கிய நோக்கம் *CIA* மற்றும் *MI6* உளவுத்துறையைச் சேர்ந்த அதிகாரிகள் பென்கோவ்ஸ்கியிடம் தனியே பேச்சுவார்த்தை நடத்துவது. முடிந்ததும் அவர் சோவியத்துக்கு எதிராக உளவுபார்க்க முன்வந்திருப்பதை நம்பலாமா வேண்டாமா என்பதை முடிவு செய்வார்கள்.

ஏன் உளவுபார்க்க விரும்புகிறார் என்ற காரணம் சரியாக இருந்துவிட்டால் போதும். திறமைகளை எல்லாம் பின்னர் கற்றுக்கொடுத்துவிடலாம். பென்கோவ்ஸ்கி இரண்டு காரணங்களைச் சொன்னார். முதலாவது சோவியத் ராணுவத்தில் வளரும் அவரது கனவுகளை, குடும்பப் பின்னணியை முன்வைத்துத் தடைசெய்தது. கூடிய விரைவில் அவரது கட்டாயப் பதவி ஓய்வை எதிர்பார்த்துக் கொண்டிருந்தார். அதற்குப்பின் அவரது குடும்பத்தைக் காப்பாற்ற மாற்று ஏற்பாடு செய்தாக வேண்டியிருந்தது.

அடுத்த காரணம் சோவியத் அதிபர் குருஷவ். அதென்னவோ அவர் பதவியேற்றது முதலே அவரது கொள்கைகள், ஆளும் திறன், பேச்சு, பழக்கங்கள் என ஒவ்வொன்றும் பென்கோவ்ஸ்கியை எரிச்சலடைய செய்தது. சோவியத்தின் அணு ஆயுதங்கள் தயாரானவுடன், அதிபர் குருஷவ் அதை எப்படிப் பயன்படுத்தப் போகிறாரோ என்ற பயம் தொற்றிக்கொண்டது. இதனாலேயே அமெரிக்கா இதைப் பற்றி அறிந்திருக்க வேண்டுமென்று

முடிவுசெய்தார். உளவாளியாக காரணங்கள் போதுமானதாக இருந்தன.

அடுத்த பதினைந்து நாள்களில் பதினாறு முறை இவரைச் சந்தித்துப் பேசினார்கள். சிறு வயது முதலே சோவியத்தின் ராணுவ, உளவு அதிகார வர்க்கத்தில் வளர்ந்த ஒருவர், அதன் மொத்த கட்டமைப்பையும் புதிதாக ஒருவருக்குச் சொல்லிக்கொடுத்தால் எப்படி இருக்குமோ அப்படி இருந்தது அவர்களது உரையாடல். மொத்தம் ஐம்பத்து இரண்டு மணிநேரம். அத்தனை தகவல்கள் அத்தனை விளக்கங்கள். அதன்பின் அவர் மேல் சந்தேகம் எழவில்லை. இவரை நம்பலாம் என்று முடிவுசெய்தார்கள்.

இது சோவியத்தின் KGBக்குத் தெரிந்தால் என்னவாவது? இதற்காகத்தான் தனது குடும்பத்துக்கும் நண்பர்களுக்குமான லண்டன் பரிசுப் பொருள்களை, நீளமான ஒரு பட்டியலில் எழுதிக் கொண்டு வந்திருப்பார் பென்கோவ்ஸ்கி. இவருக்குப் பதில் இவற்றை லண்டனில் தேடித்தேடி பெட்டியில் நிறைப்பார்கள்CIA அதிகாரிகள். இதைத் தேடும் சாக்கில் இவர் CIA மேலதிகாரிகளுடன் மணிக்கணக்கில் உரையாடிக்கொண்டிருப்பார். அவர் ஒவ்வொரு முறையும் கொண்டு சென்ற பெட்டிகளுக்கு கணக்கே இல்லை. அவ்வளவு மணிநேரத் தகவல்கள் இவர் மூலம் CIA அதிகாரிகளுக்குக் கிடைத்தன.

என்ன இருந்தாலும் இவரை ரஷ்யாவுக்குத் திருப்பி அனுப்பியாக வேண்டும். அங்கிருந்து எப்படி தகவல்கள் வந்து சேர்ந்தன?

58. வைட்டமின் சி பிஸ்கட் வர்த்தகம்

ஜூன் - 1961.
மாஸ்கோ.

அரசாங்க உயரதிகாரிகள் தங்கும் சொகுசான வீடுகளும் சாலையோர மரங்களும் நிறைந்த பகுதி அது. அங்கிருந்த பூங்காவுக்குத் தனது மூன்று குழந்தைகளோடு வந்திருந்தார் ஜேனட் சிசம். இவர் மாஸ்கோவிலிருந்த பிரிட்டன் தூதரகத்தில் பணிபுரியும் ரோரி சிசமின் மனைவி. குழந்தைகள் இருவரும் விளையாட, தள்ளுவண்டியிலிருந்த இளைய மகனோடு பூங்காவின் மர பெஞ்சில் அமர்ந்தார் ஜேனட்.

பூங்காவுக்கு நடைப்பயிற்சி செய்ய வந்த பென்கோவ்ஸ்கிக்கு ஜேனட்டின் குழந்தைகளை மிகவும் பிடித்துப்போனது. அருமையான குழந்தைகள் என்று பாராட்டியதோடு ஒரு பிஸ்கட் பாக்கெட்டையும் குழந்தைக்குப் பரிசளித்துச் சென்றார். வைட்டமின் சி சத்துடன் இனிப்பும் கலந்த, குழந்தைகள் விரும்பி சாப்பிடும் பிஸ்கட் அது. வண்டியிலிருந்த நொறுக்குத் தீனிகள் வைக்கும் பைக்குள் அதைப் போட்ட ஜேனட், விளையாடிக் கொண்டிருந்த இருவரையும் அழைத்தார். மூவருக்குமாக பிஸ்கட் பாக்கெட்டைப் பிரித்து உண்ணக்கொடுத்தார்.

அதைப்போலவே பைக்குள்ளிருந்த இன்னொரு பிஸ்கட் பாக்கெட்டை பத்திரப்படுத்தினார் ஜேனட். அதற்குள் கேமராவில் பயன்படுத்தப்படும் ஏழு ரோல்களைச் சுருட்டி வைத்திருந்தார்

பென்கோவ்ஸ்கி. கூடவே பெர்லின் சுவர் சம்பவத்தைப் பற்றிய அதிபர் குருஷவின் திட்டங்களையும் கடிதமாக எழுதிச் சுருட்டி வைத்திருந்தார்.

ஜேனட், பென்கோவ்ஸ்கியின் சந்திப்பும் பிஸ்கட் பாக்கெட்டும் ஏற்கெனவே திட்டமிடப்பட்டவை. வீட்டிலிருந்து கொண்டு வந்த பிஸ்கட்டுகளையே சந்தேகம் வராமலிருக்க, ஜேனட் குழந்தைகளுக்குப் பிரித்துக் கொடுத்தார். பென்கோவ்ஸ்கி கொடுத்ததைப் பத்திரப்படுத்தி அவரது கணவரிடம் சேர்த்தார். தூதரக அதிகாரியும் *MI6* உளவாளியுமான கணவர் ரோரி அதை தலைமையிடம் சேர்த்துவிடுவார். ஜேனட் ரஷ்ய உளவுத்துறையான *KGB*யின் கண்காணிப்பில் இல்லை என்று அறிந்தே அவர் இதைச் செய்யத் தேர்ந்தெடுக்கப்பட்டார்.

பிரிட்டனுக்குத் தகவலனுப்ப பென்கோவ்ஸ்கி தேர்ந்தெடுத்த பெயர் ஏஜென்ட் ஹீரோ. அடுத்த மூன்று மாதங்களில் ஜேனட்டை பொது இடங்களில் வைத்துப் பதினொரு முறை சந்தித்தார். அவர் மூலம் முப்பத்தைந்து கேமரா ரோல்கள் லண்டனுக்கு அனுப்பிவைக்கப்பட்டன.

எல்லோருக்கும் லண்டனிலிருந்து பரிசுகள் வாங்கிவந்த பென்கோவ்ஸ்கிக்கு, *CIA* ஒரு பரிசளித்தது. சிகரட் லைட்டரைப் போலிருக்கும் மீனாக்ஸ் கேமரா அது. இதைப் பாக்கெட்டிலிருந்து எடுத்து முக்கிய ஆவணப் பக்கங்களின் அருகில் வைத்துச் சரியான கோணத்தில் கிளிக் செய்தால் போதும். இருபது சென்டிமீட்டர் தூரத்திலும் ஒரு முழு பக்கத்தின் துல்லியப் புகைப்படத்தை ரகசியமாக எடுத்துவிடலாம்.

சோவியத்தின் ராணுவ ஆயுதக்கிடங்கில் இருக்கும் ஒவ்வொரு ஆயுதத்தைப் பற்றிய தகவல்களையும் சிறப்பு நூலகமொன்றில் சேமித்து வைத்திருந்தது சோவியத் அரசாங்கம். பென்கோவ்ஸ்கிக்கு இதில் நுழைய அனுமதி இருந்தது. இது போதாதா?

சந்தேகம் வந்துவிடக் கூடாதென்று தன்னை ஒரு எழுத்தாளராக அறிவித்துக்கொண்டார் பென்கோவ்ஸ்கி. ஒரு ராணுவப் பத்திரிகையில் அணுஆயுதங்களைப் பற்றிய கட்டுரையை வெளியிட சிறப்பு அனுமதி பெற்றார். இந்தச் சாக்கில் சோவியத்தின் ஆயுதங்களின் பயன்படுத்துவோர் கையேட்டைப் புகைப்படம் எடுத்து பிரிட்டனுக்கு அனுப்பினார். கூடவே அரசாங்கக்

கோப்புகளிலிருந்த ஆயுதங்களின் துல்லிய புகைப்படங்களையும் இணைத்து அனுப்பினார். ஜேனட் வழியாக மட்டுமல்லாமல் லண்டனில் சந்தித்த கிரேவில் வின் மூலமாகவும் இந்த ரோல்களை கொடுத்தனுப்பினார். வர்த்தகர் என்ற பெயரில் மாஸ்கோவுக்கு அடிக்கடி வந்து சென்றார் கிரேவில் வின்.

பென்கோவ்ஸ்கி அனுப்பிய ஆவணங்களை வகைப்படுத்திப் படிப்பதற்கென ஒரு தனிப்படையையே உருவாக்கியது பிரிட்டன் உளவு நிறுவனமான CIA. அவர் கைப்பட எழுதிய அரசியல் தொகுப்புகள், சோவியத்தின் எதிர்காலத் திட்டங்கள், முடிவுகள் போன்றவற்றை ‘சிக்கடி’ என்று பெயரிட்டுக் கோப்புகளில் சேமித்தது அக்குழு. அறிவியல் தொழில்நுட்பங்கள், ஆயுதங்களைப் பற்றி அனுப்பிய தகவல்களை ‘அயன் பார்க்’ என்ற பெயரில் சேமித்தது.

அவர் அனுப்பிய புகைப்படங்களின் துல்லியம் CIAவுக்கு சந்தேகத்தை ஏற்படுத்தின. அவர்தான் புகைப்படம் எடுக்கிறாரா அல்லது சோவியத் நம்மை ஏமாற்றுகிறதா என்று சந்தேகப்பட்டனர். அவரது லண்டன் பயணத்தின் போது அவரைப் புகைப்படங்கள் எடுக்கச்சொல்லி அதையும் சோதனை செய்தார்கள். அதே துல்லியத்துடன் அவர்கள் கண் முன்னாலேயே புகைப்படம் எடுத்து நிரூபித்தார் பென்கோவ்ஸ்கி. பயிற்சியே இல்லாமல் ஒரு முழுநேர உளவாளியாக மாறியிருந்த பென்கோவ்ஸ்கியின் திறமை அவர்களை வியக்க வைத்தது.

செப்டம்பர்-1961

பாரிஸ், பிரான்ஸ்.

பாரிஸில் நடைபெறும் வர்த்தகக் கண்காட்சியில் பிரிட்டனின் உளவுத்துறை அதிகாரிகளைச் சந்தித்தார் பென்கோவ்ஸ்கி. அவர் மனத்தில் சோவியத் அதிபர் குருஷவ் மீதிருந்த முழு வெறுப்பும் அப்போது வெளிப்பட்டது. குருஷவ், ஹிட்லரின் மறு உருவம் என்றும், அவரைக் கொலை செய்வது உலகம் சமாதானத்துடன் இருப்பதற்கு மிகவும் அவசியம் என்றும் வாதிட்டார். இதன் அரசியல் விளைவுகளை பிரிட்டன் அதிகாரிகள் எவ்வளவு எடுத்துச்சொல்லியும் அவர் சமரசமடைவதாகத் தெரியவில்லை.

ஜெர்மனியில் பெர்லின் சுவர் எழுப்பப்பட்டிருந்த காலம் அது. சோவியத், அமெரிக்காவின் மீது அணுஆயுதத் தாக்குதல் நடத்தவும் திட்டமிருப்பதாகத் தெரிவித்தார் பென்கோவ்ஸ்கி.

சோவியத்தின் அணுஆயுதங்கள் மீது மேற்குலகம் அசைக்க முடியாத நம்பிக்கை வைத்திருந்தது. ஆயுதங்கள், ஏவுகணைகள், விண்வெளித்துறை போன்றவற்றில் அமெரிக்காவைவிட சோவியத்தின் தொழில்நுட்பமே நவீனமானது, சிறந்தது என்று உலகமே நம்பியிருந்தது. பனிப்போரின் உச்சத்தில் சோவியத் அணுஆயுதத் தாக்குதலை நடத்தலாம் என்பதை *CIA*வும் நம்பினார்கள்.

தாக்குதல் உறுதியாகும்போது பென்கோவ்ஸ்கி, மாஸ்கோவிலிருந்து தகவல் தெரிவிக்க 'டிஸ்டன்ட்' என்ற பெயர்கொண்ட வழிமுறைகளை வகுத்தார்கள். மூன்று முறை ரகசியத் தொலைபேசிக்கு எண்ணுக்கு அழைத்து, எதுவும் பேசாமல் மூச்சை மட்டும் இழுத்துவிட வேண்டும். ஒரு குறிப்பிட்ட விளக்குக் கம்பத்தில் கருப்பு மைபூசி குறியீட்டை உறுதிப்படுத்த வேண்டும். இவையிரண்டும் அவர் அணுஆயுதத் தாக்குதலைப் பற்றிய தகவலை அனுப்பியிருக்கிறார் என்பதை உறுதி செய்யும். எத்தனை வருடங்கள் ஆனாலும் அவசரநிலையில் இவற்றைப் பின்பற்ற இருவரும் ஒப்புக்கொண்டார்கள். வருங்காலச் சூழல்களுக்கும் தயாராக இருப்பதே உளவுப்பணியின் முதல் குறிக்கோள்.

அதுவரை ஆயிரக்கணக்கான பக்கங்களைக் கொண்ட ஆவணங்களை அனுப்பியிருந்தார் பென்கோவ்ஸ்கி. தன்மீது *KGB* சந்தேகப்படுவதை சரியான நேரத்தில் உணர்ந்தார். ஜேனட்டையும் எச்சரித்தவர் அவரைச் சந்திப்பதை நிறுத்திக்கொண்டார். அவர் எதிர்பார்த்தபடியே மே மாதத்திலிருந்து *(1962)* அவரும் அவரது குடும்பத்தாரும் மாஸ்கோவை விட்டு வேறெங்கும் பயணம் செல்லக்கூடாதென்று தடைவிதிக்கப்பட்டார்கள். ஜூலை மாதம் பென்கோவ்ஸ்கியைச் சந்திக்க மாஸ்கோ வந்திருந்த கிரேவில்லையும் *KGB* பின்தொடர்ந்தது. அவரையும் பென்கோவ்ஸ்கி ரகசியமாக எச்சரிக்க, அடுத்த நாளே அவர் மாஸ்கோவிலிருந்து வெளியேறிவிட்டார்.

இந்தக் கடுங்காவலையும் கடந்து பென்கோவ்ஸ்கியின் கனவு நிறைவேறியது எப்படி?

59. மிரட்டல் பலிக்காது, வா பேசித் தீர்க்கலாம்

14-அக்டோபர்-1962

அமெரிக்க உளவு விமானங்கள் கியூபாவின் காடுகளுக்குள் ஏவுகணைத் தளங்களைப் போலிருந்த கட்டுமானத்தைக் கண்டுபிடித்தன. தீவிர கண்காணிப்பில் ஏறக்குறைய நாற்பது *SS-4* ஏவுகணைகளையும் அடையாளம் கண்டது. இரண்டாயிரம் மைல்கள் பறக்க முடிகிற இவை தாராளமாக அமெரிக்காவின் தென்பகுதியிலிருக்கும் மாகாணங்களைத் தாக்கக்கூடியவை. இன்றுபோல அப்போது செயற்கைக்கோள் படங்கள் எல்லாம் கிடையாது. வெறும் புகைப்படங்களை வைத்தே எப்படி இதைக் கண்டுபிடித்தார்கள்?

ஏற்கெனவே பென்கோவ்ஸ்கி அனுப்பிய அயன்பார்க் ஆவணங்களே உதவின. ஒவ்வொரு ஏவுகணையின் நீளமும், வீச்சும், தயாரிப்பும், அவற்றின் அழிவுகளின் மதிப்பீடுகளும் *CIA*விடமிருந்தன. இதைக்கொண்டு அமெரிக்க அதிபருக்கு அறிக்கை சமர்ப்பிக்குமளவு நம்பிக்கையான தகவல்களை அல்லவா பென்கோவ்ஸ்கி அனுப்பியிருந்தார்? கியூபாவில் நிறுவியிருந்த ஏவுகணைகள் செயல்பட இன்னும் மூன்றிலிருந்து எட்டு நாள்களாகும் என்பதையும் கணித்தார்கள். அதற்குள் ஏதாவது

செய்தாக வேண்டும். அமெரிக்க அதிபர் ஜான் எஃப் கென்னடிக்கு விவரங்களைத் தெரியப்படுத்தினார்கள்.

இதன் பின்னணி பனிப்போரில் ஆரம்பமானது. 1950களில் அமெரிக்கா, சோவியத் இருவரிடமும் அணு ஆயுதங்கள் இருந்தன. இதை ஏவ, தொலைதூர ஏவுகணைகளைத் தயாரித்தார்கள். இதிலும் சோவியத்தின் ஏவுகணைகளே முதலிடம் வகித்தன என்று நம்பியது மேற்குலகம். சோவியத்தின் உண்மை நிலையைக் கண்டறியும் உளவாளிகள் குறைவாக இருந்த காலம். அதனால் குருஷவ்வைப் போன்ற சோவியத் அதிபர்கள் உலகுக்கு அறிவித்த அனைத்தையும் நம்ப வேண்டிய கட்டாயம்.

சோவியத்தின் இந்த பிம்பத்தை ஆதாரங்களுடன் சிதைப்பதைக் கச்சிதமாகச் செய்து முடித்திருந்தார் பென்கோவ்ஸ்கி. பெரும்பாலான சோவியத் ஏவுகணைகள் செயல்படுவதில்லை; அதிபர் குருஷவ்வின் வார்த்தைகள் பொய் என்பதை நிரூபித்திருந்தார். இதனால் ஜெர்மனியின் பெர்லின் சுவர் விவகாரத்திலேயே அமெரிக்கா விழித்துக்கொண்டது. சோவியத்தின் முதல் தாக்குதலுக்கு அமெரிக்காவின் பதில் தாக்குதல் பலமடங்கு சேதம் விளைவிக்கும் என்றார்கள். இதையடுத்து இவர்கள் மோதிக்கொண்டது கியூபாவில்.

கியூபாவைக் கைப்பற்ற அமெரிக்கா எடுத்த முயற்சிகள் தோல்வியுற, அதைப்பாதுகாக்க முன்வந்தது சோவியத். அதிபர் ஃபிடல் காஸ்ட்ரோவுடன் ஏற்பட்ட ஒப்பந்தத்தில் சோவியத்தின் ஏவுகணைகளையும் அணு ஆயுதங்களையும் கியூபாவுக்குள் நிறுவும் ரகசிய நடவடிக்கைகளைத்தான் அமெரிக்கா கண்டுபிடித்தது. கரீபியக் கடல் வழியாக சோவியத்தின் ராணுவத் தளவாடங்கள் கியூபாவை வந்தடைந்துகொண்டிருந்தன.

இதுதான் சமயம். கியூபா மீது போர் தொடுத்துக் கைப்பற்றிவிடுவோம் என்றே அமெரிக்க அதிபருக்குப் பரிந்துரைத்தார்கள். அவர் அவசரப்படவில்லை. திடீரென்று கியூபா மீது தாக்குதல் நடத்தினால் அது மூன்றாம் உலகப்போரை அல்லவா தொடங்கி வைக்கும்? போரை யாரும் விரும்பவில்லை. அதற்காக சோவியத்தின் ஆயுதங்களை அப்படியே விட்டுவிட முடியாதே? உளவுத்துறையின் உதவியோடு நிலைமையைத் தைரியமாக எதிர்கொள்ளத் தயாரானார் அதிபர் கென்னடி.

22-அக்டோபர்-1962

அதிபர் கென்னடி தொலைக்காட்சியில் தோன்றி, 'சோவியத்தின் ஏவுகணைகள் கியூபாவுக்குள் கண்டறியப்பட்டுள்ளன. அமெரிக்காவின் பாதுகாப்பை முன்னிட்டு கியூபாவுக்குள் நுழையும் கடல்வழியை அமெரிக்கா தடை செய்யப்போகிறது. இவற்றை அகற்றும்வரை, இந்தத் தடை நீடிக்கும். மீறி நுழைந்தால் அமெரிக்கக் கடற்படைத் தக்க பதிலடி கொடுக்கும்' என்று உறுதியாக அறிவித்தார்.

குருஷவ் போருக்குத் தயாராக இல்லை என்பது பென்கோவ்ஸ்கியின் அறிக்கைகளிலிருந்து கென்னடிக்குத் தெளிவாகப் புரிந்தது. அவரது மிரட்டலுக்கு பயப்படப் போவதில்லை என்பதில் உறுதியாக இருந்தார். எதுவாக இருந்தாலும் பேச்சுவார்த்தையில் தீர்வு காணலாம். எல்லை மீறினால் போருக்கும் தயாராக இருக்கும்படி அமெரிக்க ராணுவத்துக்குக் கட்டளையிட்டிருந்தார்.

தொலைக்காட்சி அறிவிப்பு அதிகாரப்பூர்வ கடிதங்களாக அனுப்பப்பட்டது. அன்று அமெரிக்காவுக்கும் சோவியத்துக்கும் தொடங்கிய நேரடித் தொடர்பு இன்றுவரை ஹாட்லைன் தொடர்பாக நிலைத்திருக்கிறது. இரண்டு நாள்களில் சோவியத் அதிபர் குருஷவ் பதிலனுப்பினார். 'இது அமெரிக்காவின் ஆக்கிரமிப்புச் செயல். கப்பல்களைத் திரும்பப்பெற மாட்டோம்' என்றார். ஆனால் உண்மையில் ஆயுதங்கள் இல்லாத கப்பல்களை மட்டுமே கியூபாவுக்குள் அனுப்பினார். அதை சோதித்தபின் அமெரிக்கக் கடற்படையினரும் அனுமதித்தார்கள். அறிவிப்புகள் எல்லாம் பொது மக்களுக்கு மட்டுமே.

இதற்குள் திரைமறைவு ஒப்பந்தத்துக்கு சோவியத் தயாராக இருப்பதாக உளவுச்செய்தி அனுப்பப்பட்டது. கியூபாவிலிருந்து அமெரிக்கா விலகிக்கொள்ள வேண்டும். துருக்கியில் வைக்கப்பட்டிருக்கும் அமெரிக்க ஏவுகணைகள் அகற்றப்பட வேண்டும். இவை இரண்டும் சோவியத்தின் நிபந்தனைகள். இதற்கு ஒத்துவரவில்லை என்றால் அணு ஆயுதப் போருக்குத் தயார் என்றது.

அதிபர் கென்னடியும் இதற்காகத்தானே காத்துக்கொண்டிருந்தார். பேச்சுவார்த்தைகளே போதும் என்றார். கியூபாவிலிருந்து

அமெரிக்கா விலகுவதை உலகறியச் செய்கிறோம். துருக்கி விவகாரத்தை ரகசியமாக முடித்துக்கொள்ளலாம். உலகறிய அறிவிக்க முடியாது என்றார். அதுவே போதுமென்றார் சோவியத் அதிபரும்.

28-அக்டோபர் சோவியத் ராணுவத் தளவாடங்கள் கியூபாவிலிருந்து வெளியேறின. அமெரிக்கப்படை 20-நவம்பர் கியூபா மீதிருந்த தடையை நீக்கியது. அடுத்த ஆண்டு ஏப்ரல்-1963 துருக்கியிலிருந்த ஏவுகணைகள் அகற்றப்பட்டன. மூன்றாம் உலகப்போர் தவிர்க்கப்பட்டு, எதையும் பேசித்தீர்த்துக்கொள்ள நிரந்தர ஹாட்லைன் தொடர்பு ஏற்படுத்தப்பட்டது. அணுஆயுதங்களின் இருப்பையும், மேற்கொண்டு தயாரிப்பதையும் ஒழுங்குபடுத்தும் நடவடிக்கைகள் தொடங்கப்பட்டன.

எல்லாப் புகழும் பென்கோவ்ஸ்கியைச் சேர்வதற்கு முன்னரே அவர் KGBயிடம் சேர்ந்திருந்தார். அவர் மீது சந்தேகம் வந்தவுடன் அவரது அறையிலிருந்த இருக்கையில் கருப்பு மையை ரகசியமாகத் தடவி வைத்திருந்தது KGB. அவர் அதில் அமரும்போது அணிந்திருக்கும் துணி வழியாக மை உடலில் உரசி, அவரை அடிக்கடி நோயுறச் செய்தது. மருத்துவமனைக்கு அவரை அனுப்பிவிட்டு அறையைப் பரிசோதித்தது KGB. அவரது மீனாக்ஸ் கேமரா முதல் அவர் பயன்படுத்திய பல பொருள்களும் உளவுத் தகவல் அனுப்ப உதவுபவை என்பது கண்டுபிடிக்கப்பட்டது. அதிபர் கென்னடி கியூபாவைக் குறித்து தொலைக்காட்சியில் உரை நிகழ்த்திய அன்றே பென்கோவ்ஸ்கி கைது செய்யப்பட்டார்.

02-நவம்பர்-1962

அந்த மர்ம தொலைபேசி அழைப்பு CIAயின் ரகசிய எண்ணுக்கு வந்தது. மின் கம்பத்திலும் கருப்பு மை தடவப்பட்டிருந்தது. சந்தேகமில்லாமல் இது பென்கோவ்ஸ்கியின் எச்சரிக்கைதான். சோவியத் அணுஆயுதப் போரைத் தொடங்கப்போகிறது என்பதைக் குறிக்கும் அறிவிப்பு. இதுகுறித்த உளவுத்தகவலை எடுத்துவர CIA அதிகாரி ரிச்சர்ட் ஜேக்கப் அனுப்பப்பட்டார்.

ஒரு பிரபலத் தெருவிலிருந்த கட்டடத்தில் எப்போதும் வைக்குமிடத்தில் ஒரு தீப்பெட்டி தென்பட்டது. அதில்தான்

உளவுத்தகவலை வைத்திருப்பார். தீப்பெட்டியை எடுக்கும்போது *KGB* அதிகாரிகள் ஜேக்கப்பை கைது செய்து பிறகு ரஷ்யாவிலிருந்து வெளியேற்றினார்கள். பென்கோவ்ஸ்கி *KGB*யின் கைகளுக்குச் சென்றுவிட்டார் என்பதை *CIA* இதன்மூலம் உறுதி செய்து கொண்டது. அவர் அளவுக்கு இனி யாரும் அவர்களுக்காக மாஸ்கோவிலிருந்து உளவுபார்க்கப் போவதில்லை.

வர்த்தகராக மாஸ்கோவில் சுற்றிவந்த உளவாளி கிரேவில்லும் கைது செய்யப்பட்டார். ஆறு மாதங்கள் கழித்து (மே-1963) இருவரின் வழக்குகளும் நீதிமன்றத்துக்கு வந்தன. கிரேவில்லுக்கு எட்டு வருடச் சிறைத் தண்டனை விதிக்கப்பட்டது. அதிர்ஷ்டவசமாக அடுத்த ஆறு மாதங்களில் நடைபெற்ற சிறைக்கைதிகள் பரிமாற்றத்தில் அவர் லண்டனுக்குத் திரும்பினார்.

பென்கோவ்ஸ்கியின் வழக்கு வெளிப்படையாக நடத்தப்படவில்லை. அவர் மீதான உளவுக் குற்றங்களை அதிகாரப்பூர்வமாக உலகுக்கு அறிவிக்க, சோவியத் தயாராக இல்லை. வேறு சில வழக்குகளின் பேரில் அவருக்குத் தூக்குத்தண்டனை வழங்கப்பட்டது. 16-மே-1963 அன்று அவரது தண்டனை நிறைவேற்றப்பட்டது. மாஸ்கோவிலிருந்த பொது புதைகுழியில் அவரது அஸ்தி புதைக்கப்பட்டது. அவரது மனைவியும் மகளும் நாட்டுக்குத் துரோகம் செய்த குடும்பம் என்ற பெயர்பெற்று வெளியே தலைகாட்ட முடியாமல் வாழ்ந்து தீர்த்தனர். தனது இலக்கான உலகின் சிறந்த உளவாளி என்ற பட்டத்தோடு பென்கோவ்ஸ்கி அமரரானார்.

60. சுதந்திரப் பறவைகள்

11-செப்டம்பர்-1965

அமெரிக்கத் தூதரகம்,

ஆஸ்திரியா.

செக்கோஸ்லோவாக்கியாவைச் சேர்ந்த காரல் கோச்சர் மற்றும் ஹான்னா தம்பதியர் அமெரிக்காவிடம் புகலிடம் கேட்டு வந்தார்கள். அது ஆஸ்திரியாவிலிருந்த அமெரிக்கத் தூதரகம். இரண்டாம் உலகப்போருக்குப் பிறகு சோவியத்தின் துணையோடு செக்கோஸ்லோவாக்கியாவில் கம்யூனிச ஆட்சி நடந்தது. காரலுக்கும் கம்யூனிசத்துக்கும் சிறுவயது முதலே ஒத்துப் போனதில்லை. நாட்டுக்கு அடங்காத குடிமகனாகவே அவர் மீது ஏகப்பட்ட வழக்குகள் இருந்தன. ஹான்னாவின் தந்தை ஒரு தீவிர கம்யூனிசவாதி. இதனாலேயே ஹான்னா அதை வெறுத்தார்.

இரண்டு ஆண்டுகள் முன்னர் திருமணத்தில் இணைந்தார்கள், இந்த தீவிர கம்யூனிச எதிர்ப்புவாதிகள். நாட்டைவிட்டு வெளியேறவிடலாம் என்று முடிவெடுத்தார்கள். எங்கே செல்வது? ஹான்னாவின் மாமா ஜோசப் ஆஸ்திரியாவிலிருந்தார். அவரைச் சந்திக்கச் சென்றார்கள். அங்கிருந்த அமெரிக்கத் தூதரகத்தில்

தங்கள் நிலைமையை எடுத்துச் சொல்லி புகலிடம் கேட்டார்கள். இருவரின் பின்னணியையும் விசாரித்தபின் விமானத்திலேற்றி, அவர்களை அமெரிக்காவுக்கு அனுப்பி வைத்தது ஆஸ்திரியா. கம்யூனிசத்திலிருந்து தஞ்சம் புகும் அகதிகளை இம்முறையில் அமெரிக்காவுக்கு அனுப்புவது அங்கு வழக்கமாக இருந்தது.

05-டிசம்பர்-1965

நியூ யார்க் புறநகரில் குடியேறினார்கள் காரலும் ஹான்னாவும். வீடும் காரும் வாங்குமளவு பணம் கொண்டுவந்திருந்தார்கள். மேற்கொண்டு வாழ்வதற்கு இருவரும் வேலை தேடினார்கள். ஐந்து மொழிகளைச் சரளமாகக் கையாளக் கூடிய காரலுக்கு, ரேடியோ ஃப்ரீ யூரோப் என்ற வானொலி நிலையத்தில் வேலை கிடைத்தது. இது அமெரிக்க உளவு நிறுவனமான *CIA*வால் நடத்தப்பட்டது. மத்திய, கிழக்கு ஐரோப்பாவின் கம்யூனிச நாடுகளில் அமெரிக்க செய்திகளையும் அரசியல் ஆய்வுகளையும் கொண்டு சேர்ப்பது இதன் நோக்கம். மாணவர்களிடையே மிகவும் பிரபலமடைந்திருந்தது.

காரலுக்கு இந்தியானா பல்கலைக்கழகத்தில் உதவித் தொகையுடன் படிக்கக் கூடிய வாய்ப்பும் அமைந்தது. ஆராய்ச்சியில் சிறந்து விளங்கியதால், அதைத் தொடர கொலம்பியா பல்கலைக்கழகத்துக்குச் செல்லவேண்டி வந்தது. முனைவர் பட்டம் பெறும் கனவோடு, நியூ யார்க் நகரத்துக்குக் குடிபெயர்ந்தார்கள். மனைவி ஹான்னாவுக்கும் அங்கிருந்த வைர நகைக்கடையில் வேலை கிடைத்தது.

பிரபலங்கள் பலர் வசித்த மன்ஹாட்டனின் கிழக்குப் பகுதியிலிருந்த அடுக்ககத்தில் குடியேறினார்கள். அமெரிக்க நடிகர் மெல் ப்ரூக்ஸ், டென்னிஸ் வீரர் இவான் லெண்டில் போன்றவர்கள் அவர்களின் அண்டை வீட்டவர்களானார்கள். அடுக்ககத்தின் பராமரிப்புக் குழுவில் தன்னை இணைத்துக் கொண்ட காரல் சீக்கிரமே அனைவரிடமும் நெருக்கமானார். தம்பதியர் இருவரும் அமெரிக்காவின் சுதந்திரத்தையும் கம்யூனிசத்தின் கட்டுப்பாடுகளையும் குறித்து நண்பர்களுடன் பகிர்ந்து கொண்டார்கள்.

காரல் தனது பல்கலைக்கழக ஆராய்ச்சியை மும்முரமாகச் செய்தார். போலந்தின் தூதரக அதிகாரியும், அரசியல் ஆராய்ச்சியாளருமான ப்ரெசசென்ஸ்கியைத் தொடரும் ஆராய்ச்சி மாணவராகத் தன்னை நிறுவிக்கொண்டார் காரல். பின்னாளில் இவர் அமெரிக்க அதிபர் ஜிம்மி கார்ட்டரின் தேசிய பாதுகாப்பு ஆலோசகராகப் பணியாற்றினார். சமூகப் பிரபலங்கள், அரசியல் பிரபலங்கள் என்று அனைவருடனும் நெருங்கிய நட்பு கொண்டிருந்தார்கள் காரலும் ஹான்னாவும்.

இதற்குள் அவர்கள் தாய்நாடான செக்கோஸ்லோவாக்கியாவின் ப்ராக் வசந்தத்தின் விளைவாக, அலெக்சாண்டர் துப்செக் அதிபராகப் பொறுப்பேற்றார் (ஜனவரி - 1968). மனித உரிமைகளை வாரி வழங்கும் கம்யூனிச ஆட்சியைக் கொண்டு வர அவர் எடுத்த முயற்சிகள் நாட்டின் பொருளாதாரத்தை வெகுவாகப் பாதித்தன. மேற்குலக நாடுகளைப் போல மக்களுக்குக் கருத்து சுதந்திரத்தை அளிக்க விரும்பினார்.

இந்த சுதந்திரக் கொள்கைகள் சோவியத்துக்கு ஆபத்தாக முடியுமென்று எதிர்பார்க்கப்பட்டது. அந்த வருடமே சோவியத்தால் செக்கோஸ்லோவாக்கியா கைப்பற்றப்பட்டது. சோவியத்தை எதிர்க்கும் அதிபரை அகற்றிவிட்டு, கம்யூனிசத்தைக் கண்டிப்புடன் நிலைநாட்டும் அதிபரைப் பதவியேற்கச் செய்தது சோவியத். மீண்டும் பழைய நிலைக்குச் சென்றது காரலின் தாய்நாடு.

அமெரிக்காவில் குடியேறிய காரலை இந்த ஆட்சி மாற்றம் வெகுவாகப் பாதித்தது. அவருடைய மாதச் செலவுகளுக்குப் பணம் போதவில்லை. ஏனெனில் அமெரிக்கா வந்ததிலிருந்து மாதம் தவறாமல் மிரோஸ்லேவைச் சந்தித்து செலவுகளுக்குப் பணம் பெற்று வந்தார் காரல். இவர் ஐநா அமைப்பின் தூதரக அதிகாரியாகப் பணியாற்றினார். அப்படியே காரலின் தாய்நாடான செக்கோஸ்லோவாக்கியாவுக்கும் உளவு பார்க்கும் உளவாளி இவர். ஒவ்வொரு சந்திப்பின் போதும் காரல் உளவுத் தகவல்களைத் தர வேண்டும், பதிலுக்கு மிரோஸ்லேவ் பணம் தர வேண்டும். இதுவே ஒப்பந்தம்.

ஆனால் காரல் பெரிதாக ஒரு தகவலையும் கொடுத்ததில்லை. கொடுக்கிறேன் என்று சொல்லி பணத்தை மட்டுமே பெறுவதில்

குறியாக இருந்தார். தாய்நாட்டில் ஆட்சி மாற்றம் ஏற்பட்ட பிறகு, இவர்களின் சந்திப்பும் முடிவுபெற்றது. ஏனெனில் இவர்களின் மேலதிகாரிகள் யாரும் அங்கு பதவிகளில் இருக்கவில்லை. உயிருடன் இருக்கிறார்களா என்பதுகூடத் தெரியவில்லை.

இனி பணத்துக்கு என்ன செய்வது என்ற குழப்பம் தம்பதியர் இருவருக்கும் ஏற்பட்டது. உண்மையிலேயே இவர்கள் தாய்நாட்டின் மீது பற்றுக்கொண்டிருந்தார்களா? அதற்காகத்தான் உளவு பார்த்தார்களா? அங்கிருந்த யாருக்கும் இதைப் பற்றியெல்லாம் தெரியவில்லை. பரபரப்பான நகர வாழ்க்கையில் இதற்கெல்லாம் அவர்களுக்கு நேரமுமில்லை.

61. அழிக்க முடியாத கோப்பு

நவம்பர்-1949.

ப்ராக்,

செக்கோஸ்லோவாக்கியா.

பதின்ம வயது மாணவர்கள் நான்கைந்து பேர் சேர்ந்து, கம்யூனிச ஆட்சியின் பிடியிலிருந்து நாட்டை விடுவிக்க முடிவு செய்தார்கள். அதற்காக ஆயுதங்களை வாங்கிச் சேகரித்தார்கள். சர்வாதிகாரத்தை முற்றிலும் ஒழிக்க ஆசைப்பட்டவர்கள் பாவம், தங்களுக்குள்ளிருந்த உளவாளியைக் கண்டுபிடிக்க முடியவில்லை. நண்பர்களில் ஒருவன் அரசாங்கத்தின் உளவுப்பிரிவுக்குத் துப்புக் கொடுப்பவனாக இருந்தான்.

StB என்ற பெயரில் கம்யூனிச ஆட்சியை எதிர்ப்பவர்களை அடக்கி வைக்கும் உளவுப்பிரிவு நாட்டில் இயங்கி வந்தது. சமயத்தில் இது சோவியத்தின் உளவுப்பிரிவான *KGB*யை விடக் கடுமையாக இயங்கியது. இது மாணவர்களைக் கையும்களவுமாகக் கைது செய்தது. விசாரணைக்குப் பிறகு உண்மை தெரியவந்தது. சிறையில் அடைக்கவில்லை என்றாலும் ஒவ்வொருவரின் பேரிலும் ஒரு கோப்பு திறக்கப்பட்டது. இதுவும் *KGB* ஸ்டைல்தான். வாழ்நாள் முழுவதும் அந்தக் கோப்பு அவர்களை சீரழிக்கப்போகிறது என்பதை அப்போது உணரவில்லை. சிறைக்குச் செல்லாமல் தப்பித்ததே போதும் என்று நிம்மதி அடைந்தார்கள்.

அந்த மாணவர்களில் ஒருவர் காரல் கோச்சர். 21-செப்-1934 அன்று ப்ராட்டஸ்லாவா எனும் நகரத்தில் பிறந்தவர் (இன்றைய ஸ்லோவாக்கியாவின் தலைநகரம்). தந்தை ஆஸ்திரிய நாட்டைச் சேர்ந்தவர். தாய் யூதர். முதல் உலகப் போரின் முடிவில் உருவானது செக்கோஸ்லோவாக்கியா. ஐரோப்பாவுடன் இணைந்து தொழில்துறை சக்தியாக உருவெடுக்க இருந்தது. ஆனால் இரண்டாம் உலகப் போருக்கு சில மாதங்கள் முன்னரே ஹிட்லர் செக்கோஸ்லோவாக்கியாவை முழுமையாகக் கைப்பற்றினார்.

ஐரோப்பாவிலிருந்த யூதர்கள் நாஜி வதை முகாம்களுக்குக் கொண்டு செல்லப்பட்டார்கள். இதிலிருந்து தப்பிக்க, காரல் கோச்சரின் பெற்றோர்கள் குடும்பத்துடன் ப்ராக் நகருக்குத் தப்பி வந்தார்கள். பல நாட்டவரைக் கொண்டிருந்தது ப்ராக் நகரம். யாரையும் நம்ப முடியாது. நான்கு வயதான காரல் கோச்சரும் அவரது சகோதரர்களும் உலகப்போர் நடந்த ஆண்டுகள் முழுவதையும் அடுக்ககத்தின் உள்ளேயே கழித்தார்கள். தாய்வழி யூதரான காரல் கோச்சரின் குடும்பம் இப்படித்தான் உயிருடன் தப்பித்தது.

ஹிட்லரிடமிருந்து விடுதலை பெற்று சோவியத்தின் ஜோசப் ஸ்டாலினிடம் சென்றடைந்தது காரலின் தாய்நாடு. அவர்களுக்கிருந்த அடையாளம் அழிக்கப்பட்டு, சோவியத்தின் தலைவர்களையே பின்பற்ற ஆரம்பித்தார்கள். பதினொரு வயது காரலுக்குக் கூட இது புரிந்தது. அவரது வகுப்பறையில் ஸ்டாலினின் புகைப்படத்தை மாட்ட எதிர்ப்புத் தெரிவித்தவர்கள் பள்ளியிலிருந்தே வெளியேற்றப்பட்டார்கள்.

அவரது தாய்மொழியான செக் மொழியோடு ஆங்கிலம், பிரெஞ்சு, ஜெர்மன், ரஷ்யன் எனப் பல மொழிகளைக் கற்றார் காரல். எதையும் கற்றுக்கொள்ளும் ஆர்வமுடைய புத்திசாலி. ஆனால் ஆதிக்கம் செய்ய நினைத்தால் அடங்கமாட்டார். இதனாலேயே அவர் புரட்சியாளன் என்ற அடையாளம் ஏற்பட்டது. இன்னொரு பிரெஞ்சு பள்ளியில் சேர்ந்து படித்துக்கொண்டிருந்தபோதுதான் நண்பர்களுடன் ஆயுதங்கள் சேர்த்து, சிறைக்குச் செல்லாமல் தப்பித்தார் காரல்.

சோவியத்துக்கு ஸ்டாலினிடமிருந்து விடுதலை கிடைத்தபோது கூட காரலின் நாட்டுக்குக் கிடைக்கவில்லை. அஞ்சல் நிலையத்தில் வேலைபார்த்த அவரது தந்தையின் வேலை

பறிபோனது. பழமொழிகள் தெரிந்த காரல் ப்ராக் நகரின் சுற்றுலா வழிகாட்டியாக பணியாற்றினார். பிரெஞ்சு பள்ளியில் நல்ல மதிப்பெண்களோடு படிப்பை முடித்தாலும், காரல் விரும்பியபடி சார்லஸ் பல்கலைக்கழகத்தில் படிக்கச் இடம் கிடைக்கவில்லை. இருமுறை விண்ணப்பம் நிராகரிக்கப்பட்டு மூன்றாம் முறை கணிதமும், இயற்பியலும் மட்டும் படிக்க வாய்ப்புக் கிடைத்தது. கூடவே திரைப்படங்கள், நாடகங்களுக்குக் கதை எழுதவும் கற்றுக்கொண்டார். இது அரசாங்கத் தொலைக்காட்சியில் அவருக்குப் பகுதி நேர வேலைவாய்ப்பைப் பெற்றுத்தந்தது. அவரது நகைச்சுவை நாடகங்கள் பிரபலமாகின. கணிதத்துறையில் உதவி பேராசிரியராகவும் பணிபுரிந்தார்.

உள்நாட்டில் உதாசீனப்படுத்தப்பட்டாலும் ஒரு அமெரிக்கர் அவரது ஆங்கில மொழித் திறனை அங்கீகரித்தார். அமெரிக்காவிலிருந்த கொலம்பியா பல்கலைக்கழகப் பேராசிரியர் ஜார்ஜ் க்ளீன், செக்கோஸ்லோவாக்கியா வந்திருந்தார். நாடு முழுவதும் சுற்றி செக் மொழியையும் ஐரோப்பிய இலக்கியத்தையும் கற்றுக்கொள்வது அவரது திட்டம். ஆங்கில மொழியறிந்த காரல்தான் அவரது பயணம் முழுவதும் கூடவே இருந்து அவருக்கு உதவினார். பேராசிரியர் க்ளீனுடன் சேர்ந்து வாழ்க்கையைப் புதிய கண்ணோட்டத்துடன் அணுகினார் காரல்.

பிற நாடுகளின் கலாசாரத்தையும் வாழ்க்கை முறைகளையும் தெரிந்துகொள்ளும் ஆர்வம் காரலுக்கும் தொற்றிக்கொண்டது. ஆப்பிரிக்க நாடான மாலிக்குச் ஆசிரியராகச் செல்லும் வாய்ப்பு கிடைத்தது. ஆனால் கடவுச்சீட்டு கிடைப்பதில் பிரச்னை ஏற்பட்டு அவரால் பயணம் செய்ய முடியாமல் போனது. யுனெஸ்கோ அமைப்பின் போட்டி ஒன்றில் வெற்றி பெற்று கேமரூன் நாட்டுக்குச் செல்லும் வாய்ப்பும் கிடைத்தது. இம்முறையும் அவருக்கு அனுமதி மறுக்கப்பட்டது. அவரது *StB* கோப்பில் அவர் வெளிநாடு செல்லத் தடை செய்யப்பட்டிருந்தது காரலுக்கு அப்போதுதான் தெரிய வந்தது.

*StB*யிடம் நல்ல பெயரெடுக்க கம்யூனிசக் கட்சியில் சேர்வதுஎனப் பலவற்றையும் முயற்சி செய்தார் காரல். ஆனால் கோப்பில் அவரது குற்றங்களின் பட்டியலும் அதிகரித்துக்கொண்டே போனது. மாலை நேரத்தில் அவரது காதலியைப் பிரியும்போது முத்தம்

கொடுத்தது குற்றம் என்று அவரைக் கைது செய்ய வந்தார் ஒரு காவல்துறை அதிகாரி. வாக்குவாதம் முற்றி இரண்டு வருடச் சிறைத்தண்டனையில் கொண்டுவிட்டது. பிறகு இரவுநேரக் காவலராக, பகுதிநேர ஆசிரியராகப் பல வேலைகளுக்கும் சென்றார். ஆனால் StBயை மீறி எந்த வேலையிலும் அவரால் முன்னேற முடியவில்லை.

இதற்கு என்னதான் முடிவு என்று யோசித்தவர், StBயில் ஒருவராகவே மாறுவது என்று முடிவெடுத்தார். StBயில் இணைந்து தாய்நாட்டின் உளவுத்துறையில் பணிபுரிய ஆர்வமிருப்பதாகக் காட்டிக்கொண்டார். அவரது கல்வித்திறனும், பன்மொழிப் புலமையும் அவரை உளவுத்துறையிடம் கொண்டு சேர்த்தது. மூன்று வருடங்கள் உளவுபார்க்கப் பயிற்சி கொடுக்கப்பட்டார். ரகசியத் தகவல் பரிமாற்ற முறைகள், பொய் பேசுவதைக் கண்டுபிடிக்கும் சோதனைக் கருவிகளை ஏமாற்றுவது எனப் பலவற்றையும் கற்றுக்கொண்டார்.

மனைவி ஹான்னாவைச் சந்தித்ததும் அப்போதுதான். கம்யூனிசக் கட்சியின் உயர் பதவிகளிலிருந்த தந்தையிடமிருந்து தப்பிக்க வழிதேடிக் கொண்டிருந்தார் ஹான்னா. இதே நிலையிலிருந்த காரலும் அவரும் திருமணத்தில் இணைந்தார்கள்(நவ-1963). காரலின் உளவுப்பணியைப் பற்றி நன்கு தெரிந்திருந்த ஹான்னாவும் அதில் ஆர்வம் காட்டினார். இவர்களைச் சோதனை முறையில் அமெரிக்காவுக்கு உளவாளிகளாக அனுப்ப முடிவெடுத்தது செக்கோஸ்லோவாக்கியா.

எப்படி என்றெல்லாம் தெரியாது, ஆனால் நீங்கள் இருவரும் அமெரிக்காவுக்குச் சென்று அங்கிருந்து உளவுத்தகவல்களை அனுப்ப வேண்டும். அறிவியல் தெரிந்தவர்கள், கலைஞர்கள் என்று எந்த வேடத்தை வேண்டுமானாலும் தேர்ந்தெடுத்துக் கொள்ளுங்கள். எங்களுக்குத் தேவை உளவுத் தகவல்கள் என்றது அரசாங்கம். இதற்கு முன்னர் அங்கிருந்து யாரும் உளவுபார்க்க அமெரிக்காவுக்கு அனுப்பப்பட்டதில்லை.

சவாலை ஏற்ற பின்னரே அமெரிக்காவிடம் புகலிடம் கேட்டார்கள் காரலும் ஹான்னாவும். அங்கிருந்து தொடங்கியது அவர்களின் உளவுபார்க்கும் பயணம்.

62. வெளிநாட்டவராக இருந்தாலே ஒட்டுக்கேள்

செக்கோஸ்லோவாக்கியாவிலிருந்து ஆஸ்திரியாவுக்குச் செல்லும்போதே ஒரு சோப்பின் வடிவத்தில் ரகசியக் குறியீடுகளையும் கொண்டு சென்றிருந்தார் காரல். அமெரிக்காவில் குடியேறியதும், மனைவி ஹான்னா தனது தந்தைக்கு எழுதும் கடிதங்கள் வழியே தாய்நாட்டுக்கு உளவுத்தகவல்களை அனுப்பினார். அரசாங்கம் எதிர்பார்த்த அளவுக்கு அனுப்பவில்லை என்றாலும், அவ்வப்போது அனுப்பப்பட்டன.

ஆனால் நீண்டகால உளவுக்குத் தேவையான அடித்தளங்களை கவனமாக அமைத்து வந்தார் காரல். அமெரிக்காவின் மேல்தட்டு மக்களுடன் நெருக்கமாவதில் கவனம் செலுத்தினார். இளமையும் அழகும் கொண்டிருந்த மனைவி ஹான்னாவும் இதற்கு உதவினார். தம்பதியராக இதற்கு உழைப்பது எளிதில் இவர்கள் மேல் சந்தேகம் வருவதைத் தடுத்தது. பேராசிரியர் ஜார்ஜ் க்ளீனுடனான காரலின் தொடர்பே, அவருக்கு *CIA*வால் நடத்தப்பட்ட வானொலி நிலையத்தில் வேலை வாங்கிக் கொடுத்தது.

ஏறக்குறைய ஸ்லீப்பர் செல் அளவுக்குத்தான் உளவு பார்த்துக்கொண்டிருந்தார் காரல். தாய் நாட்டின் ஆட்சி மாற்றத்துக்குப் பிறகு உளவு பார்ப்பதா வேண்டாமா என்ற குழப்பத்தில் இருந்தார். அமெரிக்கக் குடியுரிமையும் கிடைத்தது. அப்போதுதான் பல்கலைக்கழகத்தில் அரசியல் ஆராய்ச்சியாளரான ப்ரெசசென்ஸ்கியின் மாணவராக இருந்த தொடர்பில், அவருக்கு

வலிய வந்தது ஓர் அரிய வாய்ப்பு. அமெரிக்க உளவுத்துறையான *CIA*யில் பணிபுரியும் வாய்ப்பு. அவரது பன்மொழித் திறமைக்குக் கிடைத்த அங்கீகாரம்.

அமெரிக்காவில் தங்கியிருக்கும் வெளிநாட்டவரை *CIA* பல வழிகளில் ஒட்டுக்கேட்டது. அவர்களுக்குள் நடக்கும் உரையாடல்கள், அறையிலிருக்கும் தொலைபேசித் தொடர்புகள், வாகனங்கள் என்று தூதரக அதிகாரிகள் முதல் வர்த்தகம் செய்ய வரும் பணக்காரர்கள் வரை அனைவரையும் வேவு பார்த்தது. இவை பெரும்பாலும் அவரவர் தாய்மொழியில் இருந்தன. ரஷ்யன், ஜெர்மன் எனப் பல்வேறு மொழிகளில் இருக்கும் இவற்றை மொழிபெயர்த்தால் மட்டுமே *CIA*வுக்கு இதனால் பயனிருக்கும். இதைச் செய்யும் மொழிபெயர்ப்பாளர் மற்றும் ஆய்வாளராகத் தேர்ந்தெடுக்கப்பட்டார் காரல் *(1972)*.

*CIA*வுக்குள் நுழைய பல்வேறு பாதுகாப்பு சோதனைகள் நடந்தன. தாய்நாட்டு அரசாங்கத்திடம் இவருக்கிருந்த *StB*கோப்பின் கெட்டப்பெயர் இப்போது உதவியது. மற்ற சோதனைகளைக் கடக்க உளவாளிக்கானப் பயிற்சி அவருக்கு சொல்லிக் கொடுத்திருந்தது. *CIA*யில் நுழைந்தார். இந்தத் தகவலை தாய்நாட்டுக்கும் அனுப்பினார். இம்முறை இவரது தகவல்கள் சரியான அதிகாரியிடம் சென்று சேர்ந்தன.

KGB அதிகாரியான யூரி அன்ட்ரோபோவ் காரலைக் குறித்து ஆச்சரியமடைந்தார். பின்னாளில் இவர் *KGB*யின் தலைவராகவும், கம்யூனிசக் கட்சியின் தேசியத் தலைவராகவும் பொறுப்பேற்றார். அமெரிக்க உளவுத்துறைக்குள், சோவியத்துக்கும் செக் குடியரசுக்கும் உளவுபார்க்க ஒரு உளவாளி கிடைத்திருக்கிறார். அதுவரை நடந்திருக்காத ஒன்று. வாயடைத்துப் போனார். காரல் கேட்டவற்றை எல்லாம் கொடுத்தார்கள். அமெரிக்க முக்கியப் புள்ளிகளின் அண்டை வீட்டாராகத் தங்கும் செலவுகள், பகட்டான உடைகள், வாகனங்கள் என்று அனைத்தும் காரல், ஹன்னாவுக்கு அளிக்கப்பட்டன. சந்தேகம் ஏற்படாமலிருக்க ஹன்னாவின் வைர வர்த்தகத்தில் அவருக்குக் கிடைத்த லாபமே இவற்றுக்கெல்லாம் காரணம் என்று வெளியே சொல்லப்பட்டது.

அமெரிக்க மேல்தட்டு மக்களின் வாழ்வில் போதைக் கலாசாரம் நுழைந்திருந்த காலம் அது *(1970)*. டிஸ்கோ கிளப்புகள், பன்னாட்டுப்

பொழுதுபோக்கு போன்றவை கலைஞர்கள், அறிஞர்கள் வட்டத்தில் இயல்பாக ஊடுருவியது. குடி, போதை, இரவுநேரக் கொண்டாட்டங்களோடு ஓரிரவுக்கு கணவன் மனைவியை மாற்றிக்கொள்ளும் பழக்கமும் தொடங்கியது. தம்பதியரான காரலுக்கும் ஹான்னாவுக்கும் கிடைத்த அரிய வாய்ப்பு இது. தவறவிடவில்லை.

CIA, பென்டகன், செனட்டர் என அமெரிக்காவின் முக்கியப் பதவிகளில் இருப்போரும் உளவாளிகளும் கூட இதில் கலந்துகொண்டார்கள். சோவியத்துக்கு அனுப்பப்பட்ட அமெரிக்க உளவாளிகளின் தகவல்கள் முதற்கொண்டு பல மேல்மட்ட ரகசியங்களைத் திரட்டுவது காரலுக்குச் சுலபமானது. பல சமயங்களில் இத்தகைய பார்ட்டிகளில் இவர்கள் கலந்துகொண்டது வெளிவரக்கூடாது என மிரட்டலுக்குப் பயந்தும் ரகசியங்கள் வெளிவந்தன. ஹான்னாவின் உதவியோடு தகவல்களை *KG-B*யிடம் சேர்த்தார் காரல்.

லெபனான் தலைநகரில் பணிபுரியும் *KGB*யின் தலைமையதிகாரி *CIA*வால் கண்காணிக்கப்படுவது; மேற்கு ஜெர்மனியில் செயல்பட்டு வரும் செக்கோஸ்லோவாக்கியாவின் தூதரகப் பணிகள் கண்காணிக்கப்படுவது; கொலம்பியாவின் தலைநகரில் செயல்படும் சோவியத்தின் தூதரக அலுவலகத்தின் நான்கு தொலைபேசித் தொடர்புகள் *CIA*வால் ஒட்டுக்கேட்கப்படுவது என இவரது தகவல்கள் மற்ற நாடுகளில் பணிபுரிந்த *KGB* உளவாளிகளுக்கு எச்சரிக்கையாக அமைந்தது.

1973 - போகோட்டா,

கொலம்பியா.

சோவியத் தூதரகத்தில் பணிபுரிந்து வந்த அலெக்ஸாண்டர் அகரோட்னிக் மிகுந்த சந்தோஷத்தில் இருந்தார். அவர் தந்தையாகப் போகிறார் என்பதே காரணம். அவரது ஆசைக் காதலி பிலார் பர்காலா என்ன பரிசு கேட்கப்போகிறார் என்று ஆவலுடன் காத்திருந்தார். இவருடனான உறவை நிச்சயம் தனது மாஸ்கோ குடும்பமும் உயரதிகாரிகளும் ஆதரிக்கப்போவதில்லை. இது தெரியாதவரைக்கும் பிரச்னையில்லை.

ஆனால், அவரது காதலியே பிரச்னையாக இருப்பாரென்று அவர் நினைக்கவில்லை. காதலி பிலார் பர்காலா கேட்ட பரிசு இதுதான். அகரோட்னிக் இனிமேல் *CIA*வுக்காக உளவு பார்க்க வேண்டும். அவரால் மறுக்க முடியவில்லை.

அகரோட்னிக் தனது தலைமை அலுவலகமான மாஸ்கோவுக்கு அழைக்கப்பட்டார். இது அவர் உளவுபார்க்க இன்னும் வசதியாகப்போனது. அமெரிக்காவிலிருந்து சோவியத் தூதரகத்துக்கு வந்துசேர்ந்த ரகசியத் தந்திகளை, அகரோட்னிக் தினமும் புகைப்படம் எடுத்து *CIA*வுக்கு அனுப்பினார். இதை ஆராய்ந்து துரோகிகளை அடையாளம் காண்பதே நோக்கம். ஆனால், *CIA*வுக்காக அமெரிக்காவிலிருந்து இவற்றை மொழிபெயர்த்து கொண்டிருந்தவர் காரல். கடமையில் தவறவில்லை. அனைத்தையும் மொழிபெயர்த்தார். கூடவே என்னென்ன தகவல்கள் அமெரிக்காவுக்குத் தெரிந்துவிட்டதோ, அதை ஒன்றுவிடாமல் இவர் தனியாக சோவியத்துக்குத் தெரிவித்தார். அதற்குமேல் அவை பயன்படாமல் பார்த்துக்கொள்வது சோவியத்தின் பாடு.

ஜூலை - 1977 அகரோட்னிக் சோவியத் உளவுத்துறையால் கைது செய்யப்பட்டார். குற்றங்களை எழுத்துமூலம் வாக்குமூலம் கொடுக்கிறேன் என்று தனது பேனாவைத் திறந்தவர் அதை வாயில் வைத்துக் கடித்தார். அதில் சயனைட் விஷம் தடவப்பட்டிருந்தது. விசாரணையை முடிப்பதற்குள் தண்டனையை அளித்துக்கொண்டார் அகரோட்னிக்.

காரலின் தகவல்கள் தொடர்ந்து *CIA*வின் ரகசியங்களை சோவியத்துக்கு தெரிவித்தன. வைர வர்த்தகம் என்ற பெயரில் அடிக்கடி பல நாடுகளுக்குப் பயணம் செய்த மனைவி ஹான்னா, எந்த சந்தேகமும் எழாதவாறு இவற்றைக் கடத்திக்கொண்டிருந்தார். அமெரிக்காவின் சொகுசு வாழ்க்கை அவர்களுக்கு மிகவும் பிடித்துப்போயிருந்தது.

ஐரோப்பாவுக்குச் சுற்றுலா சென்றிருந்த போதுதான் அந்த அதிர்ச்சி அவர்களுக்குக் காத்திருந்தது.

63. மாட்டிக்கொள்ளாதே, பலி கொடுத்துவிடு

09-செப்டம்பர்-1976.

சிடைர்கோலி,

செக்கோஸ்லோவாக்கியா.

ஐரோப்பாவுக்குச் சுற்றுலா சென்றிருந்த காரல், ஹான்னா தம்பதியரை செக்கோஸ்லோவாக்கியாவின் உளவுத்துறை விசாரணைக்கு அழைத்தது. தலைநகர் ப்ராக்கிலிருந்து முப்பது கிமீ தென்கிழக்கில் அமைந்திருந்த மலைக்கிராமத்திலிருந்த ரகசிய இல்லத்துக்குச் சென்றார்கள். சர்வதேச தீவிரவாதிகளை விசாரணை செய்யும் இடம் அது. கிட்டத்தட்டக் குற்றத்தை ஒப்புக்கொண்டு வாக்குமூலம் அளித்தே ஆகவேண்டுமென்ற தொனியில் நடந்தது அந்த ஏழு நாள் விசாரணை.

காரல் தாய்நாட்டுக்குத் துரோகம் செய்துவிட்டார் என்பதை அவர் ஒப்புக்கொள்ள வேண்டும். அமெரிக்க உளவுத்துறையான *CIA*வுக்காக இப்போது தாய்நாட்டையும், சோவியத்தையும் உளவு பார்க்கிறார். இதற்காக அவருக்குப் பெருமளவில் அமெரிக்கப் பணம் வழங்கப்படுகிறது என்பதை அவர் வீடியோ வாக்குமூலம் அளிக்க வேண்டும் என்று வற்புறுத்தினார்கள்.

காரல் கொஞ்சமும் மசியவில்லை. அவரும் ஹான்னாவும் சுற்றுலா முடிந்தபின்னும் அமெரிக்காவுக்குத் திரும்பவில்லை என்றால்

நிச்சயம் தேடப்படுவார்கள். காரணம் அவர் CIAவின் ஊழியர். ஹான்னா பிரபலமான வைர வர்த்தகத்தில் ஈடுபட்டிருப்பவர். அமெரிக்காவின் பெரும்புள்ளிகளுக்கு இவர்கள் இருவரையும் தெரியும். அமெரிக்கக் குடியுரிமை பெற்ற இருவரும் நாடு திரும்பவில்லை என்றால் அரசாங்க ரீதியில் ஐரோப்பா கேள்வி கேட்கப்படும். அவர்களை வெகு நாள்கள் அங்கு வைத்திருந்து விசாரிக்க முடியாது என்பது புரிந்தது. அதே சமயம் காரல் குற்றத்தை ஒப்புக்கொள்வதாகவும் இல்லை. இனியும் தாமதிப்பது பயனில்லை என்று ஒரு வாரம் கழித்து அவர்கள் விடுதலை செய்யப்பட்டார்கள்.

இந்த விசாரணையைத் தலைமையேற்று நடத்தியவர் அலெக் கலூகின், என்ற KGB அதிகாரி. விசாரணை முழுவதும் பதிவு செய்யப்பட்ட நிலையில், காரல் குற்றத்தை ஒப்புக்கொள்ளவில்லை என்று இறுதி அறிக்கையைச் சமர்ப்பித்தார் கலூகின். ஆனால் அதற்காக காரல் CIAவுக்கு உளவு பார்ப்பதை மறுத்துவிட முடியாது என்றும் அதில் பதிவு செய்தார். இதனால் அமெரிக்கா சென்ற கையோடு அவரது CIA பணியை ராஜினாமா செய்ய வேண்டும். அவரது வர்த்தகம், சொத்துகள் எல்லாவற்றையும் விற்றுவிட்டு அமெரிக்காவுக்கு சந்தேகம் வராத வகையில் மொத்தமாக காலிசெய்துவிட்டு வந்துவிட வேண்டும் என்று காரலுக்குக் கட்டளையிட்டது அவரது தாய்நாடு.

ஒருவகையில் காரலுக்கும் இது நிம்மதியைத் தந்தது. உளவாளியாக உழைத்துக் களைப்படைந்திருந்தவர் ஏற்கெனவே ராஜினாமா செய்வதாக இருந்தார். இப்போது நிர்ப்பந்திக்கப்படுகிறார், அவ்வளவுதான். சமயம் பார்த்து திரும்பி வந்துவிடக் காத்திருந்தார். அடுத்த ஐந்து வருடங்கள் தம்பதியர் இருவரும் அமெரிக்காவில் நிம்மதியான வாழ்க்கையை வாழ்ந்தார்கள்.

இதற்குள் காரலை விசாரித்த KGB அதிகாரியான அலெக் கலூகின் மீது சந்தேகங்கள் முளைக்கத் தொடங்கின. அவரது தலைமையில் ஒரு அமெரிக்க உளவாளி கூட கைது செய்யப்படவில்லை. அவருக்கு அடுத்துப் பதவியேற்றவர், சில காலத்திலேயே பத்துக்கும் மேற்பட்ட துரோகிகளைக் கைது செய்திருந்தார். அப்போதுதான் கலூகின் சோவியத்துக்குத் துரோகம் செய்து, அமெரிக்காவின் CIAவுக்காக உளவு பார்த்தது தெரியவந்தது.

கொலம்பியா தூதரகத்தில் பணிபுரிந்த அகரோட்னிக்கை, மாஸ்கோவுக்கு வரவழைத்தது அவரது திட்டமே. தன்மீது எழுந்த சந்தேகங்களை அவர்மீது திருப்பி அவரை பலிகொடுத்தார். தான் மாட்டிக்கொள்ளக் கூடாதென்றே *CIA*யில் பணிபுரியும் காரலையும் விசாரணை செய்தார். அவரது சித்திரவதை தாங்காமல் காரல் சரணடைந்திருந்தால், அவருக்கு மரண தண்டனை கிடைத்திருக்கும். அகரோட்னிக்கை மரணத்துக்குக் கொண்டு சென்ற கலூகின், அதேபோல பிபிசியின் பத்திரிகையாளர் ஜார்ஜ் மார்க்கோவ் கொலை செய்யப்படவும் காரணமாக இருந்தார். இதில் மாட்டிக்கொண்ட பின்னர்தான் கலூகினைப் பற்றிய உண்மைகள் *KGB*க்குத் தெரிய வந்தன. காரல் நிரபராதி என்பதும் அவர்களுக்குப் புரிந்தது.

1982 – மன்ஹாட்டன்,

நியூ யார்க் நகரம்,

அமெரிக்கா.

தத்துவ ஆசிரியராகப் பணிபுரிந்துகொண்டிருந்த காரலுக்கு ஒரு கடிதம் வந்தது. அதில் குறிப்பிட்டிருந்த தெருவுக்கு அன்று மாலை அவரை வரச்சொல்லி எழுதியிருந்தது. ஜான் ஃபீலா எனும் செக்கோஸ்லோவாக்கியாவின் உளவு அதிகாரி அங்குக் காத்துக்கொண்டிருந்தார். தாய்நாட்டின் சார்பாக காரலிடம் மன்னிப்பு கேட்டார். அவரைச் சந்தேகப்பட்டு, விசாரணை என்ற பெயரில் கொடுக்கப்பட்ட சித்திரவதைக்காகவும், அவரது உளவு வாழ்க்கையின் முடிவுக்காகவும் மன்னிப்புக் கேட்டார். மறுபடியும் உளவாளியாக அவர் தாய்நாட்டுக்குச் சேவை செய்ய வேண்டும் என்றும் கேட்டுக்கொண்டார்.

பனிப்போரின் உச்சத்தில் இருந்தன சோவியத்தும் அமெரிக்காவும். அணுஆயுத உற்பத்தியை அதிகமாக்கும் நடவடிக்கைகளில் ஈடுபட்டிருந்தன. பலிஸ்டிக் ஏவுகணைகள் தயாரிப்பு மும்முரமாக நடந்து வந்தது. முதல் தாக்குதல் எப்போது என்று உளவுபார்க்க ஆபரேஷன் ரையான் திட்டமிடப்பட்டிருந்தது. சோவியத் கம்யூனிசக் கட்சியின் தலைவர் யூரி ஆன்ட்ரோபோவ் இதற்கான உத்தரவுகளைப் பிறப்பித்திருந்தார்.

அமெரிக்க அதிபர் ரொனால்ட் ரீகனும் பிரபல ஸ்டார் வார்ஸ் உரையை நிகழ்த்தியிருந்தார். விண்வெளிக் கலங்களின் துணையோடு ஏவுகணைப் பாதுகாப்பு அமைப்பை உருவாக்குவது அவரது திட்டம். எப்போது வேண்டுமானாலும் தாக்குதல் நடத்தப்படலாம் என்ற நிலை. கடைசி முறையாக மீண்டும் உளவுபார்க்க ஒப்புக்கொண்டார் காரல். பழைய தொடர்புகளைப் புதுப்பித்து மீண்டும் ஹான்னாவின் உதவியுடன் உளவுத் தகவல்கள் சோவியத்துக்கு அனுப்பப்பட்டது. பொதுப்பணி செய்யும் என்ஜிஓ அமைப்பை உருவாக்கி, அந்தப் போர்வையில் இன்னும் அதிக உளவாளிகளைச் சேர்க்கலாம் என்றும் திட்டங்கள் வைத்திருந்தார் காரல்.

ஆனால் காரலின் உள்ளுணர்வுக்கு ஏதோ சரியில்லை என்பது தோன்றியது. ஆபத்து நிறைந்ததுதானே உளவாளியின் வாழ்க்கை என எப்போதும் போலத் தனது வேலையைத் தொடர்ந்தார். காத்திருந்த ஆபத்தின் தீவிரத்தை அவர் உணரவில்லை.

64. மறுக்க முடியாத பேரம்

காரல் உளவு பார்க்கும்போது பல விசித்திரமான சம்பவங்கள் நடந்தன. அவரது தொலைபேசி ஒட்டுக் கேட்கப்படுவதை உணர்ந்தார். தெருமுனையில் பைனாகுலர் வைத்திருக்கும் ஒருவரால் அவர் கண்காணிக்கப்படுவது புரிந்தது. உண்மையில் வீடு, அலுவலகம் என செல்லுமிடமெல்லாம் அவர்களுக்கு எதிராக ஆதாரங்கள் திரட்டப்பட்டு வந்தன. இதற்கு மேல் உளவு பார்ப்பது பாதுகாப்பில்லை என்பதை உணர்ந்த காரல், இதை சோவியத்துக்குத் தெரிவித்தார். அவரது அமெரிக்க வீடு, உடைமைகளை விற்க ஏற்பாடு செய்தார். மீண்டும் ஆஸ்திரியாவுக்குச் சென்றுவிடலாம் என்று இருவரும் தங்களைத் தயார்படுத்திக்கொண்டிருந்தார்கள்.

27-நவம்பர்-1984

காரலின் வீட்டை விற்கும் நாள் வந்தது. அதற்கான ஆவணங்களில் கையெழுத்திட வங்கிக்குச் சென்றார்கள் காரலும் ஹான்னாவும். வேலை முடிந்ததும் ஹான்னா வேலை பார்க்கும் அலுவலகத்தில் அவரை விட்டுவிட்டு நடந்து வந்து கொண்டிருந்தார் காரல். அவரை பைனாகுலரில் கண்காணித்த கண்களை அப்போது நேருக்குநேர் சந்தித்தார். காரலுடன் கைகுலுக்கி அவருக்காக சில நண்பர்கள் காத்திருப்பதாகச் சொன்னார் அந்த நபர்.

காரலுக்குப் புரிந்தது. தன்னைக் கைது செய்ய வந்திருக்கும் *CIA* அதிகாரியிடமிருந்து காரிலேறி தப்பித்தார். அருகிலிருந்த ஹோட்டல் வரைதான் செல்ல முடிந்தது. அதற்கு மேல் தப்பிக்க முடியவில்லை. அதிகாரிகள் சுற்றிவளைத்து அவரையும் அவரது மனைவியையும் கைது செய்தார்கள். தனித்தனி அறையில் விசாரணை நடந்தது. ஹான்னா வாய் திறக்கவில்லை.

காரலுக்கு ஒரு வாய்ப்பு அளிக்கப்பட்டது. இதுவரை செய்த குற்றங்கள் அனைத்தையும் ஒப்பித்துவிட்டால் அவர் கைதானதை மறந்துவிடலாம். *CIA* ஒருபுறம் இவர்களை தேடித் கொண்டே இருக்கும். காரல், அவர் திட்டமிட்டபடி மனைவியோடு ஆஸ்திரியாவுக்கு தப்பிச் சென்றுவிடலாம் என்றார்கள். காரலும் இப்படி நடந்தால் நல்லது என்று நினைத்தார். மீதி வாழ்நாளைச் சிறையில் கழிப்பதற்குப் பதிலாகத் தேடப்படும் குற்றவாளியாக வேறு நாட்டுக்குத் தப்பிச்செல்வது மேல் என்று நினைத்தார். காரல் குற்றங்களை ஒப்புக்கொண்டார்.

சொன்னபடியே விடுதலை செய்யப்பட்டார். ஆனால் அன்றிரவு ஊரைவிட்டுச் செல்லும்போது கைது செய்யப்பட்டார். அமெரிக்க உளவுத்துறையை முதல்முறையாக நம்பியதற்குப் பரிசாக காரல் சிறைக்கு அழைத்துச் செல்லப்பட்டார். அவரது வாக்குமூலங்கள் நீதிமன்றத்தில் ஆதாரங்களாகச் சமர்ப்பிக்கப்பட்டன. விசாரணையில் வாய் திறக்காத ஹான்னாவுக்கு எதிராக போதிய ஆதாரங்கள் இல்லாததால் அவர் விடுவிக்கப்பட்டார். அது ஒன்றே அவருக்கு ஆறுதலானது.

சிறையில் அவரைக் கொல்லச் சதி நடந்தது. மனநிலை சரியில்லாத ஒருவனைக் கொண்டு அவரைக் கொலை செய்ய முயற்சி செய்தார்கள். அதிர்ஷ்டவசமாக போதைப் பொருள் வழக்கில் சிறைக்கு வந்திருந்த இன்னொரு கைதியால் தடுக்கப்பட்டு, உயிர் பிழைத்தார் காரல். சிறைக்குச் சென்ற பிறகும் அவரது வழக்கை அமெரிக்கர்கள் இன்னும் முடிக்கவில்லை என்பதைப் புரிந்துகொண்டார். அவரது வழக்கறிஞரை வரவழைத்துப் பேசினார். அவர் மூலம் சோவியத்தின் உளவுத்துறையான *KGB*க்கு ஒரு கடிதம் அனுப்பினார்.

ஒரு ஒப்பந்தத்தை முன்வைத்தார். நேதன் ஷாரன்ஸ்கி எனும் இஸ்ரேல் உளவாளி சோவியத் சிறையிலிருந்தார்.

அமெரிக்க அரசாங்கம் அவரை எப்படியாவது விடுவிக்க வழி தேடிக்கொண்டிருந்தது. நேதனை சோவியத் விடுதலை செய்ய, அவருக்குப் பதிலாக அமெரிக்கா காரலை விடுவிக்க, சோவியத் அரசாங்கம் நடவடிக்கை எடுக்க வேண்டும் என்று எழுதியிருந்தார். சோவியத்தில் நடந்த ஊழல்களை வெளிப்படுத்தியதால் நேதன் கைது செய்யப்பட்டதாக மேற்குலகம் முழுவதும் பரப்புரை செய்யப்பட்டு வந்தது. இருதரப்புக்கும் இது நல்ல ஒப்பந்தமாகத் தோன்றியது.

03-பிப்ரவரி-1986

தனது குற்றங்களுக்காக நீதிமன்றத்தில் மன்னிப்பு கேட்டு விடுதலை பெற்றுக்கொண்டார் காரல். காரல் மற்றும் ஹான்னாவின் கடவுச்சீட்டுகளைப் பறிமுதல் செய்தது நீதிமன்றம். அவர்கள் இனி அமெரிக்காவில் தங்க அனுமதிக்கப்பட மாட்டார்கள் என்றது. நியூ யார்க்கிலிருந்து ஜெர்மனிக்கு விமானம் மூலம் அனுப்பி வைக்கப்பட்டார்கள். தலைநகர் பெர்லினில் அந்தக் கைதி பரிமாற்றம் நடந்தது.

ப்ரூக்ஸ் பிரதர்ஸ் தாயரிப்பில் அங்கியும், குச்சி பிராண்ட் காலணிகளையும் அணிந்து ஸ்டைலாக நடந்து வந்தார் காரல். ஹான்னாவும் தன் பங்குக்கு ஒரு கறுப்பு நிற ஃபர் அங்கியையும், வெள்ளை நிற ஃபர் தொப்பியையும் அணிந்திருந்தார். பேஷன் ஷோக்களில் நடந்து வருவது போல இருவரும் கைகோர்த்தபடி ஒன்றாக நடந்து அந்தப் பாலத்தைக் கடந்தனர். அனைத்து கேமராக்களும் இவர்களையே வளைத்து வளைத்துப் புகைப்படமும் வீடியோவும் எடுத்தது. பாலத்தின் அந்த முனையிலிருந்து அமெரிக்க அதிகாரிகளிடம் வந்து சேர்ந்த நேதனை யாரும் கண்டுகொள்ளவில்லை. தங்க நிறத்தில் வந்து நின்ற பென்ஸ் காரில், காரலும் ஹான்னாவும் பத்திரமாகத் தங்கள் தாய்நாட்டுக்குக் கொண்டு செல்லப்பட்டார்கள்.

விடுதலைக்குப் பிறகுதான் அவரது கைதுக்கும் சோவியத்துக்கும் சம்பந்தம் இல்லை என்பதைப் புரிந்துகொண்டார் காரல். அவரை மீண்டும் சோவியத்துக்காக உளவுபார்க்க அழைத்த ஜான் ஃபீலா அச்சமயம் துரோகியாக மாறியிருந்தார். காரலைப் பற்றிய தகவல்களை *CIA*வுக்கு அளித்தது அவர்தான்.

முன்னர் தீவிரவாதியைப் போல விசாரணை செய்த தாய்நாடு இப்போது தேசத்தின் ஹீரோக்களைப் போன்று அவர்களை வரவேற்றது. தலைநகர் ப்ராகிலிருந்த பல்கலைக்கழகத்தில் பொருளாதாரப் பிரிவில் காரலும், பிரிட்டன் தூதரகத்தில் மொழிபெயர்ப்பாளராக ஹான்னாவும் பணிபுரியத் தொடங்கினார்கள். இந்த வரவேற்பும் உபசரிப்பும் அடுத்த ஐந்து வருடங்கள் வரையே நீடித்தன.

சோவியத் யூனியனின் பிரிவுக்குப் பிறகு இவர்களை எந்த அரசாங்கமும் கண்டுகொள்ளவில்லை. செக் குடியரசு உருவான பின், ப்ராக் நகரிலிருந்து வெளியேறி ஓர் அமைதியான மலைக்கிராமத்தில் வாழ்ந்து வருகிறார்கள் காரலும் ஹான்னாவும். காரல் ஆசைப்பட்டபடி தனது புத்தகங்களுக்குள் மூழ்கிப்போகும் ஒரு நிம்மதியான வாழ்வு அவருக்குக் கிடைத்தது. ஒருசில உளவாளிகளுக்கே அமையும் இதுபோன்றதொரு கடைசிக் காலம்.

65. தங்க முட்டையிடும் மிரா

1977.

சோவியத் தூதரகம்,

கான்பெரா,

ஆஸ்திரேலியா.

அனுப்புநர் முகவரி இல்லாத பார்சல் ஒன்று கெரண்டி லாஸோவிக்கின் பெயருக்கு அஞ்சல் மூலம் வந்தது. ஆஸ்திரேலியாவில் இயங்கி வந்த சோவியத் தூதரகத்தின் துணை செயலாளர் பொறுப்பிலிருந்தவர் லாஸோவிக். சோவியத் உளவுத்துறையான *KGB*யின் கான்பெரா நகரத் தலைவராகவும் ரகசியமாகப் பணியாற்றி வந்தார்.

பார்சலில் சில ஆவணங்களும் ஒரு கடிதமும் இணைக்கப்பட்டிருந்தன. ஒரு தபால் பெட்டியின் முகவரியைக் குறிப்பிட்டு, இந்த ஆவணங்களுக்கான தொகையை அங்கு வைத்துவிடுமாறு கடிதத்தில் எழுதியிருந்தது. அந்த பார்சலில் 'ஃபைவ் ஐஸ்' எனப்படும் உளவுத்துறைக் கூட்டணியின் ரகசிய ஆவணங்கள் இணைக்கப்பட்டிருந்தன.

அமெரிக்கா, பிரிட்டன், கனடா, ஆஸ்திரேலியா மற்றும் நியூசிலாந்து ஆகிய ஐந்து நாடுகளின் கூட்டணியில் உருவான உளவு அமைப்பு 'ஃபைவ் ஐஸ்'. உலகப்போர்களின்போது அமெரிக்காவும்

பிரிட்டனும் உளவுத் தகவல்களைப் பகிர்ந்துகொண்டதைத் தொடர்ந்து உருவான அமைப்பு இது. ரேடியோ, செயற்கைக்கோள் எனப் பலவித மின்னணுத் தொடர்புகளை ஒட்டுக்கேட்பதன் மூலம் கிடைக்கும் தகவல்கள்; பல்வேறு நாடுகளில் செயல்பட்டு வரும் உளவாளிகளின் மூலம் சேகரிக்கப்பட்ட தகவல்கள் ஆகிய அனைத்தையும் இந்த அமைப்பு தங்களுக்குள் பகிர்ந்துகொள்ளும். முக்கியமாக இவர்களின் பனிப்போர் எதிரியான சோவியத் யூனியனைப் பற்றியும் அதற்கு உதவும் பிற நாடுகளைப் பற்றியும் உளவு பார்ப்பதே இவர்களின் முக்கிய இலக்கு.

இப்படி ஃபைவ் ஐஸ் அமைப்பு சோவியத்தைப் பற்றித் திரட்டியிருந்த தகவல்களின் சிறு மாதிரியையும், இந்த அமைப்பின் வருங்காலத் திட்டத்தின் குறிப்பையும் கொண்டிருந்தது லாஸோவிக்குக்கு வந்த பார்சல். இதைத் தனியே ஆராய்ந்து நடவடிக்கை எடுக்குமளவு அவருக்கு அதிகாரம் இல்லை. குறிப்பாக இப்படி ஒரு பார்சலை அவர் எதிர்பார்க்கவே இல்லை. அவருக்குத் தெரிந்து ஆஸ்திரேலியாவில் பணிபுரிந்த எந்த உளவாளியும் இதைக் கொடுத்திருக்க முடியாது. அது மட்டும் அவருக்கு உறுதியாகத் தெரிந்தது. ஏனெனில் ஃபைவ் ஐஸ் அமைப்புக்குள் இவ்வளவு தூரம் ஊடுருவ முடிகிற உளவாளி அதுவரை சோவியத்துக்கு அமையவில்லை. என்ன செய்வதென்று தெரியாமல், ஆவணங்களைத் தனது மாஸ்கோ மேலிடத்துக்கு அனுப்பினார்.

மாஸ்கோவிலிருந்த *KGB* அலுவலக மேஜர் ஜெனரல் அலெக் கலூகின் கைகளுக்கு, அந்த ஆவணங்கள் சென்று சேர்ந்தன. செக்கோஸ்லோவாக்கியாவின் உளவாளி காரல் கோச்சரை, விசாரணை என்ற பெயரில் சித்திரவதை செய்த அதே அதிகாரி கலூகின்தான் இவர். இப்போது அமெரிக்காவின் எதிர் புலனாய்வு நடவடிக்கைகளைக் கண்காணிக்கும் அதிகாரியாகப் பதவியில் உயர்ந்திருந்தார். அவருக்கும் இந்த ஆவணங்களின் முக்கியத்துவம் புரிந்தது. ஆனால் நம்பிக்கை ஏற்படவில்லை.

சோவியத்தை நம்பவைத்து ஏமாற்றவே இவை அனுப்பப்பட்டுள்ளதாக நினைத்தார். இதை நம்பி சோவியத் ஏதாவது நடவடிக்கை எடுக்குமானால், உலக அரங்கில் சோவியத் ஏளனத்துக்குள்ளாகும் என்று நம்பினார். ஏனெனில் ஃபைவ்

ஐஸ் அமைப்புக்குள் இருக்கும் முக்கிய மேலிட அதிகாரிகளைத் தவிர வேறு யாருக்கும் இவை தெரிந்திருக்க வாய்ப்பில்லை. அப்படிப்பட்ட முக்கியத் தகவல்கள். ஃபைவ் ஐஸ் அமைப்பில் சோவியத்துக்கு உளவாளிகளும் இல்லை. அப்படியிருக்க இவை எதற்காக சோவியத்திடம் அனுப்பப்பட வேண்டும்?

இந்தத் தகவல்கள் போலியாக இருக்கவே வாய்ப்புகள் அதிகம் என்ற சந்தேகத்துடன் கலூகின், இதை கிம் ஃபில்பியிடம் அனுப்பி வைத்தார். பெய்ரூட்டிலிருந்து சரக்குக் கப்பல் மூலம் சோவியத்துக்குத் தப்பிவந்த பிரிட்டன் உளவாளி கிம் ஃபில்பி தான் இவர். பிரிட்டனுக்குத் துரோகம் செய்து சோவியத்துக்கு உளவுபார்த்ததால், மாட்டிக்கொண்ட பிறகு சோவியத்தில் தஞ்சம் புகுந்திருந்தார். ஃபைவ் ஐஸ் ஆவணங்களின் உண்மைத் தன்மையை இவரைவிட வேறு யாரும் சரிபார்த்துவிட முடியாது. எந்தப் பின்னணியையும் சொல்லாமல் ஆவணங்களை மட்டும் இவரிடம் அனுப்பி வைத்தார் கலூகின். இவை அக்மார்க் ஃபைவ் ஐஸ் ஆவணங்கள் என்று ஆச்சரியப்பட்டார் கிம் ஃபில்பி.

மாஸ்கோவிலிருந்த KGB தலைமையகம் இதைத் திருவிழாவாகக் கொண்டாடியது. தங்களுக்கு எதிராக ஐந்து மேற்குலக நாடுகள் செய்யும் சதிகளையும், சேகரிக்கும் உளவுத் தகவல்களையும் இனி அறிந்துகொள்ள முடியும். இது மேற்குலகை சோவியத்தின் பிடியில் வைத்திருப்பதற்குச் சமம். அந்தக் கடிதத்தில் கேட்டுக்கொண்டதற்கு மேலாகவே அந்த அஞ்சல் பெட்டியில் பணம் போடப்பட்டது. அந்தப் பெயர் தெரியா உளவாளிக்கு மிரா என்று ரகசியப் பெயர் வைத்தார்கள். ரஷ்ய மொழியில் மிரா என்றால் சமாதானம் என்று பொருள். எவ்வளவு பொருத்தமான பெயர்.

மிராவைக் கையாள யூரி ஷமாகவ் என்பவர் நியமிக்கப்பட்டார். தனது வேலையை முழு அர்ப்பணிப்புடன் செய்பவர் ஷமாகவ். தங்க முட்டையிடும் வாத்துபோல சோவியத்துக்குக் கிடைத்திருப்பவர் மிரா. அவருக்கு ராஜமரியாதை கொடுத்து கவனிக்கத் தொடங்கினார்கள் சோவியத்தின் KGB உளவுத்துறையினர்.

மேற்குலகின் மீது இவ்வளவு வன்மம் கொண்ட அந்த உளவாளி யாராக இருக்கும்? பணம் மட்டுமே அவரது நோக்கமாக இருந்துவிட முடியாது.

66. உன்னைப் பற்றி உன் எதிரிக்கு என்ன தெரியும்?

போண்டாய் கடற்கரை,

சிட்னி,

ஆஸ்திரேலியா.

நீலக்கடல் வெண்மணலோடு உரசும் இயற்கைப் பேரழகு போண்டை கடற்கரை. ஆஸ்திரேலியாவில் தங்கியிருக்கும் சோவியத் தூதரக அதிகாரிகள் இதை தினமும் ரசிக்கத் தவறுவதில்லை. இங்குதான் அவர்கள் காலை உடற்பயிற்சிகளைச் செய்வது வழக்கம். ஆனால் பாவம் யூரி ஷமாகவ்வுக்கு இது கொடுத்து வைக்கவில்லை.

மிரா அனுப்பும் உளவுத் தகவல்களைச் சேகரிக்க, ஷமாகவ் காலை நேரத்தையே தேர்ந்தெடுத்திருந்தார். சந்தேகம் வராமல் தப்பிக்க இது சிறந்த வழி. மற்றவர்கள் கடற்கரையின் அழகை ரசித்தபடியே உடற்பயிற்சி செய்யும் நேரத்தில் இவர் அங்கிருந்து நழுவி தலைநகர் சிட்னிக்குச் செல்வார். பேருந்து, தொடர்வண்டி என மாறிமாறிச் செல்வார். யார் அவரைப் பின்தொடர்ந்தாலும் கண்டுபிடிக்க முடியாதவாறு தினமும் தமது பயணத்தை மாற்றிக்கொண்டே இருப்பார்.

ஏற்கெனவே மிராவிடம் பேசிவைத்தபடி குறிப்பிட்ட பொது இடங்களிலிருந்து தகவலை சேகரித்துக்கொள்வார் ஷமாகவ். பூங்கா, பேருந்து நிலையம் என பல்வேறு பொது இடங்களையும் நேரத்தையும் இருவரும் குறித்து வைத்திருப்பார்கள். அங்கு செல்லும்போது தவறாமல் வேண்டியது காத்திருக்கும், இருவருக்கும்.

ஆனால் இவர்கள் ஒருமுறை கூட சந்தித்துக் கொண்டதில்லை. முடிவு செய்யப்பட்ட இடத்தில் வைப்பதும், அங்கிருந்து எடுப்பதும் ஒரே நேரத்தில் நடக்காது. ஒரே நாளின் வெவ்வேறு சமயங்களில் நடக்கும். தகவல் கொடுக்கும் மிராக் கூட எச்சரிக்கையாக இருக்க இவ்வளவு சிரமப்பட்டதில்லை. இதைச் செய்து முடிக்கும்போது மற்ற சோவியத் அதிகாரிகள் உடற்பயிற்சியை முடிக்கும் நேரமாகியிருக்கும். அவசர அவசரமாக ஷமாகவ் கடற்கரைக்குத் திரும்பி அவர்களுடன் இணைந்துவிடுவார். யாருக்கும் சந்தேகம் வந்ததில்லை.

*KGB*யின் கெரண்டி லாஸோவிக்கைத் தவிர இந்த நடவடிக்கைகள் வேறு யாருக்கும் தெரியாது. சேகரிக்கும் ஒவ்வொரு தகவலுக்கும் கைம்மாறாக பணம் வைக்கப்படும். ஒவ்வொரு மாதமும் இதற்காகவே மாஸ்கோவிலிருந்து பணம் அனுப்பினார்கள். புகையிலை என்று பார்சலில் பெயர் எழுதப்பட்டு சோவியத் தூதரகத்துக்கு வந்து சேரும். லாஸோவிக் அதை பத்திரமாக ஷமாகவ்விடம் சேர்த்துவிடுவார்.

மேற்குலகக் கூட்டணியில் ஊடுருவுவதற்கு ஏற்ற பலவீனமான நாடாகக் கருதப்பட்டது ஆஸ்திரேலியா. அமெரிக்காவுக்கும் ஆஸ்திரேலியாவுக்குமான பிரத்யேக பைன் கேப் எனப்படும் தகவல் பரிமாற்ற மையமும் ஆஸ்திரேலியாவில் இருந்தது, மேலதிகத் தகவல்களைத் தெரிந்துகொள்ள வசதியாக அமைந்தது. செயற்கைக்கோள்கள் வழியே உலக அளவில் சேகரிக்கப்பட்ட உளவுத் தகவல்கள் இந்த இரு நாடுகளுக்கும் உதவின. எதிரியான சோவியத்துக்கும் மிராவின் மூலம் இவை அனுப்பிவைக்கப்பட்டன.

ஆஸ்திரேலியப் பாதுகாப்புப் புலனாய்வு அமைப்பின் *(ASIO)* அதிகாரிகள் பட்டியல் உள்பட அந்நாட்டின் உளவுத் திட்டங்கள் அனைத்தும் துல்லியமாக சோவியத்துக்குக் கைமாறியது. இதுபோக, மேற்குலக நாடுகளின் ராணுவ, அரசியல், தொழில்நுட்ப, உளவுத் திட்டங்களும் கைமாறின. ஏனெனில் ஃபைவ் ஐஸ்

நாடுகள் கூடி எடுக்கும் முடிவுகள் அனைத்தும் ஒன்றுவிடாமல் ஆவணப்படுத்தப்பட்டன. இவற்றை கையாளும் உரிமையுள்ள மிராவுக்கு இதை சோவியத்துக்கு அனுப்புவது சுலபமாக இருந்தது.

உன் எதிரிக்கு உன்னைப் பற்றி என்னவெல்லாம் தெரியும் என்பது உனக்குத் தெரிந்தாலே, அவனை ஏமாற்றுவது சுலபமாகி விடுமல்லவா? பனிப்போர் காலத்தில் இப்படியொரு சந்தர்ப்பம் சோவியத்துக்கு அமைந்தது அவர்கள் எப்போது செய்த புண்ணியமோ?

சோவியத்திடம் எத்தனை அணுஆயுதங்கள் இருந்தன, அவற்றின் திறன்கள், ஒருவேளை தாக்குதல் நடத்த முற்பட்டால் அதற்குத் தேவைப்படும் முன்னேற்பாடுகள், அதற்கான இடைவெளி என சகலத்தையும் மேற்குலகம் சேகரித்திருந்தது. அவர்களுக்கும் உளவாளிகள் இருந்தார்கள் அல்லவா? இவை எல்லாம் மேற்குலகுக்குத் தெரியும் என்பது மிரா வழியாக சோவியத்துக்குத் தெரிய வந்தது. பனிப்போர் காலத்தில் எதிரிக்கு இதைவிட வேறென்ன தேவைப்படப் போகிறது? மிரா அனுப்பும் ஒவ்வொரு ஆவணமும் சோவியத் உளவுத்துறையின் தலைவரான யூரி அன்ட்ரோபோவுக்கு நேரடியாகத் தெரிவிக்கப்பட்டது. அத்தனை நம்பிக்கை பெற்றிருந்தன.

ஆஸ்திரேலியாவில் நடமாடும் சோவியத் உளவாளிகளில் யாரெல்லாம் கண்காணிக்கப்படுகிறார்கள் என்ற பட்டியலும் சென்றது. உதாரணத்துக்கு ASIO தரப்பிலிருந்து ஒரு சோவியத் உளவாளியின் வீட்டில் நடப்பதை ரகசியமாக ஒட்டுக்கேட்க ஆரம்பித்திருந்தால், அந்த வீடு உடனே காலி செய்யப்பட்டுவிடும். அவர் புதிதாக வேறிடத்தில் தங்குவார் அல்லது சோவியத் தூதரகத்திலேயே ஏதாவதொரு காரணம் சொல்லித் தங்க வைக்கப்படுவார்.

இப்படி ASIO அமைப்பு சோவியத்துக்கு எதிராகத் திட்டமிட்ட எதுவும் நிறைவேறவில்லை.விதவிதமாக எத்தனைத்திட்டங்கள் வகுக்கப்பட்டாலும் அதில் ஒன்றுகூட வெற்றிகரமான பலன்களை தரவில்லை. ஒரு கட்டத்தில் அவர்கள் விரக்தி அடைந்தார்கள். தங்களுக்குள் ஒரு உளவாளி இருப்பது தெளிவாகப் புரிந்தது. ஒருவரையொருவர் சந்தேகப்பட்டுக்கொண்டார்கள்.யார் வேண்டுமானாலும் துரோகியாக மாறக்கூடிய காலம் அது. ஆனால்

மிரா மீது யாருக்கும் எந்த சந்தேகமும் எழவில்லை. அப்படி அவர் நடந்துகொள்ளவில்லை. ஆஸ்திரேலியா, மேற்குலகம் என அனைத்து நாடுகளின் திட்டங்களையும் அறியக்கூடிய உயர் பதவியிலிருந்தார் மிரா.

ஆஸ்திரேலியத் தூதரகத்திலிருந்து மாஸ்கோவுக்குத் திரும்பிய கௌண்டி லாஸோவிக்குக்கு பெரியதொரு கௌரவம் காத்திருந்தது. ஜெனரலாகப் பதவி உயர்வு கிடைத்தது. அதைத் தொடர்ந்து *KGB*யின் உயரிய விருதான ரெட் ஸ்டார் விருதும் வழங்கப்பட்டது. ஆனால் இப்போதும் மிராவைப் பற்றிய எந்தத் தகவலும் *KG-B*க்குத் தெரியாது.

KGB ஒருவரை உளவாளியாக ஏற்றுக்கொள்வதற்கே ஏகப்பட்ட தேர்வுகள் நடப்பதை அறிவோம். அவர்கள் சோவியத்துக்கு உதவ காரணம், அவர்களின் பின்னணி, எதிர்கால இலக்கு என்று சகலத்தையும் ஆராயாமல் அவர்கள் யாரையும் நம்புவதில்லை. ஆனால் மிராவின் விஷயமே வேறு. மிராவின் கட்டளைகளின்படிதான் சோவியத் நடந்துகொண்டது. இதைச் சகித்துக்கொள்ளுமளவு அவரது தகவல்கள் சோவியத்துக்கு உதவியாக இருந்தன.

மிராவைக் கண்டுபிடிக்க சோவியத் தனிப்படை அமைத்தது. போலவே தங்களுக்குள் இருக்கும் துரோகியைக் கண்டுபிடிக்க ஆஸ்திரேலியாவின் *ASIO* அமைப்பும் தீவிரத் தேடுதலை நடத்தியது. இவர்களில் யாராவது மிராவைக் கண்டுபிடித்தார்களா?

67. துணிச்சலைப் பறித்த அவமானம்

மிராவின் உண்மையான அடையாளத்தைக் கண்டுபிடிக்கும் முயற்சியில் வென்றது சோவியத்தின் KGB. ஆஸ்திரேலியாவின் ASIO அமைப்புக்கு அதைக் கண்டுபிடிக்க மேலும் பத்து ஆண்டுகள் தேவைப்பட்டன.

மிரா, ஆஸ்திரேலியாவின் கிழக்குக் கடற்கரை மாநிலமான நியூ சவுத் வேல்ஸின் உளவுத்துறைத் தலைவராக செயல்படுகிறார் என்பதை KGB உறுதிப்படுத்தியது. ஐம்பத்து நான்கு வயதான இயன் ஜார்ஜ் பீகாக் என்பவர் தான் மிரா. சிறிய கண்களையும் சிரித்த முகத்தையும் கொண்டிருந்தார். ஆஸ்திரேலியாவில் செயல்படும் சோவியத் உளவாளிகளைக் கண்டுபிடித்து முறியடிக்கும் குழுவின் தலைமை அதிகாரி. மிகப் பொருத்தமான பணியல்லவா? ரகசியமாக இவர் சோவியத்துக்கு உதவியது மட்டுமல்லாமல், ஆஸ்திரேலிய உளவுத்துறை வேறெந்த சோவியத் உளவாளியையும் நெருங்காதவாறு பார்த்துக் கொண்டார்.

06-ஜனவரி-1923 அன்று பிறந்தவர் இயன் ஜார்ஜ் பீகாக். தென்கிழக்கு ஆஸ்திரேலியாவின் ஹோபார்ட் நகரில் செல்வம் கொழிக்கும் குடும்பத்தில் பிறந்தார். இவரது தந்தை டாஸ்மேனியா ராயல் படகு கிளப்பின் தலைவராக இருந்தார். கீலோங் கிராமர் எனும் ஆஸ்திரேலியாவின் பணக்காரப் பள்ளியில் பயின்றார்

இயன். எந்தச் சூழ்நிலையையும் சமாளித்துவிட முடியும் என்ற அசாத்திய நம்பிக்கையுடன் வளர்ந்தார். ஆபத்து என்பதால் அவர் அதைச் செய்வதிலிருந்து விலகிவிட மாட்டார். எதையும் ஒரு கை பார்த்துவிடுவார்.

அவரது அந்தஸ்துக்குத் தகுந்தவாறு அவரது கனவுகளிலும் உயரப் பறந்தார். ராயல் ஆஸ்திரேலிய விமானப்படையில் *(RAAF)* சேர்ந்து போர் விமானியாக வேண்டுமென்பதே அவரது கனவு. பதினெட்டு வயதில் விமான ஓட்டியாகப் பயிற்சியில் சேர்ந்தவர் அங்கும் அடங்கி இருக்கவில்லை. முரட்டுத்தனமாக விமானத்தை ஓட்டியதற்காக ராணுவ நீதிமன்றம் அவருக்கு மூன்றுமாதச் சிறைத் தண்டனை வழங்கியது.

இளமைக்கே உரிய துடிப்பும் வேகமும் கொண்டவர். தன் திறமைகளை வளர்த்துக் கொள்வதோடு, செய்யும் எதிலும் சிறந்து விளங்க வேண்டுமென்பதில் மெனக்கெடுவார். இதனாலேயே பிறரைவிடத் தாம் சிறந்தவர் என்ற தன்னம்பிக்கை அவருக்கு நிறையவே இருந்தது.

மன நோயால் இயனின் தந்தை இறந்துவிட, அவர் ஆஸ்திரேலியப் பாதுகாப்புப் புலனாய்வு அமைப்பான *ASIO*வில் இணைந்தார்*(1949)*. அந்த அமைப்பின் முதல் பணியாளரானார் இயன். ஆரம்பக் காலங்களில் இதில் இணைவதற்கு காவல்துறையிலோ ராணுவத்திலோ பணி புரிந்திருந்தால் போதுமானதாக இருந்தது. இரண்டாம் உலகப்போரில் பங்கேற்ற பலரும் *ASIO* அமைப்பின் மூத்த உறுப்பினர்கள் ஆனார்கள். இவர்கள் உருவாக்கிய சட்டங்களே அமைப்பில் பின்பற்றப்பட்டன. ஆனால் இவர்கள் அதற்கு உட்படுத்தப்பட்டவர்கள் அல்ல. இவர்களுக்கென ஒரு தனி மரியாதை உருவாகியிருந்தது. இயனின் கட்டுக்கடங்காத இயல்புக்கும் இது ஒத்துப்போனது.

ASIO அமைப்பின் புதிய கண்காணிப்புக் குழுவின் தலைவராக நியமிக்கப்பட்டார் இயன். மேல்தட்டு மக்களோடுப் பழகி அவர்களில் சோவியத்துக்கு உளவுபார்க்கும் துரோகிகளைக் கண்டுபிடிப்பது அவரது பொறுப்பு. கோல்ஃப் வீரரான இயனின் ஆளுமை விரைவில் அவரைப் பிரபலப்படுத்தியது. திறமையான அதிகாரியாக அனைவராலும் மதிக்கப்பட்டார்.

அதன் பிறகு சில வருடங்கள் ரோம் நகரில் பணியாற்றிய இயன் 1970களில் நாடு திரும்பியபோதுதான் பிரச்னை ஆரம்பித்தது. ஆஸ்திரேலியாவில் ஏற்பட்டிருந்த சமூக மற்றும் கலாச்சார மாற்றங்கள், ஏற்கெனவே அங்கு செயல்பட்டு வந்த அனைத்து அரசாங்க அமைப்புகளையும் கேள்வி கேட்டது. ASIOஅமைப்பின் மீது சந்தேகம் உருவானது.

ASIO அமைப்பு சட்டத்தை மீறி உயரதிகாரிகளின் தொலைத் தொடர்புகளை ஒட்டுக் கேட்பதாகப் புகார் எழுந்தது. நாட்டின் சட்டத்துறைத் தலைவர் அளித்த இந்தப் புகாரை, பிரதமரும் ஆமோதிக்க, ASIO அமைப்பின் தலைமையகம் சோதனை செய்யப்பட்டது. நாட்டின் மூத்த குடிமக்கள் உருவாக்கியிருந்த அமைப்பைச் சோதனை செய்வது, அவர்களை அவமானத்துக்கு உள்ளாக்கியது. பலரும் வேலையை ராஜினாமா செய்தனர். எஞ்சி இருந்தவர்களும் நம்பிக்கையின்றிக் கடமையைச் செய்தனர்.

ஆஸ்திரேலியப் பிரதமர் கோஃப் விட்லாம் பதவியிலிருந்த காலத்தில் (1972-1975) மேல்மட்ட அதிகாரிகளையும் சோவியத் ஊடுருவியிருந்தது. எல்லாவற்றையும் திட்டம் போட்டு நடத்தியவர், சோவியத் தூதரக அதிகாரியாக இருந்த கெரண்டி லாஸோவிக். பிற்காலத்தில் ஆஸ்திரேலியப் பிரதமரே சோவியத்திடம் தனது நாட்டைப் பணயம் வைத்தது தெரிய வந்தது. பிரதமர் கோஃப் விட்லாம் பதவியிலிருந்து நீக்கப்பட்டு மால்கம் ஃபிரேஸர் பதவியேற்றார்.

ASIO அமைப்பின் தலைவராக நீதிபதி எட்வர்ட் பதவியேற்றார். பழைய சர்வாதிகாரத் தலைமை அரசாங்கத்திலும் ASIOவிலும் முடிவுக்கு வந்திருந்தன. ஆனாலும் விளைவுகள் மிக மோசமாகத் தொடர்ந்தன. ஒரு நாட்டின் உளவுத்துறையிடம் இருக்க வேண்டிய நம்பிக்கையும் துணிச்சலும் அங்கு பணிபுரிந்த யாரிடமும் இல்லை. மனத்தளவில் அவமானம் அவர்களைப் பாதித்திருந்தது. பணி ஓய்வு பெறும்வரை இருந்துவிட்டுப் போவோம் என்பது மட்டுமே அவர்களது எண்ணமாக இருந்தது. அதைத்தாண்டி நாட்டுக்காகச் செய்வதற்கு ஒன்றுமில்லை என்ற மனப்பாங்கே பெரும்பாலும் இருந்தது.

1977 ஆம் ஆண்டு வெளியான அரசாங்க அறிக்கை ASIOவில் பணிபுரிந்தவர்களின் பணி முன்னேற்றத்தை முற்றிலுமாகச்

சிதைத்தது. இந்தக் குற்ற அறிக்கை பொதுவில் வெளியிடப்பட்டதால், பொதுமக்களையும் இவர்களுக்கு எதிராகத் திருப்பியது. இயனின் அனுபவத்துக்கு *ASIO*வின் உயரிய பதவிகளுக்குச் சென்றிருக்க வேண்டியவர், இந்தத் திருப்பங்களால் கீழ்மட்டப் பணிகளுக்கு மட்டுமே நியமிக்கப்பட்டார். அவரை விட அனுபவத்திலும் வயதிலும் சிறியவர்களுக்கு மேல்மட்டப் பதவிகள் வழங்கப்பட்டன. இது அவரது திறமையை மட்டுமல்ல, அவரது தன்னம்பிக்கையையும் வெகுவாகப் பாதித்தது.

அப்போது எடுத்த முடிவுதான், அவரை கெரண்டி லாஸோவிக்குக்கு அந்த ரகசியக் கடிதத்தை அனுப்பச் செய்தது. தனது உளவுத் தகவல்களுக்குப் பணம் பெற்றுக் கொண்டாலும் அது பிரதான காரணமாக இருக்கவில்லை. அவரது திறமையை மதிக்கத் தெரியாத இடத்துக்கு அவர் அளித்த பதிலடியாகவே அவர் அதைத் தொடர்ந்து செய்தார்.

சோவியத்தால் இயனைக் கண்டுபிடிக்க முடிந்தும், *ASIO*வால் அவரை அடையாளங்காண முடியவில்லை. உண்மை தெரிந்தபின் இயனுக்கு என்ன நேர்ந்தது?

68. ஒரு துரோகியைத் தேடிக் களைத்த நாடு

1995.

மத்திய துறைமுகம்,

நியூ சவுத் வேல்ஸ்,

ஆஸ்திரேலியா.

வயது முதிர்ந்த இயன் ஜார்ஜ் பீகாக், மதிய உணவு வேளையில் மத்திய துறைமுகத்திலிருந்த அந்த ஹோட்டலுக்கு வந்து சேர்ந்தார். பன்னிரண்டு வருடங்களுக்கு முன்னர் (1983) அவர் பதவி ஓய்வு பெற்றிருந்தார். ASIOவின் அப்போதைய அதிகாரியுடன் இந்தச் சந்திப்பு ஏற்பாடாகியிருந்தது.

பேச்சுவார்த்தை தொடங்கியது. இரண்டு வருடங்களாக வெவ்வேறு ASIO அதிகாரிகளுடன் நடக்கின்றன இந்தப் பேச்சுவார்த்தைகள். ஒருமுறை கூட இயன் உண்மையை ஒப்புக்கொள்ளவில்லை. அவர் சோவியத்துக்கு உளவு பார்க்கவில்லை என்பதை மட்டுமே திரும்பத் திரும்பச் சொன்னார். தனது நாட்டின் மீது தீவிரப் பற்று கொண்டிருப்பதாகவும் எந்தச் சந்தர்ப்பத்திலும் தாய்நாட்டுக்குத் துரோகம் செய்ய மாட்டார் எனவும் கூறினார்.

இயனுக்கு எதிராக எந்த ஆவணமும் கிடைக்கவில்லை என்பது அவருக்குத் தெரியும். அந்தக் கடைசிச் சந்திப்பின்போது ASIO

அதிகாரியும் அதை ஒப்புக்கொண்டார். இயன் உண்மையை ஒப்புக்கொண்டால் அவர் கொண்டு வந்திருந்த பெட்டியிலிருக்கும் டாலர்கள் முழுவதும் அவரைச் சேரும் என்றார். *ASIO* தரப்பிலிருந்து வேறு எந்த நடவடிக்கையும் எடுக்கப்படாது என்றும் வாக்களித்தார்.

இயனுக்குக் கோபம் வந்தது. நைஸ் ட்ரை என்றார். எத்தனை முறை சொல்வது? நான் துரோகம் செய்யவில்லை என்றபடியே பெட்டியைத் தூக்கி வீசிவிட்டு அங்கிருந்து வெளியேறின. அந்த *ASIO* அதிகாரிக்கு என்ன செய்வதென்று தெரியவில்லை. *ASIO* அமைப்புக்கும் அதே நிலைமைதான்.

இயன் சோவியத்துக்காக உளவு பார்த்தார் என்பதற்கு ஆதாரங்கள் எதுவுமில்லை. அவரே அதை ஒப்புக்கொள்ளும்வரை அவர் மீது எந்த நடவடிக்கையும் எடுக்க முடியாது. ஓய்வு பெற்ற ஆஸ்திரேலிய உளவு அதிகாரிக்குக் கிடைக்கும் ஓய்வூதியமும் மரியாதையும் முதற்கொண்டு, அவரது பெயருக்கு எந்தக் களங்கமும் வந்துவிடவில்லை. அவரை துரோகி என்று சொன்னால் யார் நம்புவார்? துளி சந்தேகம் கூட அவர் மேல் யாருக்கும் எழவில்லை.

சோவியத் உளவுத்துறையின் ஐம்பது வருட ரகசியங்களை அதன் பிரிவுக்குப் பிறகு உலகுக்குத் தெரியப்படுத்தியவர் வசீலி மீத்ரோகின். *KGB* ஆவணங்களைப் பாதுகாக்கும் பொறுப்பிலிருந்தவர். *KGB*யின் ஆவணக் கிடங்கில் பத்திரப்படுத்திய ஒவ்வொன்றையும் அவருக்கென ஒரு பிரதி எடுத்து வைத்துக்கொண்டார். அதையும் தனது காலுறையில் மறைத்து கடுங்காவலை மீறி வீட்டுக்கு எடுத்துச் சென்றார். பிறகு பிரிட்டனுக்குத் தப்பிச்சென்று இவற்றை வெளியிட்டார்.

மிரா எனும் *ASIO* உளவாளியைக் கையாண்ட *KGB* அதிகாரி, மிரா ஓய்வு பெற்றபிறகு எழுதிச் சமர்ப்பித்திருந்த ஆவணம் அது. அதில் மிரா, *ASIO*வின் சிட்னி அலுவலகத்தில் மேற்பார்வையாளராக இருந்தவர். 1983 ஆம் ஆண்டு பணி ஓய்வு பெற்றவர். பல வருடங்கள் ரோம் நகரில் பணியாற்றியவர். அவரது மனைவியும் *ASIO*வில் பணிபுரிந்தவர் போன்ற தகவல்கள் மிரா யார் என்பதை *ASIO*வுக்குத் தெளிவுபடுத்தின.

*ASIO*வில் மொழிபெயர்ப்பாளராகப் பணிபுரிந்த ஜார்ஜ் சாடில்தான் மிரா என்று மேற்சொன்னவற்றை வைத்து அடையாளம் கண்டது

ASIO. ஆம். தவறாகத்தான் ஊகித்தது. *1977* ஆம் ஆண்டு கெரண்டி லாஸோவிக்குக்கு மாஸ்கோ தலைமையகம் விருது வழங்கியபோதும் இப்படித்தான் நடந்தது. ஒரு புதிய உளவாளியை *KGB*யில் சேர்த்ததாலேயே இந்த விருது அவருக்குக் கிடைத்தது. அவர் பெயர் மிரா என்பதுவரை சோவியத்தில் ஊடுருவியிருந்த அமெரிக்க உளவாளிகளின் மூலம் *ASIO*வுக்குத் தெரியப்படுத்தப்பட்டது. என்ன பயன்? மிரா ஒரு அரசாங்க இலாகா என்ற முடிவுக்கு வந்தது *ASIO*. அதற்கு மேல் விசாரணையில் முன்னேற முடியவில்லை.

பிறகும் அதேபோல ஜார்ஜ் சாடில் மாட்டிக்கொண்டார். போதாததற்குச் சில ரகசிய ஆவணங்களை அவர் அவரது சட்டைப் பையில் திணிப்பது ஒரு கேமராவில் பதிவாகியிருந்தது. கைது செய்து விசாரித்ததில் அவரது பணி ஓய்வு குறித்த ஆவணங்களை மறைத்திருக்கிறார் என்று தெரிய வந்தது. சாடிலுக்கு சிறிய தண்டனையை வழங்கிவிட்டு மீண்டும் மிராவைத் தேட ஆரம்பித்தது *ASIO*.

மிராவைப் பற்றி *ASIO*வுக்குத் தெரிய வந்தது *1977* ஆம் ஆண்டில். மிரா அடுத்த ஆறு ஆண்டுகளில் பணி ஓய்வு பெற்றுவிட்டார். இதுவும் அவர்களுக்குத் தெரியவில்லை. ஓய்வுபெற்று பத்து ஆண்டுகளுக்குப் *(1993)* பிறகே மீத்ரோகின் ஆவணங்கள் வழியாக மிராவைப் பற்றி மேலும் தகவல் தெரிந்தது. அதுவும் பலன் கொடுக்கவில்லை.

பதினைந்து வருடங்களாக ஒரு துரோகியைத் தேடிவந்த *ASIO* இம்முறை விடுவதாக இல்லை. எங்கு சொதப்பினோம்? அடையாளம் காண்பதில். மற்றபடி தகவல்கள் எல்லாம் சரியாகத்தானிருந்தன. அந்தத் துரோகி சாடிலாக இல்லாவிட்டால், அதே அடையாளங்கள் பொருந்தும் வேறு யார் மிராவாக இருந்திருக்க முடியும்?

இந்தப் புள்ளியில்தான் இயன் சந்தேகிக்கப்பட்டார். ஓய்வு பெற்ற இயனை இரண்டு வருடங்களாக எத்தனை முறை விசாரித்தாலும் அவர் உண்மையை ஒப்புக்கொள்ளவில்லை. அது உண்மை என்பது அவருக்கு மட்டுமே தெரியும். *ASIO*வுக்கு அது வெறும் ஊகம்தான். அதை வைத்து ஒன்றும் செய்ய முடியாது. அதனால்தான் கடைசி முயற்சியாக அவருக்குப் பெட்டி நிறையப் பணம் வழங்கப்பட்டது. அப்படியாவது இந்தத் தேடலை முடித்து வைப்பார் என்று

எதிர்பார்த்தார்கள் *ASIO* அதிகாரிகள். ஒன்றும் உதவவில்லை. அவர்களது தகவல்களையும் ஊகங்களையும் ஆவணமாக அரசாங்கத்திடம் சமர்ப்பித்துவிட்டு வேறு வேலையைப் பார்க்கச் சென்றுவிட்டார்கள்.

மீத்ரோகின் ஆவணங்கள் இன்னும் ஒரு உண்மையையும் சொல்லியது. மிரா ஓய்வுபெறுவதற்கு முன்னர் சோவியத் அவருக்கு ஐம்பதாயிரம் டாலர்களைக் கொடுத்தது. அவரது பதவிக்கு இன்னொரு துரோகியைத் தேர்வு செய்து பயிற்சி கொடுக்கவே இந்தத் தொகை *KGB*யால் வழங்கப்பட்டது. மிரா, கென் என்பவரைத் தேர்வு செய்தார் என்றும் அவர் அதை மறுத்துவிட்டார் என்றும் எழுதப்பட்டிருந்தது.

மிராவைத்தான் நெருங்க முடியவில்லை, அவருக்கு அடுத்து துரோகம் செய்ய அணுகப்பட்ட கென்னை விசாரிக்கச் சென்றது *ASIO*. மிராவாவது பணி ஓய்வு பெற்றிருந்தார். கென் உலக வாழ்விலிருந்தே ஓய்வு பெற்றிருந்தார். கென் மறுத்த பிறகு எப்படியும் இன்னொருவர் மிராவின் பதவிக்கு வந்திருக்கலாம். வராமலும் போயிருக்கலாம். சோவியத்தின் உளவாளிகள் இன்னும் *ASIO*வுக்குள் இருக்கிறார்களா என்ற உண்மை மிராவுக்கு மட்டுமே தெரியும்.

மிரா என்றொரு துரோகி இருந்ததையே ஆஸ்திரேலிய அரசாங்கம் முப்பது வருடங்களாக வெளியிடவில்லை. என்னவென்று ஆதாரங்களைச் சமர்ப்பிப்பார்கள்? கடைசிவரை ஊகமாக மட்டுமே கோப்புகளில் உள்ளன. சோவியத் கண்டுபிடிக்கவில்லை என்றால் இன்றும் இயனை யாரும் சந்தேகப்பட்டிருக்க மாட்டார்கள்.

இயன் நினைத்ததைச் சாதித்து விட்டார். தன்மேலிருந்த குற்றங்களை அவர் ஒப்புக்கொள்ளவே இல்லை. அவர் நிரபராதி என்பதை மட்டுமே பதிவு செய்தார். *2006* ஆம் ஆண்டு அவரது ரகசியங்களோடு அவரும் காலமானார். இதுவரை உளவாளிகளுக்கு நேர்ந்த பல்வேறு முடிவுகளை அறிந்த நமக்கு, இயனின் முடிவு சற்றே புதிதாக உள்ளது. இருந்தாலும் அனைத்தும் சுபமாக முடிந்தது.

(முற்றும்)

பின்னிணைப்பு: புத்தகங்கள்

My Silent War: The Autobiography of a Spy – Kim Phibly.

Next Stop Execution - Oleg Gordievsky.

A Woman of No Importance – Sonia Purnell.

Dead Drop: TheTrue Story of Oleg Penkovsky and the Cold War's Most Dangerous Operation – Duns Jeremy.

Mossad pearl: The true story of the spy Shulamit cohen– Fawzia Arafat.

Operation Garbo – Juan Pujol Garcia, Nigel West.

Britain's Master Spy – Sidney Reilly

பின்னிணைப்பு: இணையதளச் சான்றுகள்

https://www.cia.gov/readingroom/docs/CIA-RDP90-00965R000706430001-4.pdf

https://www.theguardian.com/world/2016/jun/30/how-a-czech-super-spy-infiltrated-cia-karel-koecher

https://spyscape.com/article/the-czech-super-spy-who-infiltrated-the-cia-and-a-spy-swingers-club

https://www.kyleorton.com/p/soviet-espionage-victory-australia-ian-pea-cock

https://www.abc.net.au/news/2023-06-19/russia-spy-mole-in-asio-sold-cold-war-intelligence-four-corners/102469652

https://history.state.gov/milestones/1961-1968/cuban-missile-crisis

https://microsites.jfklibrary.org/cmc/oct27/doc4.html

https://allthatsinteresting.com/oleg-penkovsky

https://israeled.org/spy-shulamit-cohen-kishik-dies/

https://www.morasha.com.br/en/biographies/shula-cohen-codename-the-pearl.html

https://michael-maalouf1.medium.com/spy-series-agent-shulamit-kishik-cohen-the-pearl-of-beirut-9891be7cbd60

https://www.jewoftheweek.net/2014/08/07/jew-of-the-week-shula-cohen/

https://www.fbi.gov/history/famous-cases/robert-hanssen

https://www.fbi.gov/history/artifacts/robert-hanssen-business-cards-chalk-and-thumbtacks

https://oig.justice.gov/sites/default/files/archive/special/0308/index.htm

https://www.history.com/articles/spy-double-agent-death-hoax-world-war-2

https://www.mi5.gov.uk/history/world-war-ii/agent-garbo

https://blog.nationalarchives.gov.uk/spy-garbo-story-behind-britains-greatest-double-cross-agent/

https://www.agentgarbo.com/juan-pujol-a-brief-biography/

https://mondediplo.com/outsidein/the-october-war-who-was-ashraf-marwan

https://www.jpost.com/magazine/double-agent-or-nothing-503808

https://www.theguardian.com/world/2015/sep/15/who-killed-20th-centurys-greatest-spy-ashraf-marwan

https://www.bbc.com/news/magazine-31700894

https://extremism.gwu.edu/aimen-dean

https://committees.parliament.uk/oralevidence/14795/html/

https://www.theguardian.com/books/2018/aug/19/nine-lives-my-time-as-mi6-top-spy-inside-al-qaida-aimen-dean-review

https://winstonchurchill.hillsdale.edu/reilly-ford-churchill/

https://vocal.media/criminal/the-man-who-inspired-james-bond-sidney-reilly

https://warfarehistorynetwork.com/article/the-mysterious-sidney-reilly/

https://explorethearchive.com/sidney-reilly

https://www.history.com/articles/the-exotic-dancer-who-became-wwis-most-notorious-spy

https://herhalfofhistory.com/2022/10/13/8-8-mata-hari-a-world-war-i-spy/

https://www.friesmuseum.nl/en/collection/icons/mata-hari

https://time.com/4977634/mata-hari-true-history/

https://www.bbc.com/news/uk-24803131

https://www.historyhit.com/facts-about-kim-philby/

https://www.aviation-defence-universe.com/kim-philby-the-master-spy/

https://warfarehistorynetwork.com/article/soviet-military-intelligence-richard-sorge/

https://roadstothegreatwar-ww1.blogspot.com/2021/02/richard-sorge-soldier-of-kaiser-master.html

https://spartacus-educational.com/GERsorge.htm

https://www.cia.gov/stories/story/virginia-hall-the-courage-and-daring-of-the-limping-lady/

https://beta.nationalarchives.gov.uk/explore-the-collection/stories/virginia-hall/

https://www.usni.org/magazines/proceedings/1960/december/top-secret-assignment

https://warfarehistorynetwork.com/article/takeo-yoshikawa-the-spies-behind-pearl-harbor-attack/

https://www.usni.org/magazines/proceedings/1960/december/top-secret-assignment

https://www.theguardian.com/world/2025/mar/21/oleg-gordievsky-obituary

நூலாசிரியர் வினுலா, சர்வதேச அரசியல், வரலாறு, போர், உணவு உள்பட பல்வேறு துறைகள் சார்ந்து எழுதி வரும் தமிழ் எழுத்தாளர். தொழில் முறை மென்பொருளாளர். மெட்ராஸ் பேப்பர் இணைய வார இதழில் தொடர்ந்து எழுதி வருகிறார். போர் குறித்த அரசியலையும் வரலாற்றையும் சார்ந்து இதுவரை யுத்த காண்டம், திறக்க முடியாத கோட்டை, போரிடர்க் காலம் ஆகிய மூன்று புத்தகங்களை எழுதியுள்ளார்.

www.ingramcontent.com/pod-product-compliance
Lightning Source LLC
LaVergne TN
LVHW090309051026
849518LV00005B/1709
* 9 7 8 9 3 4 8 4 3 9 4 0 6 *